நவீனன் டைரி

நகுலன்

நற்றிணை பதிப்பகம்

நவீனன் டைரி * நாவல் * நகுலன் * முதல் பதிப்பு: ஜூலை 2019 *
வெளியீடு: நற்றிணை பதிப்பகம் (பி) லிமிடெட் * எண். 136,
தரைத்தளம், சோழன் தெரு, ஆழ்வார்திருநகர், சென்னை– 600 087.

* கைப்பேசி   : 094861 77208
* மின்னஞ்சல்   : natrinaipathippagam@gmail.com
* தொலைபேசி   : 044 – 4273 2141
* அச்சாக்கம்   : தி பிரிண்ட் பார்க், சென்னை–600 117.

நகுலன் (1921 – 2007)

நவீனத் தமிழ் இலக்கியத்தின் முன்னோடி எழுத்தாளரான நகுலன் 1921இல் கும்பகோணத்தில் பிறந்தார். வாழ்ந்தது திருவனந்தபுரத்தில். இவரது இயற்பெயர் டி.கே. துரைசாமி. திருவனந்தபுரம் மார் இவானியஸ் கல்லூரியில் ஆங்கில விரிவுரையாளராக முப்பது ஆண்டுகள் பணியாற்றி ஓய்வு பெற்றார்.

சிறுகதை, நாவல், மொழிபெயர்ப்பு, கவிதை, கட்டுரை எனப் பல தளங்களில் தொடர்ந்து தீவிரமாக இயங்கினார். இவருடைய வாக்குமூலம், நினைவுப் பாதை, நிழல்கள், நாய்கள் போன்றவை தமிழின் மிகச் சிறந்த நாவல்களாகும். நாவல்கள் மட்டுமின்றி கவிதை, சிறுகதை, மொழிபெயர்ப்பு எனத் தான் எடுத்துக்கொண்ட ஒவ்வொரு துறையிலும் குறிப்பிடத்தக்க சாதனை நிகழ்த்தியவர். 'குமாரன் ஆசான்' விருதும், 'சாந்தோம் கம்யூனிகேஷன் சென்டர்' விருதும் பெற்றிருக்கிறார்.

இவர் தனது 86ஆவது வயதில் (17.5.2007) திருவனந்த புரத்தில் குன்றாப் புகழுடன் மறைந்தார்.

இந்நூலைப் பதிப்பிக்க உதவிய
பேராசிரியர் கி. நாச்சிமுத்து
அவர்களுக்கு நன்றி.

I

அவனுக்கு அந்தச் செய்தி ஒரு அதிர்ச்சியைத் தந்தது என்றுதான் சொல்ல வேண்டும். வந்தவரை அவனுக்கு அடையாளம் தெரிய வில்லை. அதை அவன் சொல்லவும் செய்தான்.

"நீங்கள் யாரென்று தெரியவில்லையே?" அவர் உடனடியாகப் பதில் சொல்லவில்லை. சிறிது நேரம் கழித்து "நீங்கள் தானே 'நகுலன்' என்பவர்?"

"ஆமாம்... ஏன்?"

"உங்களுக்கு 'நவீனன்' என்று ஒரு நண்பர் உண்டு இல்லையா?"

"ஏன்?"

அவர் மறுபடியும் மௌனமாக இருந்தார். "நான் அவனைக் கடைசியாகச் சந்தித்தது சென்னையில் மௌண்ட்ரோடில் ராமநாதன் வீட்டில் என்று ஞாபகம். ராமநாதன் கூட இப்பொழுது அங்கில்லை என்று நினைக்கிறேன்."

"ஏன்?"

"இப்பொழுது அவன் இல்லை."

அவனுக்குத் தூக்கிவாரிப்போட்டது. தன்னைச் சமாளித்துக் கொண்டு "நீங்கள் என்ன சொல்கிறீர்கள்?" என்றான்.

அவர் மீண்டும் அழுத்தமாக "அவன் இப்போது இல்லை" என்றார்.

அவன் அவரிடம் மீண்டும் "நீங்கள் யார் தெரியவில்லையே!"

அவர், "ஒருவகையில் அவன் சகோதரன். ஆனால் அவனுக்கு அவனைத் தவிர வேறு யாரைப் பற்றியும் ஒரு சிந்தனை இருந்ததாகத் தெரியவில்லை."

"அப்படிச் சொல்லாதீர்கள்"

"ஏன்? எனக்கு அவனைத் தெரிந்த அளவுக்கு உங்களுக்கு அவனைத் தெரிந்திருக்கும் என்று எனக்குத் தோன்றவில்லை."

“ஏன்?”

“முதலாவதாக நான் அவன் சகோதரன்” அவன் மீண்டும் பேசாமல் இருந்தான். அவர் தொடர்ந்தார். “இரண்டாவதாக நான் ஒரு எழுத்தாளன் இல்லை.”

அவனுக்கு இப்பொழுது ஒருவாறு விஷயம் பிடிபட்டது என்றுதான் சொல்ல வேண்டும்.

“சென்ஸர்”

அவனுக்கு என்னவோ செய்தது. எழுதுவதென்றால் என்ன வெல்லாம்தான் செய்ய வேண்டியிருக்கிறது. இந்த யுகத்தில் மனிதன் ப்ளேக், காலரா, டிஃப்தீரியா இவைகளுக்குப் பயப்படுவதைப் போல... அவனுக்குத் தெரியாமல் இல்லை. இப்படி எழுதுவதில் எல்லாம் ராமநாதன் எழுத்தின் சாயை இல்லாமல் இல்லை என்று.

ஆனால் அவர் இன்னும் எழுந்து போன பாடில்லை. அது அவன் கையில் இல்லையா இருக்கிறது.

“நீங்கள் சொல்கிறீர்கள். ஆனால் நவீனனுக்குப் பல சிநேகிதர்கள் இருந்தார்கள். சிவன்....”

“அந்தக் குடியனை எனக்குத் தெரியும்”

“ஹரிஹர சுப்ரமண்ய ஐயர்”

“அவர் இப்பொழுதும் வேலையில் இருக்கிறாரா? அவனைத் தேடிக்கொண்டு ஒரு தடவை எங்கள் வீட்டிற்கு அவரே வந்திருக்கிறார்.”

“கேசவமாதவன். சங்கர சுப்ரமண்யம்”

“அவாள்லாம் பெரிய கைகள்”

“நடராஜன்”

“ரொம்பத் தங்கமான மனுஷன்”

“ராமநாதன்”

“அவர் இப்ப பெரிய வேலையிலெ இருக்கிறார்னு கேள்வி”

“கேட்க மறந்துவிட்டேனே... உங்கள் பேர்”

“உங்களை ஏன் சொல்ல வேண்டும். அவன் உங்ககிட்டத் தனக்கு இப்படி ஒரு சகோதரன் இருக்கான்னு கூடச் சொல்லியிருக்க மாட்டானே”

“அவன் ஒன்றும் சொல்லவில்லை”

“என் பெயர் சந்தானகோபால ராமன்”

அவனுக்கு ஆச்சரியமாக இருந்தது. நவீனனுக்கு இப்படி ஒரு சகோதரனா என்று. அவன் நெற்றியில் நாமம் துலங்கியது.

“ஏன் என்னை அப்படிப் பார்க்றேள்?”

“இல்லை”

“கல்யாணத்திற்கப்பறம் நான் வைஷ்ணவ ஜனதோ”

“வயது 53 கூட இருக்காது. நம்பக் கூட முடியவில்லை.”

“நம்ப முடியல்லெ. இல்லையா? ஆனால் அவன் நிச்சயமாக இப்ப இல்லை”

“ஏன் அப்படிச் சொல்கிறேள்?”

“இல்லை. அவன் நிச்சயமாச் செத்துட்டான்”

அவர் அந்த வீட்டை ஒரு பார்வை பார்த்தார்.

“சொந்த வீடா?”

“ஆமாம்”

“இங்கெல்லாம் ஸெண்ட் 1000, 2000 இருக்குமே”

“இருக்கலாம்”

“கடைசியில அவன் என்னோடுதான் இருந்தான். தெரியுமோ இல்லையோ.”

“தெரியாது. அப்பொழுது நான் சென்னையில் இல்ல”

“கடைசியில அவர் ரெண்டு பேரும் போனப்றம் இவன் இங்கெ வந்து கடைசியில... கடைசியில... அவர் கூட ஒரு மாதிரி ஆயிட் டார்ன்னு கேள்வி. உங்களுக்குத் தெரியுமோல்லியோ?” அவன் ஒன்றும் சொல்லவில்லை. அவனுக்குத் தெரியும் என்பதால் நவீனன் அவனிடம் தன் பெற்றோர்களைப் பற்றிச் சொல்லியிருந்தான் என்பதால் - ஒரு தடவை - அவன் சற்றுக் குடித்திருந்தான் என்று தோன்றியது - சிரித்துக் கொண்டே இவனிடம் பந்தங்கள், பாசம், உறவு - பாசம், பந்தங்கள் உறவு - உறவு, பாசம் பந்தங்கள்- எல்லாம்தான். இப்பொழுது அவன் என்ன சொல்ல? ஆனால் அவர் இன்னும் போன பாடில்லை. மறுபடியும் தொடங்கினார்.

“நவீனன் அப்படி நல்ல எழுத்தாளனா? எப்பொழுதும் எழுதிக் கொண்டேயிருப்பான்.”

“ஏன் கேட்கிறீர்கள்?”

“நான் அவன் எழுதுவதைப் பார்த்திருக்கிறேனே தவிர, அவன் எழுதினது பிரசுரமானதாகத் தெரியவில்லை. இல்லாவிட்டாலும்...”

“இல்லாவிட்டாலும்....”

“அவதான் சொல்வா. ஏன்னா (அவ ஏன்னான்னுதான் என்னைக் கூப்பிடுவா) குமுதம் மாதிரி பத்திரிகையெல்லாம் ஒரு கதைக்கு ரூ.100, 200 ன்னு கொடுப்பாளாமே. அதிலே உங்க தம்பி ஒன்னும் எழுதற தில்லையோன்னு. 'குமுதத்திலே' அப்படியெல்லாம் குடுக்கறானா என்ன?”

"குடுக்கறா"

"இவனுக்கு எழுதினான்னவாம்?"

"இவனால முடியாது."

"அப்பன்னா நான் நினைச்சது சரிதான்."

"நீங்கள் என்ன நினைச்சேள்?"

"அதை விட்டுத் தள்ளுங்கோ. ஒரு தடவை இவன் இங்க வந்தப்றம் வீட்ல பைப்ல வெளியில இருந்து உள்ள வர லைன்ல ஒரு இடம் பொத்துண்டுடுத்து. தண்ணி கொட்டிண்டிருக்கு. இவன் மெயினை நிறுத்திப் பார்த்திருக்கான் சரிப்படலை. அதுக்கப்றம் அவன் புத்தி போகல"

"உம்"

"உடனே ஒரு ப்ளம்பரைக் கூப்பிடணும்னு தெரியலை. நான் வந்ததும் வெளிலே போய் வீட்டுக்குக் கனெக்ஷன் கொடுக்ற லைனை மூடினேன். அதுகூட"

"அதுகூட"

"இவன் செய்யக்கூடாதுன்னு. முதல்ல இவனுக்கு ஒவ்வொரு வீட்டுக்கும் தனியாகக் கனக்ஷன் உண்டுன்னு தெரியாது. இரண்டாவது அது (வெளி கனக்ஷன்) கவர்ன்மெண்டைக் கேக்காம செய்யக் கூடாதுன்னு, இவனைப் பத்தி - இவ்வளவு சாதாரண விஷயத்தைப் பத்திக்கூட ஞானம் இல்லாதவனைப் பத்தி என்ன நினைக்கிறேள்?"

"அவன் என்ன சொல்றான்?"

"அதுதான் உங்கிட்டே சொல்லியாச்சேங்கறான்"

அவர் மீண்டும் தொடங்கினார்.

"ஒரு கதைக்கு ரூ.100/-, 200/- கிடைக்கும்னா எழுத்தைப் பத்திக்கூட யோசிக்கத்தான் வேண்டியிருக்கு"

"ஆமாம். அதைப் பத்தி இப்பப் பலரும் பலமாத்தான் யோசிச் சிண்டிருக்கா"

"ஆனா 'நவீனன்' அப்படி ஒரு மோசமான எழுத்தாளன் இல்லேன்னு ஒரு வட்டாரத்தில பேர் இருக்காமே."

"ஏன்?"

"இல்ல - உங்க சிநேகிதராச்சேன்னு கேட்டேன். அப்படித் தானா?"

"இருக்கலாம்."

"ஏன் இழுக்கிறேள்?"

"உங்ககிட்ட சொல்றதுக்கென்ன? அவன் கிட்டக்கூட இதைப் பற்றிப் பேசிப் பார்த்தேன். உங்களுக்கு இது ஆச்சரியமாக இருக்கலாம்.

அவனுக்கே அவன் எழுத்தைப் பற்றி அப்படிச் சிலாக்கியமான அபிப்பிராயம் இல்லையோன்னு தோன்றுகிறது. நான் அவனையே ஒருமுறை கேட்டேன்."

"எதைப் பற்றி?"

"நீங்கள் இப்பொழுது சொன்னீர்களே அதைப் பற்றி"

"எதைப் பற்றி?"

"அவன் எழுத்தைப் பற்றி தன் அபிப்பிராயம் என்ன என்று"

"அதைப் பற்றி நீங்கள் எப்படி அவனைக் கேட்க முடியும்?"

ஒரு கணம் இவன் மனம் குழம்பியது. அடுத்த நிமிஷம் அவனுக்குச் சந்தான கோபாலராமன் எப்படியிருந்தாலும் அவனும் நவீனன் அண்ணன்தானே என்பது ஞாபகம் வந்து போனது. அவன் தன்னைச் சமாளித்துக் கொண்டு சொன்னான்.

"நான் அவனை அவன் எழுத்தைப் பற்றி அவன் என்ன நினைக்கிறான் என்று கேட்டேன்."

"அதற்கு அவன் என்ன சொன்னான்?"

"ஏன் கேட்டோம் என்று ஆயிற்று."

"ஏன்?"

"அன்று நாங்கள் இருவரும் அவன் அறையில் தனியாக இருந்தோம்."

"எப்படி?"

"எதிர் எதிர்"

"சொல்லுங்கள். சுவாரஸ்யமாக இருக்கு"

"நான் கேட்டவுடன் அவன் முதலில் ஒன்றும் சொல்லவில்லை."

"பிறகு"

"வெற்றிலை போட ஆரம்பித்தான்"

"பிறகு"

"வெற்றிலையை வாயில் அடக்கிக் கொண்டு அதை ரசித்துக் கொண்டிருந்தான்."

"பிறகு"

"எழுந்து சென்று வெற்றிலைச் சக்கையைத் துப்பினான்."

"பிறகு"

"தண்ணீரால் வாயைக் கழுவிவிட்டுத் தண்ணீரைத் துப்பினான்."

"பிறகு"

"அவன் ஒரு பத்து நிமிஷம் பேசாமல் இருந்தான்"

"பிறகு"

"என்னையே பார்த்துக் கொண்டிருந்தான்"

"பிறகு"

"என்னையே பார்த்துக் கொண்டிருந்தான்"

"பிறகு"

"எனக்குப் பயமாக இருந்தது"

"பிறகு"

"மீண்டும் வெற்றிலை போட்டுக் கொண்டான்"

"பிறகு"

"பேச ஆரம்பித்தான்"

"முதன் முதலில் நான் அவளை எப்போது பார்த்தேன்? தெரியவில்லை. தினம் அவளைப் பார்த்து வருவது என்பது கோவிலுக்குப் போகாத எனக்கு கோவிலில் ஒரு உண்மையான பக்தன் தினம் சென்று ஆண்டவனைத் தரிசித்து வருவது போல் ஆயிற்று. அவளை நான் முதலில் கண்டதும் ஏதோ ஒன்று என்னை அவளிடம் ஈர்த்திருக்க வேண்டும் - அவளிடம் இல்லாத ஒன்று - நான் அவளிடம் இருக்கிறது என்று சர்வ நிச்சயமாக உணர்ந்தது ஏன்? வேறொன்று மில்லை. ஒல்லியாகத்தான் இருந்தாள். நேர் நடை. நன்றாக உடை உடுத்துக் கொள்வாள். சிவப்பு ரவிக்கை. சிவப்புப் புள்ளிகள் இறைத்த கறுப்புப் புடவை - தங்கத்தில் காதில் தோடு - ஒரு அல்லது இரு தங்க வளையல்கள் - வெள்ளைப் புடவை - சிவப்பு ரவிக்கை - பெரிய கறுப்புப் பர்ஸ். எவ்வளவு நாட்கள் இங்கிருந்து அவள் மாறிப் போனது. எனக்கு அவள் கல்யாணத்துக்கு அழைப்பிதழ் வந்தது. இப்பொழுது அவளுக்கு இரண்டு குழந்தைகள் இருக்க வேண்டும். நிச்சயமாகத் தெரியாது. இன்னும் அவள் அன்று பார்த்த மாதிரியேதான் இருந்தாள். ஒவ்வொரு எழுத்து எழுதும் பொழுதும் அவள் ஞாபகம்தான் வருகிறது. ஒரு விமர்சகர் எழுதின மாதிரி அவளைப் பற்றித் திரும்பத் திரும்ப எழுதினால் மாத்திரம் எழுத்து எழுத்தாகி விடுமா என்று. அவருக்கு அவர் கூறியது அவர்வரை சரி. இன்னொருவர் சற்றுக் குடித்த போதையில் கேட்டார். அப்படி என்ன இதை இவ்வளவு பெரிது படுத்துகிறீர்கள், முயற்சி செய்தால் கிடைக்காதா என்று கேட்டார். அவரும் அவர் வரையில் சரிதான். சமீபத்தில் ஒரு நண்பருடன் ஒரு இருநாள் தங்கவேண்டி இருந்தது. இலக்கியத்தைப் பற்றிப் பேசிக் கொண்டிருந்தோம். இருள் சூழ இரவு 12.30 மணி வரை. அடுத்தநாள் வீடு திரும்புமுன் அவளைப் பற்றிப் பேச்சு வந்தது. 'அவளில் நீங்கள் எதைப் பார்க்கிறீர்கள்? நானும்தான் பார்த்தேன். அப்படிப் பிரமாதமாக இல்லையே' என்றார். அவர் சொன்னதும் அவர் வரையிலும் சரிதான். அவரேதான் சொன்னார். மௌனியின் சாசுவதமான அடி நாதமெல்லாம் பெண்களிடம்

ஆண்களுக்குள்ள கவர்ச்சி என்றார். மறுபடியும் கேட்டார். நீங்கள் ஏன் விமர்சனம் எழுதும்பொழுது கூட இவளைப்பற்றி இடையில் பேசுகிறீர்கள் என்றார். அவர் சொல்வதில் அவருக்கு நியாயம் உண்டு. ஜாய்ஸ்தான் என்று நினைக்கிறேன். அவன் ஜீவிய சரித்திரத்தை எழுதிய ஒருவர் இதைக் குறித்திருக்கின்றார். அவன் ஐரோப்பாவில் ஒரு ஊரில் ஒரு தெருவில் ஒருமுறை நடந்துகொண்டிருக்கும் பொழுது ஒரு பெண்ணைப் பார்க்க நேர்ந்ததாக. அவளும் அவனைப் பார்த்ததாகத் தெரிகிறது. அவனுக்கு அவளிடம் அப்பொழுது ஒரு ஈடுபாடு. வருஷங்களுக்குப் பின் அவன் ஐரோப்பாவில் அப்பொழுது உலக மகாயுத்த சமயம். ஒரு ரயிலில் ஒரு கம்பார்ட்மெண்டில் உட்கார்ந்திருந்தானாம். அவன் இருந்த ரயில் முன் வேறொரு ரயில் மெல்ல நகர்ந்து கொண்டிருந்ததும் அவன் அகஸ்மாத்தாக ஒரு கம்பார்ட்மெண்ட்டைப் பார்த்ததும் அந்தப் பெண்ணை அவன் பார்த்தாக - அவள்? - தெரியவில்லை. இத்தனைக்கும் அவன் கடைசி வரையில் அவன் மனைவியுடன் அன்பாக இருந்தான் என்பது எல்லாருக்கும் தெரியும். நீ என் எழுத்தைப் பற்றிக் கேட்கிறாய். எழுத்து என்றால் என்ன? நான் ஏன், எதற்காக எப்படி எழுதுகிறோம்? என் எழுத்தைப் பற்றிப் பிறர் இல்லை. நான் என்ன நினைக்கிறேன்? எனக்குத் தெரியாது. நான் ஒருமுறை அவளைப் பற்றி ஒரு கவிதை எழுதியிருந்தேன். 'சுசீலாவிடம் இல்லை. சுசீலாவின் சிறப்பு' - இதைப் படித்த நான் மதிக்கும் ஒரு சிறந்த கவிஞர் தனக்கு இந்த வரி மிகவும் பிடித்ததாகச் சொன்னாராம். ஆனால், 'சுசீலாவிடம் இல்லை சுசீலாவின் சிறப்பு இல்லை' என்று எழுதுவதே அந்தச் சுசீலை என்றால் இந்தச் சுசீலாவும் இல்லைதானே. சொல்லப்போனால் நான் இல்லாமல் இருப்பதால்தானே நான் ஓரளவாவது இருக்கிறேன். அதற்குப் பிறகு அவன் பேசவே இல்லை. அப்பொழுதுதான் எனக்கு முதல் முதலாகச் சந்தேகம் ஏற்பட்டது. அவனுக்கு எங்கேயோ எப்போதோ ஒரு தகராறு ஏற்பட்டிருக்க வேண்டுமென்று."

"சார். ஒன்று சொல்கிறேன். அவர் உங்க சிநேகிதர்தான். ஆனால், என் தம்பிக்கு எப்பொழுதுமே கொஞ்சம் பைத்தியம்னு தான் என் கணக்கு. நம்ப 'சாட்சாத்'துக்கு அதுல சந்தேகமேயில்லை."

அவர் போவதாகத் தெரியவில்லை. அவனும் அவரைப் பார்த்துக்கொண்டே இருந்தான். அர்த்தமில்லாமல் என்று கூடச் சொல்லலாம். அவரும் விடுவதாகத் தெரியவில்லை. அவர் மீண்டும் தொடர்ந்தார். "என்ன, ஸார், அப்போதெல்லாம் அவன் அவர்களுடன் இருந்தபொழுது - அதுதான் என் பெற்றோர்களுடன் - அவர் கூடச் சொல்லிப் பார்த்திருக்கிறார். ஏதாவது ட்யூஷன் வைத்துக் கொள்ளக் கூடாதோ" என்று யாரெல்லாமோ வந்து பேசிக் கொண்டிருப்பாங்க. நீங்க சித்த முன்னாடி பேசினீங்களே அது மாதிரிதான். அவன் ரூம்ல போய்ப் பார்த்தா பார்த்தவாளுக்குப் பைத்தியம் பிடிச்சிடும். மேலே

கீழே அங்க இங்க நாற்காலி மேல மேஜை மேல எங்கெங்கு பார்த் தாலும் புஸ்தகங்கள், புஸ்தகங்கள். இந்த அழகில வாங்குற புஸ்தகம் போறாது என்று ஒவ்வொரு லைப்ரரியா ஏறி இறங்கி வாங்கிண்டு வர புஸ்தகங்கள். பிறகு போறேன் என்று எழுதாமல் சிதறிக்கிடக்கும் நோட்புஸ்தகங்கள். என்னவோ அப்பா சொல்லி ஒரு இரண்டு தடவை யூனிவர்ஸிடி பரீட்சை பேப்பர் திருத்தினான். அவனும் உங்களைப் போல ஒரு விரிவுரையாளன் தானே. என்ன விரிவுரையாளனோ ஒரு இடத்திலயாவது இவன் மேடை ஏறிப் பேசி நான் கேட்டதில்லை. ஒரு துருப்பிடிச்ச சைக்கிள். என்னவோ ஒரு வேஷ்டி - என்னவோ ஒருசட்டை - ஒரு தடவை என்னுடைய போதாத வேளை. கேட்டு வச்சேன் - உனக்கு எவ்வளவு சம்பளம்னு. அப்புறம்தான் எனக்கே ஏண்டா கேட்டோம்னு ஆயிடுத்து. அவனுக்குத் திட்டமா அவன் சம்பளம் என்னன்னு கூடத் தெரியாது! பதிமூணு வருஷமா ட்யூட்டரா இருந்திருக்கான் - இவனைப் பத்திப் பையங்க கிட்டக்கூட அப்படி இப்படி விசாரிச்சுப் பாத்ததுல 'ஸார் பாவம்'னு சொல்றாங்களே தவிர, இவனைப் பத்தி ஒரு அபிப்ராயம் கூட அவாளுக்கில்ல. முன்னெல்லாமாவது இவனுக்கு எப்பவாவது கோபமாவது வரும். கடைசிக் காலத்தில இவன் வெறும் மக்குமாதிரி தான் இருந்தான். ஒருவித சலனமுமில்லாமல்தான் இருந்தான். இருந்தாலும்..."

"இருந்தாலும்"

"சில பேர்லாம் இவனைப் பார்க்க வந்துண்டே இருந்தாங்க. இவன் வாழ்நாள்லே என்னெல்லாமோ நடந்து கொண்டிருந்த மாதிரி ஒரு பாவனையிலிருந்தும் என்னாலே என்னை விடுவிச்சுக்க முடியல. அப்புறம் ஸார். என்னதான் ஆனாலும் அண்ணன் தம்பிங்கிற உறவு ஒண்ணு இருக்கே, அது அவ்வளவு சுலபமா விட்டுப் போயிடுமா ஸார். எங்கிருந்தோ வரோம். இங்க கொஞ்சநாள் ஒருவரையொருவர் சந்திக்கிறோம். பின்ன பிரிஞ்சுபோறோம். இப்படி நான் பேச ஆரம்பிச்சுட்டா போறும். எப்பவுமா நான் இப்படிப் பேசறேன்? நம்ம 'சாட்சாத்' ஆரம்பிச்சுடுவா. "துப்புக்கெட்ட பிராம்மணனுக்கு நாலு காசு சம்பாதிக்க திராணியில்ல, வேதாந்தம் பேச ஆரம்பிச்சுடறான். இதைவிடக் கசாப்புக் கடைக்கு நாலு ஆட்டை வெட்டிக் கொடுத் தாலாவது புண்ணியமுண்டு." அவனுக்கு இவர் எங்கு போய்க் கொண்டிருந்தார் என்று தெரியவில்லை.

"என்னவானாலும், ஸார், பணம் இருக்குன்னா அது ஒரு வசதிதான். என்ன சொல்றேள். (சுத்தப் பாப்பாரத் தமிழாகவே இருக்குன்னு பார்க்கறேளா - எந்தக் கேடு கெட்ட பாப்பானும் மனுஷன்தானே ஐயா) உங்களைப் பாத்தா எவ்வளவு சந்தோஷமாயிருக்குன்னு தெரியுமா?"

"ஏன்"

"இவ்வளவு வசதியா ஒரு வீடு - அதுவும் கொஞ்சம் ஒதுக்குப் புறம்னாக் கூடப் பரவாயில்லை - பிறகு நவீனன் பேச்சே அப்படி இப்படிக் கவனிச்சதிலே இருந்து நீங்களும் ஒரு ஸிங்கிள் ஜாக்குன்னு கேள்வி. அப்படித்தானா?"

"அப்புறம் நீங்களும் அவனைப் போல எழுதறேள். அவனைப் போலன்னா அவனைப் போலென்னுல்லை. அவன் செய்த வேலை."

"நாங்கள் இருவரும் ஒரே வேலையைத் தேர்ந்தெடுத்திருக்கிறோம் என்கிறீர்கள் இல்லையா?"

"அப்புறம் நீங்களும் படிப்பிக்கிறேள். ஏதோ காலேஜில். நீங்களும் உங்க அப்பா அம்மாவோட இருக்கேள். என்னோடு இவ்வளவு நேரம்...."

"பரவாயில்ல, சொல்லுங்கோ"

"ஒரு மண்ணாந்தை மாதிரி நான் சொல்றதைக் கேட்டுண்டிருக் கேள்..."

அவருக்கு மேலே என்ன சொல்வதென்று தெரியவில்லை.

அவன் "பரவாயில்லெ. நீங்கள் இன்னும் சொல்ல விரும்புவதை நானே சொல்லித் தீர்ந்து விடுகிறேன். நீங்களும் நான் இப்படிச் சொல்வதை க்ஷமிக்க வேண்டும். என் தம்பி போல் கொஞ்சம் பைத்தியம் தான்."

அவன் சிரித்துக்கொண்டே "அப்படி ஒன்னும் இல்லெ; நான் உங்களோடே ஒண்ணைப் பத்திப் பேசிண்டேயிருக்கேன் பாருங்கோ. அப்போ வேறொரு இடத்திலே அதே சமயம் இன்னொன்னு பேசாம லேயே பேசிண்டிருக்கு - என்னவானாலும் உங்களைப் பாத்ததிலே எனக்கு ரொம்பத் திருப்தி."

"பின்"

"யாரால சொல்ல முடியும்? மனுஷன் எப்படியெல்லாமோ திருப்தி அடைகிறான். தான் கெட்டிக்காரன் என்ற நினைவைவிட இன்னொருத்தன் மோசம்ங்கற பிரக்ஞையால் அவன் குதூகலம் அடையறான். இப்படியெல்லாம் நான் பேசிண்டே போறதை இங்கிருந்து பாத்துண்டிருந்தா நம்ப 'சாட்சாத்' என்னைக் கோடாரியை எடுத்துண்டு வந்து இரண்டு துண்டா வெட்டிப் போட்டுடுவா!"

அவர் திடீரென்று பேச்சை நிறுத்திவிட்டுப் பிறகு கேட்டார். "சார், ஒண்ணு கேக்கறேன், வித்தியாசமா நினைச்சுக்காதீங்கோ."

"தாராளமாக் கேளுங்கோ"

"இவ்வளவு இருந்தும்னா"

"இந்த வீடு. அப்டி மோசமில்லாத ஒரு வேல, பின்ன அது அப்படி முக்கியமில்லையென்றாலும், நீங்களும் செத்தவனைப் போல எழுதறேளாம். பின்ன என்ன ஸார்?"

"இந்த வீடும் சரி. இந்த வேலையும் சரி எனக்குச் சாசுவதம் இல்ல. பென்ஷன். 55ன்னா இன்னும் 2 வருஷம் 60ன்னா 7 வருஷம். எழுத்தைப் பத்திக் கேட்டா. ஒருத்தன் நான் பைத்தியக்காரங்கிறான்; இன்னொருத்தன் முட்டாள்ங்கிறான்; இன்னொருத்தன் நான் மாத்திரம் எழுத்தாளனோங்கறான். இதெல்லாம் இப்படியிருந்தாலும் ஏன் ஒத்தையா இருக்கணும் இல்லையா?"

"அதெல்லாம் விட்டுத் தள்ளுங்க ஸார் - வெறும் எழுத்தாளன் பேச்சு. எங்க வீட்ல வந்து பாத்தேள்னாத் தெரியும். அம்மன் திருப்பள்ளி உணர்ந்து வெளிவர, அம்மன் சந்நிதி திறப்பதற்கு முன் சூர்யன் உக்ரமாயிடுவான். நான்தான் காப்பி போட்டு, குட்டிகளை மேச்சு, எல்லாம் செய்றது - அப்றம் 'சாட்சாத்' எழுந்திருந்தா குட்டிகளும் சரி; வேலைக்காரியும் சரி; இருந்த இடம் தெரியாம ஆயிடுவா. ஸ்கூலுக்குப் போறத்துக்கு முன்னாடி வாலுந்தோலுமா இருக்கே அதுகளை வரிசையா உக்காத்தி இலையையும் வைச்சு மொத்தமா சாதத்தையும் இறைச்சு வந்துடுவா நம்ம 'சாட்சாத்'. நம்ம 'சாட்சாத்'தும் சரி, நானும் சரி, புஸ்தகத்தைக் கண்டோமா, பேனாவைக் கண்டோமா. எங்க ரெண்டு பேருக்கும் எங்க நாக்கும் வாக்கும்தான் பேனாவும் புஸ்தகமும். ஆனா 'சாட்சாத்' எதிலேயும் ஒரு உக்ரம்தான்னு வச்சுக்கோங்கோ, அதனாலதான் நான் நீங்கள் எப்படி ஒத்தை யாயிருக்கேள்னு கேக்கறேன்?"

"என்னவோ நீங்கள் சொல்வதைக் கேட்கின்றேன். ஒவ்வொன்றும் ஒவ்வொரு மாதிரிதான் நடக்கிறது. இன்னிக்கும், இவ்வளவும் ஆன பிறகு கூட ஒரு புஸ்தகத்தைப் பார்த்தா என் உடம்பு எப்படிப் பறக்கிறது என்பதை எப்படி உங்களுக்குச் சொல்லிக் காட்டறதுன்னு தெரியல"

"சார். நீங்க இப்படிப் பேசற போதெல்லாம் நேக்கு ஒன்னும் சுத்தமாப் புரியறதில்ல - நான் பேசறதும் உங்களுக்கும் அப்படித்தான் இருக்கும். பின்ன...."

"பரவாயில்ல. சொல்லுங்க..."

"அவசரமா ஒரு அஞ்சு ரூபா."

அவன் ஒரு நிமிஷம் பேசாமல் இருந்தான். அடுத்த நிமிஷம் அவன் தன்னை சமாளித்துக் கொண்டு "ஒரு ஐந்து ரூபா நோட்டு வேணுமா அல்லது 5 ஒத்தை ரூபா நோட்டு வேணுமா"

"எப்படியானாலும் பரவாயில்லை. 5 ஒத்தையாகவே கொடுங் களேன்."

அவன் அந்தப் பணத்தைக் கொடுத்தவுடன் அவர் அதை மிகவும் அசிரத்தையாக வாங்கிக்கொண்டு "நான் ஒரு முக்கிய விஷயமாக உங்களைப் பார்க்க வந்தேன். அதைப் பற்றிப் பேசாமலேயே வேறு

எதைப் பற்றியெல்லாமோ உங்களிடம் பேசிக் கொண்டிருந்து விட்டேன். அடுத்த வாரம் மறுபடியும் வந்து பார்க்கிறேன்" என்று சொல்லிவிட்டுப் போனார். அவன் அவர் போவதைச் சற்று நேரம் நின்று பார்த்துவிட்டு மீண்டும் தன் அறைக்குள் சென்றான்.

அவன் உள்ளே சென்று விட்டான். அதுதான் அவனுக்குக் கஷ்டமாக இருந்தது. உள்ளே போய் விட்டால் வெளியே வருவது என்பது ரொம்பவும் கஷ்டமாகத்தான் இருந்தது. அவன் கண்ணில் புத்தகங்கள் சிதறிக் கிடந்தன. நவீனன் செத்துவிட்டான்.

மெல்ல மெல்ல அந்தப் பிரிவு அவனைச் சூழ்ந்து கொண்டது. ஆனால் நம்பமுடியவில்லை. எப்படி நம்ப முடியும்? தன்னில் ஒரு பாதி போன மாதிரிதானே - அதிலும் தான் முக்கியமான பாதி என்று கருதிய பாதி. என்றாலும் அதை இழந்தபின்னும் அவன் இல்லையா? இதன் முன்னிலையில் வேறொன்றும் அவனுக்கு அவ்வளவு முக்கிய மில்லை. யார் இவன்? அவன் சகோதரன் என்று சொல்லிக் கொண்டு வந்தான் - ஐந்து நிமிஷம் தான் இருக்கும் - ஐந்து ரூபாய் வாங்கிக் கொண்டு போய்விட்டான். அவனை ஏன் சொல்ல வேண்டும், சிலருக்கு இது ஒரு வியாதி மாதிரி. அவனுக்கு ஹரிஹர சுப்ரமண்ய ஐயர் ஞாபகம் வந்தது - சந்தான கோபாலராம - கோபால சந்தான ராம - கோபால ராம சந்தான - அவன் உரக்கப் பேசியிருக்க வேண்டும். அவன் தந்தை வந்து பார்த்துவிட்டுப் போனார். மணி 10.30 இரவு - இப்படியும் ஒரு சோதரனா? - நவீனனுக்கா? ஏன் கூடாது? - நவீனன் உயரமுமில்லை - குட்டையுமில்லை - வெளுத்த முகம் - நரையோடிய நாற்பது வயதுக்காரன் - இல்லை - ப்ராசம்பொருட்டு அப்படி - நரை - நாற்பது தாண்டி நாலாறு காதம் போய்விட்டான் - 53ல் சாவது என்பது அப்படி ஒன்றும் அகாலச் சாவுமில்லை - அப்படி அல்பாயுசுமில்லை - ஆனால் ஒருநாள் அவர்கள் இருவரும் தனியாக இருந்தபோது - கன்யாகுமாரி. 'ஸார், கேப்புக்குப் போய் விட்டு வரலாமா? (மிகப்பெரிய சூரியன். ரத்தக் கலங்கல்) நாகர் கோவில் - கல்கத்தா பைத்தியக்கார தோதாபுரி - அவருடைய பிரதமசீடன் - சென்னை - தமிழ்நாட்டின் தலைநகரம் - தலைநகரம் - சிதம்பரம் - நல்ல சிவன் பிள்ளையின் யதாஸ்தானம் - அவரைச் சுற்றி வரும் நவக்கிரகங்கள் - நர்த்தன லௌகீகம் - எது எப்படி யானால் என்ன? - அவனிடம் நவீனன் சொல்லிக் கொண்டிருந்தான். "எனக்கு ஒன்றும் பிடிக்கவில்லை - ஒவ்வொர்த்தனையும் பார் - ரண்டு கால் - ரண்டு - ரண்டு கண் - மூக்கிலே ரண்டு ஓட்டை - கண்லெ ரண்டு - வாய் ஒரு ஓட்டை - சின்னச் சின்ன துவாரங்கள் - நீண்ட கால்வாய் போன்ற ஒரு பிளவு இந்தத் தேகமே எனக்கு அசிங்கமா இருக்கு. முருங்கைக் காய் மாதிரி கையும் காலும். தேங்கா மண்டை. எப்படி முளைச்சிருக்கு? இந்த எழவுடன் எவ்வளவு நாள்தான்

காலங்கழிக்க வேண்டியிருக்கு? இந்த அழகிலே இது போற இடமெல்லாம் போக வேண்டியிருக்கு பார்த்துக்கோ"

அவன், "இவன் ஏன் இப்படிப் பேசறான்" என்று நினைத்துக் கொண்டிருக்கும்போதே அவன் இவன் மனதில் நினைத்துக் கொண்டிருப்பதை எதிரொலிப்பவன் போல் சொல்லிக் கொண்டிருந் தான். "ஒரு மாதிரி இருக்கு இல்லையா என் பேச்சு? எனக்குத் தெரியாதா என்ன? ஆனால் இது இப்படியில்லை என்று யாரால் சொல்ல முடியும்? என்னையே எடுத்துக்கொள். இந்தத் தேகம் ஆடுறபடியெல்லாம், அது என்னை இழுத்துக் கொண்டு போகிற வழியெல்லாம் நான் போகவில்லையா? சதா வாயில் புகையிலையை மென்று கொண்டிருப்பதில் என்ன சுகம்? சில சமயங்கள் விடாமல் வெற்றிலை போட்டதால் என் தேகம் முழுவதும் வியர்த்துக் கொட்டியிருக்கிறது. அப்பொழுது இரு நாட்கள் வெற்றிலை போடுவதை நிறுத்தியிருக்கிறேன். சிவன் மறுபடியும் குடிக்கத் தொடங்கிவிட்டான். அவன் தூரத்தில் வரும்பொழுது அவன் முகம் சோர்வுற்று, தள்ளாடித் தள்ளாடித் தள்ளாடி, ஆளே மங்கலாகி வரும்பொழுது, அவன் சொன்னதையே திரும்பத் திரும்பச் சொல்லிக் கொண்டிருப்பதைப் பார்க்கையில், அவன் சுய வெறுப்பில் தத்தளிப்பதைப் பார்க்கும்பொழுது, எதனால் குடிக்கிறோம் என்பதில் நாட்டமில்லாமல், அவன் குடி குடி என்று குடித்து என் முன் சீரழிவதைப் பார்க்கையில், அவன் ஏன் இப்படி ஆகிவிட்டான் என்னும் பொழுது, தன் தேகத்தைத் தானாக எண்ணி மனங்குழம்பி விட்டானோ என்று எனக்குத் தோன்றாமல் இல்லை" இவைதான் நவீனன் என்னுடன் கடைசியில் பேசின வார்த்தைகள். அவன் பேசியவற்றை அவன் புரிந்து கொண்டான் என்று சொல்லவும் முடியாது. ஆனால் அந்த நவீனன் செத்துவிட்டான் என்ற நினைவு அவனை மீண்டும் சூழ்ந்து கொண்டது. லோர்காவின் பட்டுப்போன ஆரஞ்சுமரம் என்ற கவிதை - ரில்கெயின் படிதாண்டும் தத்துவம் - அவனுக்கு இரண்டும் சாத்தியமில்லை போலிருக்கு. என்றாலும் எல்லாம் இப்படி இருப்பினும் யார் இந்தச் சந்தான கோபாலராமன் - அவனுக்கு என்ன வேண்டும். அவன் தன்னை மீண்டும் வந்து பார்க்கிறதாச் சொன்ன தாகச் சொன்னது அவனுக்கு ஞாபகம் வந்தது. எதற்கெடுத்தாலும் "சாட்சாத்", "சாட்சாத்" என்று உதிர்க்கிறான். நவீனனைப் பற்றியும் பேசுகிறான். "அவன் எதற்காக என்னைப் பார்க்க வேண்டும் என்கிறான்" என்று அவன் மீண்டும் மனம் குழம்பினான். ஒரு வாரங் கழித்து சந்தான கோபாலராமன் அவனை மீண்டும் பார்க்க வந்தான். வந்தவன் இவன் எதிர்பார்த்ததற்கு எதிர்மாறாக "ஸார், உங்க 5 ரூபா" என்று அவனிடம் கைமாற்றாக வாங்கிப் போன 5 ரூபாயைத் திருப்பிக் கொடுத்தான். அவன் அதை வாங்கி வைத்துக் கொண்டான். "ஸார், உங்களிடம் சாவதானமாகப் பேச வந்திருக் கிறேன்."

"ஓ அதற்கென்ன?"

"ஸார், நீங்கள் நவீனனைப் பற்றி என்ன நினைக்கிறேள்?"

"அப்படியின்னா?"

"அவன் எழுத்து நிக்குமா?"

"அவனையே கேட்டிருக்கலாமே?"

"கேட்டேன்."

"என்ன சொன்னான்?"

"நிக்கல. உக்காந்திருக்கு."

"ஸார், எனக்கு ஒண்ணும் புரியல"

"அவனைக் கேட்கவும் செய்தேன்."

"அவன் என்ன சொன்னான்?"

"என் பப்ளிஷரைக் கேட்டாத் தெரியும்னான்."

"பின்னே உங்களுக்குப் புரிந்திருக்குமே"

"அது புரிஞ்சுடுத்து. ஆனா வேறே ஒன்னு புரியல"

"அது என்ன?"

"பின்ன ஏன் அவன் சொந்தச் செலவு செய்து புஸ்தகங்கள் போடறான்னு"

"அவனையே கேட்டிருக்கலாமே"

"கேட்டேன்"

"என்ன சொன்னான்?"

"விற்பனை கூடுவதற்கு"

"அது எப்படி?"

"ஒரு புஸ்தகம் போட்டா இரண்டு விற்கறதுன்னா ரண்டுரண்டு புஸ்தகம் போட்டா நாலு விக்கறது. பின்ன..."

"பப்ளிஷரும் அதைத்தான் சொல்றான். பழைய புஸ்தகம் விக்கணம்னா புதுப்புஸ்தகம் விக்கணம்னு"

"பின்ன?"

"என் தம்பிக்கு எழுதுறதுங்கறது ஒரு வியாதியோன்னு கூட எனக்குச் சந்தேகம்"

"எனக்கு புரியல"

"என்ன ஸார் உங்களுக்குக் கூடப் புரியலையா?"

"புரியலை"

"கஷ்டம் வரபோது கோவிலுக்குப் போறோம் - சாமியை வேண்டிக்கிறோம் - அதைப் போல இவன் எதுக்கெல்லாமோ பயந்துண்டு எழுத்துக்குளே போயிருக்கான்"

"இவன் எதைக் கண்டு பயப்பட்டான்?"

"சொல்லவா செய்றான். பின்ன?"

"இவன் எங்கிட்டே வரதுக்கு முன்னாடி, அவாளுக்கெல்லாம் ஒடம்பு ஆடின போதெல்லாம் வாசத் திண்ணையில போய் ஆகாசத்தையும் மரத்தையும் பார்த்துண்டு சதா உக்காந்திருப்பான். எனக்கு ஏண்டா இவன் இப்படிச் செய்றான்னு தெரியல!"

"அவனையே கேட்டிருக்கலாமே"

"கேட்டேன்"

"என்ன சொன்னான்?"

"கொஞ்ச நாழி பேசல. பின்ன சொன்னான். நீ நினைக்கிற மாதிரி இங்கெல்லாம் மனுஷன் மாத்திரம் இல்ல. மரம் இருக்கு. செடி இருக்கு. குருவி இருக்கு. இப்படி அடுக்கிண்டே போனான்."

"எனக்கு ஒன்றும் சுத்தமாப் புரியலை. நீ என்ன சொல்றேன்னு கேட்டேன். நீ ஜே. கிருஷ்ணமூர்த்தி படிச்சிருக்கியான்னு கேட்டான். நான் உங்க ஆபீஸரைச் சொல்லலேன்னான்."

"அது தானே பார்த்தேன். அவராவது எழுதறதாவது. பிறகு அவன் சொன்னான்."

"அது மாத்திரமில்ல"

"பின்ன"

"அவன் சாறதுக்கு ரண்டுநாள் முன்னாடி நான் ஆஸ்பத்திரிக்குப் போயிருந்தேன். அவனுக்கு என்னை ஆள் அடையாளம் கூடத் தெரியல"

"பிறகு"

"நான் போறதுக்கு முன்னாடி இப்பொழுது என்னிடம் இவன் 'உனக்கு எல்லாம் புரிந்திருக்கும்' என்றான். அப்பொழுது தான் எனக்கு அவன் ஒரு பையித்தியங்கறது நிச்சயமாச்சு" அவன் ஒன்றும் சொல்ல வில்லை. ஏனென்றால் அவன் மனமும் குழம்பியது. சந்தான கோபாலராமன் மறுபடியும் பேச ஆரம்பித்தார். "சார்! மணி 8.30 ஆச்சு. 9 மணிக்கு சாலையில் நான் வாங்கற காபிபொடிக் கடை சாத்திடுவான். நான் காபிப்பொடி இல்லாமல் போனா அவ என்னை உயிரோடு தின்னுடுவா. மறுபடியும் அடுத்த வாரம் உங்களை வந்து பார்க்கணும்" என்று சொல்லிவிட்டுப் போனார். இவர் ஏன் தன்னை மறுபடியும் மறுபடியும் மறுபடியும் வந்து பார்க்கிறேன் என்கிறார் என்று அவன் மனம் குழம்பியது. இரண்டுநாள் கழித்து அவனைப் பார்க்கச் சிவன் வந்தான். அன்றும் அவன் போதையில் இருந்தான். எடுத்ததும் அவன் "பாவம், போயிட்டார், இல்லையா?" என்றான். அவன் ஒன்றும் சொல்லவில்லை. "யார் நினைத்தார்கள்?". "என்னிடம்

அடிக்கடி சொல்வார் - நீங்க இப்படிப் போனா செத்துதான் போவேன்னு. கடைசிலே அவர் போயிட்டார்" சிறிது நேரங் கழித்து "போயிட்டார் இல்லையா?" என்றான். அவன் ஒன்றும் சொல்ல வில்லை. அவன் மீண்டும் "யார் நினைத்தார்கள்." என்னிடம் அடிக்கடி சொல்வார். நான் இப்படிப் போனா செத்துத்தான் போவேன்னு. கடைசில அவர் போயிட்டார் இல்லையா?" என்றான். அவன் மீண்டும் ஒன்றும் சொல்லவில்லை. அவன் ஏன் இப்படிப்பேசுகிறான் - ஆனால் - என்றுதான் எவன்தான் பேசுகிற மாதிரி பேசுகிறான் - பேசியிருக்கிறான் - இவன் குடித்ததினால் மாத்திரம் என்று இப்படியில்லை - செத்தவன் தான் சொல்வான் வாய் பேசுகிறது - கண் பார்க்கிறது - எதைப் பேசக் கூடாதோ அதை எதைப் பார்க்கக் கூடாதோ அதை - நான் இதெல்லாம் இப்படியெல்லாம் இயங்கக் கூடாது என்று போதமிருந்தாலும் ஒன்றும் பேசமுடியாமல் கட்டுப்பட்ட கைதி போல் இருந்திருக்கிறேன். இருக்கிறேன். ஒன்றும் செய்யாமல் - நண்பர் - எனக்கு நான் இருக்கிறதே சந்தேகமாக இருக்கு. சிவன் மீண்டும் பேசினான் "போயிட்டார் இல்லையா? யார் நினைச்சா? பாவம், நான் போய்டுவேன்னு சொன்னார்"

"ஏன் சொன்னதையே திரும்பத் திரும்பச் சொல்லிண்டிருக்கேள்?"

"பின்ன அவர் போகலையா?" அவன் தன்னையே நொந்து கொண்டான். எந்த மனிதனாவது ஒரு குடிகாரனிடம் ஒரு பைத்தியத்திடம் சாதாரண நிலையில் பேச முடியுமா? ஆனால் எந்த மனிதன் தான் குடிகாரன் இல்லை, பைத்தியம் இல்லை, அவன் குடிக்கா விட்டாலும், அவன் பைத்தியம் இல்லாவிட்டாலும்?

சிவன் முகம் சிவந்து துடித்துக் கொண்டிருந்தது. அவன் சற்று ஆவேசமாகவே பேச ஆரம்பித்தான். "ஸார். அவர் போய்விட்டார். ரொம்ப கஷ்டமாத்தான் இருக்கு என்றாலும் சில விஷயங்களைச் சொல்லாமல் இருக்க முடியாது. எது எப்படியானாலும், நான் எப்படிப் போனாலும், நமக்குள் எவ்வளவு கசப்பு இருந்தாலும், நாம் எல்லோருமே ஸார், சொல்லுங்கள் எதற்கு அடிமை!"

அவன் பேசாமலிருந்தான்.

சிவன் விடுவதாகத் தெரியவில்லை.

"சொல்லுங்கள். எதற்கு?"

"செத்தவன் சொல்லுவான். ஒன்றிற்கும் இல்லை என்று"

"அதெல்லாம் எழுத்தாளன் பேச்சு. எனக்கு இந்த மாதிரிப் பேச்செல்லாம் ஒன்னும் சுத்தமாகப் புரிவதில்லை."

அவனுக்குச் சச்சிதானந்தம்பிள்ளை நினைவு வந்தது சிவோஹம். சிவோஹம்.

தெருவில் மழை பெய்கிறது
திருச்சியில் தெப்பக்குளம்
பொற்றாமரைக்குளம்
அதில் ஒரு பெண் செத்துக்கிடக்கிறாள்
மோகம்
ஒரு
முள்

அவன் எதிரில் சிவன் உட்கார்ந்திருந்தான். தன் சட்டைப் பையிலிருந்து ஒரு கட்டுப் பீடியிலிருந்து ஒரு பீடியை உருவியெடுத்து அதைப் பற்ற வைத்துக்கொண்டு...

"தகனமெல்லாம் நடந்திருக்கும்". அவன் ஒன்றும் சொல்லவில்லை. ஏதாவது சொல்லி அவன் வாயில் அகப்பட்டுக் கொள்வானேன் என்றுதான். ஆனால் சிவன் பேசுவதை நிறுத்தவில்லை. தன்னுள் தனக்குத்தானே பேசிக்கொள்வது மாதிரிதான் இருந்தது அவன் பேசினது.

"அப்படியானால் அவன் செத்திருக்கத்தான் வேண்டும். அப்படி இல்லாவிட்டால்.. அவன் சாகாமலிருந்தால் அவன் செத்துவிட்டான் என்று நீங்கள் ஏன் சொல்ல வேண்டும்? நீங்களும் அவன் சிநேகிதர் தானே!"

அவன் ஒன்றும் சொல்லவில்லை. சொல்ல என்ன இருக்கிறது, வெளியே லேசாக மழை பெய்து கொண்டிருந்தது. ஒரு கார் கேட்டருகில் வந்து நின்றது. அவனும் சிவனும் ஒருசேர அந்தக் காரிலிருந்து இறங்கி வந்தவரைப் பார்த்தார்கள். இருவருக்கும் தூரத்திலிருந்த வரும் ஆளை அடையாளம் தெரியாவிட்டாலும், அவருடைய நெடிய ஆகிருதி இருவரையும் ஆகர்ஷித்தது. வந்தவனைப் பார்த்தவுடன் அவன் "நீங்களா, முதலில் அடையாளம் தெரியவில்லை என்றான். வந்தவன் சிவனைப் பார்த்ததும் அவனிடம் "நீங்கள் எப்பொழுது வந்தீர்கள்?" என்று கேட்டான். அதற்குச் சிவன் பதில் சொல்லாமல் அவனிடம் "நவீனன் போய்விட்டான் என்பது உங்களுக்குத் தெரியுமா?" என்றவன் அவனிடம் "அப்படித்தானே?" என்று கேட்டான். அவன் கேசவமாதவனிடம் (வந்தது கேசவமாதவன் தான்) "ஆமாம். சென்ற வாரம் அவன் சிவலோகப் பிராப்தி அடைந்துவிட்டான்" என்றான். ஒரு ஐந்து நிமிஷம் கேசவமாதவன் ஒன்றும் சொல்லவில்லை. பிறகு தனக்குள்ளே சொல்லிக் கொள்வது போல், "பாவம், கடைசியாகப் பலவிதப் பிரமைகளிடமிருந்து விடுபட்டு விட்டான்" என்று சொன்னான். அவனுக்கு அவன் ஏன் அப்படிச் சொன்னான் என்று விளங்கவில்லை. பிறகு ஒரு 10 நிமிஷம் இருக்கும். சிவன் "போகலாமா" என்றான். இதே சிவன் ஒரு காலத்தில்

இவன் நவீனன் இவர்களிடம் மணிக்கணக்காகப் பேசிக் கொண்டிருந்தது. கடைசிக் காலத்தில் நவீனன் சாவதற்கு ஒரு இரண்டு வருஷத்திற்கு முன்னதாகவே எப்பொழுது வந்தாலும் வந்தவுடனேயே "போகலாமா" என்று ஆரம்பிப்பான். நவீனன் ஒன்றும் சொல்லமாட்டான். அவர்கள் இருவரும் போய்க் கொண்டிருந்தார்கள். சிவன் பேசிக் கொண்டிருந்தது அவன் காதில் தெளிவாகவே விழுந்தது. "நம்புவது கஷ்டமாகத் தான் இருக்கிறது. ஆனால் ஒருவன் செத்துவிட்டான் என்றால் அவன் செத்து விட்டான் என்று தானே அர்த்தம்" அவர்கள் போய்விட்டார்கள். வெளியில் மழை சற்று வேகமாகவே பெய்து கொண்டிருந்தது. நரையோடிய நாற்பது வயதுக்காரனான அவன் மனம் குழம்பிக் கொண்டிருந்தது. அப்பொழுது அவன் மனதில் மேதில் எழுதிய கவிதையில் இருந்து சில வரிகள் வளைய வந்தன.

"உறவுகளின் தொடக்கமும் முடிவும்
வாழ்வின் நாற்சந்திகளிலேதான் நடைபெறுகின்றன."

உறுதி மொழிகளின் தொடக்கமும் முடிவும் கட்ட
வாழ்வின் நாற்சந்திகளிலே தான் நடைபெறுகின்றன

ஒரு நாற்சந்தியில் ஒரு உறவின் பிரிவில்
பரிமாறப்படும் வாக்குறுதிகள்

மற்றொரு நாற்சந்தியில் மற்றொரு உறவின் உதயத்தில்
புறக்கணிக்கப்படுகின்றன.

சிவனும் சிவனும்

சிவனுக்குச் சச்சிதானந்தம் பிள்ளையைத் தெரிந்திருக்க நியாயமில்லை. ஆனால் சிவன் பாஷையில் சொல்வதென்றால் இன்றுதான் சச்சிதானந்தம் பிள்ளை இல்லையே.

அவன் மனமும் நவீனனைச் சுற்றியே வட்டமிட்டது.

ஒருமுறை அவர்கள் இருவரும் 'பாம்லன்ட்' முன் இருந்த விளையாட்டு மைதானத்தில் புல்வெளிக்கு முன் படிக்கட்டுகள் மேல் அமர்ந்திருந்தார்கள். விளையாட வந்தவர்கள் போய் விட்டார்கள். எங்கும் வெறிச்சென்றிருந்தது. அந்தி மயங்கி மெல்லப் பரவிக் கொண்டிருந்த இருளில் ஒருவர் முகம் ஒருவருக்குத் தெரியவில்லை. நவீனன் பேசிக் கொண்டிருந்தது தான் இவன் காதில் ஒலித்துக் கொண்டிருந்தது. "நீ எப்பொழுதாவது சாவைப் பற்றி நினைத்திருக்கிறாயா? என் வீட்டில் உள்ள நிலைமைதான் உனக்குத் தெரியுமே. எனக்கு வயது 48 ஆகிவிட்டது. என்னுள் என்னவோ ஒரு உணர்வு. நான் இதை ஒரு பச்சாதாப உணர்ச்சியால் சொல்லவில்லை. நாம் என்று பிறப்பதற்குத் தயாராவோமோ அன்று சாவதற்கும் உடன்பட்டு

விடுகிறோம். இவையெல்லாம் நம்மை மீறிய விஷயங்கள். இப்பொழுதெல்லாம் பிரக்ஞை என்கிற வார்த்தை அதிகமாக அடிபடுகிறது. என்னவெல்லாமோ சொல்கிறார்கள். மனிதனுக்குச் சமூகப் பிரக்ஞை, அரசியல் பிரக்ஞை. இப்படி ஒரு லைட் கொடுத்துக் கொண்டே போகிறார்கள். ஆனால் உண்மை என்ன? அடிப்படையான பிரச்சனை சாவு. யாருக்காவது அதைப் பற்றி பிரக்ஞை இருக்கிறதா? கிடையாது. முடியாது. ஏன் இல்லை என்பதுதான் விஷயம். இதைப்பற்றி நான் இப்படிப் பேசும்பொழுது அதைப் பற்றி நான் ஒரு கொள்கையை வகுக்க முன்வரவில்லை. ஒரு யதார்த்த நிலையைச் சுட்டிக்காட்ட விரும்புகிறேன் என்று மாத்திரம். நம்மால் ஒரு விஷயத்தைக் கிரகித்துக் கொள்ள முடிகிறது. பல நிலைகளில் பேச, எழுத முடிகிறது என்பது எல்லாம் கூட ஒரு வார்த்தைக்கு ஒன்றுக்கு மேற்பட்ட அர்த்தங்கள் இருப்பது என்பதால்தான் போலும். என் முன் இருப்பவன் இல்லாது போவதும் இல்லாமல் இருப்பவன் இருப்பதும், தோற்றத்தின் மறைவையும் மறைவின் தோற்றத்தையும் சுட்டுகிறது என்றால், நானே எனக்கு இல்லாத தருணங்கள் நிகழ்கின்ற நேரங்களிலும் இருக்கிறதென்றால் நாம் சாவு என்பதை எப்படிக் கணிக்கின்றோம்? என் வாழ்க்கையையே திரும்பிப் பார்க்கையில் சிவன், கேசவமாதவன் இவர்கள் எல்லாம் எப்படி வந்தார்களோ; அப்படியே என்னை விட்டு விலகிப் போய்விட்டார்கள். நானும் அவர்களுக்கு அப்படித்தான். என் தம்பியின் கல்யாணத்தின் அன்றுதான் என்று நினைக்கிறேன் நான் பல வருஷங்களுக்குப் பிறகு ஹரிஹர சுப்ரமண்ய ஐயரை மீண்டும் சந்தித்தது. இப்பொழுது நாங்கள் அடிக்கடி பார்க்கிறோம் - பேசுகிறோம். இப்பொழுது எனக்குத் தோன்றுகிறது அவர் இல்லாத காலத்திலும் என் வாழ்வில் இருந்திருக்கிறார் என்று தோன்றுகிறது. அவரும் சிவனைப் போல், கேசவமாதவனைப்போல் என் வாழ்வில் இருந்து மறைந்துபோகலாம். ஒரு கட்டத்தில் சந்திக்கிறோம். ஒரு கட்டத்தில் பிரிகிறோம். இல்லாததே இருக்கிறது என்றால் இருந்தது இல்லாது போய்விடுமா என்ன? என் பிரக்ஞை என்ற களத்தில் இல்லாது போன சிவனும், கேசவமாதவனும் இருந்து வரும் ஹரிஹர சுப்ரமண்ய ஐயரும் இல்லையா, எனக்கே நான் என்ன பேசுகிறேன் என்று புரியவில்லையோ என்று நான் என்னையே கேட்டுக் கொள்ளும் போது நீ என்ன நினைக்கிறாய்? ஏன் இவ்வளவு தூரத்திற்குப் போக வேண்டும். ஞானக்கூத்தன் கவிதையில் சப்தத்தைப் பற்றி ஒரு தரிசன ஞானத்துடன் எழுதியது உனக்கு ஞாபகம் இருக்கலாம். அவர் எழுதியிருந்தார். கவிதையில் கடைசியாக எஞ்சியிருப்பது சப்தம் ஒன்றுதான் - எவ்வளவு அதிசயமான விஷயம். கணக்கை மீறிய செத்தவர்கள் இன்று நம்முடன் பேசவில்லையா? வேறொரு சந்தர்ப்பத்தில் நண்பர் ஒருவர் எழுதியிருந்தார்."

"என்னைக் குறித்த நினைவு உங்களுக்கு வரும்பொழுதெல்லாம் நான்தான் அதைத் தூண்டியிருக்கிறேன் என்று நினைத்தீர்களானால் அந்தத் தருணமெல்லாம் நானும் நினைத்திருக்கிறேன் என்று தெரிந்துவிடும்" ஏன் இவ்வளவு தூரம் போக வேண்டும்? இந்தச் சுசீலா விஷயத்தையே எடுத்துக்கொள் - நாங்கள் இருவரும் இந்த இருபது வருஷகாலத்தில் சேர்ந்தாற்போல் இருபது நிமிஷங்கள் கூடப் பேசியிருக்க மாட்டோம். பிறகு எங்கள் இருவரிடையில் உடல் உறவு என்ற பிரச்சனையே எழுந்ததில்லை என்பது உனக்குத் தெரியும். இதைப்பற்றி ஹரிஹர சுப்ரமண்ய ஐயர் கூட என்னை ஒரு முறை பரிகசித்தது என் ஞாபகத்தில் வருகிறது. 'என்னடா காதல் காதல் என்று பக்கம் பக்கமாக எழுதியிருக்கிறாயே - அது என்ன காதலோ - கூடல் என்று ஒன்று இல்லாத காதலை என்னால் நினைத்துப் பார்க்கக்கூட முடியவில்லை' என்றார். என்றாலும் தமிழிலேயே மகத்தான கவிஞன் எழுதியது உனக்கு ஞாபகம் இருக்கும். உணர்ச்சியை விட உணர்ச்சியின் ஆட்சியை அவன் வற்புறுத்தியது. ஏன் எனக்கும் சுசீலாவுக்கும் என்ன உறவைப் பற்றிக் கூற வேண்டும்? என்னையே எடுத்துக்கொள். நண்பர் ஒருவர் நான் எழுதிய ஒரு நாவலைப் பற்றிப் பேசுகையில "நவீனன் என்று ஒருவன் இல்லை. நகுலன் தான் உண்டு" என்றார். ஆனால் உண்மை என்ன? நவீனன் மாத்திரம் இல்லை. நகுலன் மாத்திரம் இல்லை. அவன் பின் இருப்பவனும் பொய்தான். நமது மூதாதையர் - அவர்கள் எழுதிய சிற்பங்களில், சித்திரங்களில் தங்கள் பெயர்களைக் குறிப்பது என்பதை அவ்வளவு முக்கியமாகக் கருதவில்லை. எந்தப் படைப்பையும் படிக்கையில் யார் அந்தப் படைத்தவனைப் பற்றி நினைக்கிறார்கள்? ஏன், இருபதாம் நூற்றாண்டின் பிரசித்தி பெற்ற ஆங்கில நாவலாசிரியன் எழுதவில்லையா - 'எந்தப் படைப்பாளியும் அவன் படைப்பிலிருந்து விலகி விடுகிறான்' என்று. தி. ஜானகிராமன் என்றுதான் நினைக்கிறேன் - கு.ப.ராவைப் பற்றி எழுதுகையில் அவருக்கு எந்த இடத்தில் பேனாவை நிறுத்தவேண்டுமென்று தெரியுமென்று எழுதியிருந்தார். மாத்திர மில்லை. எந்த இடத்தில் பேனாவையே மூடி வைத்துவிட வேண்டும் என்பதும் தெரிந்து கொள்ள வேண்டும். பட்டுப்போன ஆரஞ்சு மரமாக நான் இருக்க விரும்பவில்லை என்பதில் அர்த்தமில்லை. ஆரஞ்சு மரம் மாத்திரம் இல்லை. எந்த மரமும் பட்டுத்தான் போகும். எனக்குத் தோன்றுகிறது - சிவன் நான் பார்க்கும்போது ஒரு பட்டுப்போன ஆரஞ்சு மரமில்லை. இப்பொழுதுமில்லை. ஆனால் அவன் அப்படி நினைக்கிறான் போல் தோன்றுகிறது. அதற்கு நான் என்ன செய்ய? பட்டுப்போகாத ஆரஞ்சு மரமாக இருப்பதிலும் நான் ஒரு மகிமையையும் காணவில்லை. "கற்பனவும் இனிஅமையும்" நண்பா, எனது தாயார் சொல்வது மாதிரி நான் ஒருவருக்கும் பாரமாக இருக்காமல் சாகிற வரையில் - சாகும் பொழுதுகூட - இருக்க

விரும்புகிறேன். இங்கு வந்து இருந்த சில காலங்களில் உன்னைச் சந்தித்து உன்னுடன் சில காலம் கழித்ததைப் பற்றி நான் மகிழ்ச்சி அடைகிறேன். நண்பா, நாம் எல்லோருமே சாவு என்ற மகாசந்நிதானத்தில்தான் பிரத்யக்ஷ ஞானத்தை அடைகிறோம். இது நான் கூறித்தான் உனக்குத் தெரிய வேண்டும் என்பது இல்லை." அன்று அவன் நவீனனை விட்டுப் பிரிகையில் இரவு மணி 12. அடுத்த நாள் அவன் அந்தக் கவிதையை எழுதினான்.

கொல்லிப் பாவை

ஆகாயம் சாம்பல் நிறம்
அதனெதிர்
ஒரு ஊசிமரம்;
மைதான வெளியில்
ஆட்டம் கலைந்தபின்
உருவுருமொரு
அம்பர சூன்யம்

இந்த நவீனன் - நினைவிலிருந்து அவனுக்கு விடுபட முடியுமென்று தோன்றவில்லை. அது ஒரு சாபமோ என்று கூட அவனுக்குத் தோன்றியது. அவனுக்குச் சிவன் அப்படி நடந்து கொண்டது ஒரு வகையில் ஆச்சரியமாக இருந்தாலும், இப்பொழுது அவன் தன்னையே கேட்டுக்கொண்டான். முதலில் நவீனன் போய்விட்டான் என்று கேட்டவுடன் அவன் அதிகமாகத் துக்கப்படாவிட்டாலும் போகப் போக நவீனனின் பிரிவு அவனை மிகவும் பாதித்தது என்றுதான் சொல்லவேண்டும் - ஆவரணம் - அவனும் அவனும் - வீட்டிலிருந்து அவன் வெளியே போய்க் கொண்டிருந்தான் - அவன் பக்கத்தில் நவீனன் - எதனால்? அவன் அதிகம் படித்தான் என்பதனால் தானோ அவனுக்குப் பேய் பிசாசுகளில் இவ்வளவு அழுத்தமான நம்பிக்கை விழுந்துவிட்டது? - பேய் என்கிறார்கள்; ஆவி என்கிறார்கள் - ஒரு நிழல் மாதிரி - தைக்காடு தாண்டிப் போய்க் கொண்டிருந்தார்கள். அவன் அவன் அருகில் அவன் தைக் காட்டில்தான் அந்த ஊர் மகளிர் கல்லூரி இருந்தது - நாயர் சொல்லித்தான் அவனுக்குத் தெரியும் - இந்தக் கல்லூரியில் இந்த ஊரிலேயே சுசீலா படிக்கவில்லை - அவள் வடக்கிலிருந்து திருச்சூர் - ஒல்லியாக உயரமாக - வசீகரமாக ஆனாலும் வாஸ்தவமாக - இழைந்து செல்லும் ஜீவநதி போல் - ருது சந்தேசம் காளிதாஸ மகாகவி - அவளுடைய உந்திச் சுழியில் அவன் ஒழுகிப் போனான் - நீளக்கால் மோகினி, மீன் பிடிக்கத் தூண்டில் வைத்த மாமிசக் கொத்து - அவளுடைய தீர்க்கமான விரல்கள் - சற்றே அகன்ற நிதம்பம் - கேரள நாட்டு நன்னங்கை - வங்க ஓவியம் ஊர்வசியின் சாபம் - அவர்கள் இன்னும் நடந்து கொண்டுதான் இருந்தார்கள் - அவன் அவனுக்குச் சுட்டிக்காட்டினான் - இடது

பக்கம் தைக்காடு மைதானம் - ஒரு மகா யக்ஞம் - நவீனன் பேசிக் கொண்டிருந்தான் - பேய் - ஆவி - ஆட்டைக் கடித்து, மாட்டைக் கடித்து ஓம குண்டத்தில் நான் தீ வளர்த்தேன் என்று சொல்லடி ஞானப்பெண்ணே - நாத்தூண் - டாகூரைபற்றிச் சொல்கிறார்கள் - அவன் பேசுவதற்கு முடிவே இல்லை போலிருந்தது - நான் எங்கே அயல்நாடுகளுக்குப் போயிருக்கிறேன்? - கும்பகோணத்தில் பிறந்தேன் - அவன் எழுதினானே எவ்வளவு வாஸ்தவம் - சின்னப் பெண்தான் "அவள் எழுதியிருக்கமாட்டாள். எப்படி ஒரு சிறு பெண்ணால் அப்படி எழுதமுடியும்?" என்றான் சிவன். விஷயம் என்னவென்றால் சற்று ஆழ்ந்து சிந்தித்தால் தெரியும் - ஆச்சரியம். ஆச்சரியம் இல்லாத தால் ஆச்சரியமாக இருக்கிறது - அது எப்படியாவது போகட்டும். நவீனன் பேசினால் எனக்குக் கேட்கப் பிடிக்கிறது - அவனும் அவனும் - பேப்பருக்குத்தான் எவ்வளவு சகிப்புத்தன்மை - நவீனனும் சரி; அவனும் சரி - புஸ்தகங்களின் மத்தியில் வாழ்பவர்கள். அதனால்தான் இப்படியெல்லாம் - அகண்ட காவேரி முன் தான் அவன் பிறந்த வீடு - 1922 நீ நம்புகிறாயா? ஒவ்வொரு பிரதேசத்திற்கும் ஒரு ஆத்மா உண்டு - ஏன் ஒவ்வொரு வீட்டிற்கும்கூட - அந்த வீட்டில் வாசல் திண்ணையில் - மேல் தளம் கீழ் தளம் - சேர்ந்தாற்போல் ஒரு இருபது மாடுகளைக் கட்டலாம். அம்மாதான் சொல்வாள் - என் தகப்பனார் ஒரு ஏழைப் பிராமணக் குடும்பத்தில் பிறந்ததாக - தன் மாமன் மகளைக் கட்டியதாக - கொஞ்சம் பசையுள்ள குடும்பம் - பிறகு இவர் கல்லூரி ஆசிரியர் ஆனது - தானே செங்கல் செங்கலாக வைத்து அந்த வீட்டைக் கட்டினதாக - அந்த வீட்டின் நடுக்கூடத்தில் நின்று பார்த்தால் நாலு அல்லது ஆறு ஆள் உயரத்திற்கு மேல் ஒரு உத்தரம் - மாடியில் 3 பெரிய அறைகள் - நீளமாக ஒன்று - பிறகு படுக்கை அறை நீளமாக - ஒரு மொட்டைமாடி - ஒரு நீள அறையில் ஒரு தூசி படிந்த கிளிக்கூண்டு - கீழ், வெளியிலிருந்து உள் நுழையும் பொழுது வலது பக்கம் ஒரு பெரிய அறை - அதில் இரண்டு பெரிய கட்டில்கள் - அது அவர்கள் சயனக் கிரகம் - இடது பக்கம் மாடிப்படிகள் - நடுத்தளத்தில் ஒரு விசாலமான அறை. அதை அகன்றதும் குறுகிய இரு பிரிவாக இருக்கும் ஒரு வரிசை அலமாரிகள் - ஒரு கோடியில் பெரிய மேஜை - அதன் விளிம்பில் பழைய கால மோஸ்தரில் ஒரு பெரிய நாற்காலி - மேஜையில் புஸ்தகங்கள் - அவனுக்கு அப்பொழுது ஞாபகம் இருந்தது. ஒரு புஸ்தகத்தின் விளிம்பில் நாலு புறமும் ஒரு தொடர் குரங்குகள் - அவன் அம்மா சொல்லிக் கேட்டிருக்கிறான் - குரங்குகள் இல்லை தேவர்கள் - புஸ்தகம் ராமாயணம். தினம் நாற்காலியில் உட்கார்ந்து காலையில் அதை உரக்கப் படிப்பார். பாட்டி கேட்டுக் கொண்டிருப்பாள். இதே நடுக்கூடத்தில் 10 அடிகள் இடைவெளியில் ஒரு சாய்வு நாற்காலி. ஒன்று அவருக்கு, ஒன்று பாட்டிக்கு. நடு அறையைத் தாண்டினால் - ஒரு இருட்டு இடைவழி.

அதன் இடது பக்கத்தில் ஒரு இருட்டு அறை. அதுதான் உக்கிராண அறை. அதைத் தாண்டி ஒரு வரிசைப் படிகள் இறங்கினால் - ஒரு பெரிய கூடம். அங்குதான் அவர்கள் சாப்பிடுவார்கள். அதையும் தாண்டினால் ஒரு பெரிய கிணறு - பிறகு கதவு - அதைத் தாண்டினால் ஒரு பெரிய கொல்லை. சற்றுத் தூரம் நடந்து போனால் கக்கூஸ். கொல்லையில் அடுத்த வீட்டுக்கும் இந்த வீட்டுக்கும் நடுவில் ஒரு பெரிய முள்வேலி. அப்பொழுது எல்லாம் எலக்டிரிக் லைட் இல்லை - ஒரு பெட்ரோ மாக்ஸ் இருந்ததாக ஞாபகம் - சிம்னி விளக்குகள் - தாத்தா நன்றாகப் படித்ததாகக் கேள்வி. அவர் உபயோகித்த புத்தகங்களில் மார்ஜின் நிறையக் குறிப்புகள் எழுதியிருப்பார் - சாயங்காலம் ஆனதும் வேட்டியைத் தார் பாய்ச்சிக் கட்டிக்கொண்டு தலைப்பாகை, கோட்டு, பைக்குள் போகும் கடிகாரம், கைத்தடி சகிதமாக பேரனையும் அழைத்துக் கொண்டு வெளியே போவார் - எந்தக் காரியமானாலும் - சிறிதிலிருந்து பெரிதுவரை - தானே நேரில் நின்று செய்வார் - ஓயாத உழைப்பாளி - அதே மாதிரி சிக்கனமும். பார்சல் வந்தால் அந்தப் பார்சலைப் பிரித்து நூலைச் சேகரிப்பார். இது மாதிரி நூலே கண்டு கண்டாகச் சேகரித்தார் - இது மாதிரிதான் ஒவ்வொரு விஷயத்தில் சிக்கனம். நவீனன் மேலும் சொல்லிக் கொண்டிருந்தான் - அவர் கல்லூரியில் கணக்கும் சரித்திரமும் படிப்பித்ததாக - ஆங்கிலத்திலும் நிறையப் பரிசுகள் வாங்கியிருக்கிறார். தன் பெண்களைப் பெரிய இடத்தில் கொடுத்தார். பையன்களில் ஒருவன் உலக ரீதியில் பெரிய பதவி அடைந்தான். தாத்தாவைப் பற்றி நிறைய விஷயங்கள். ஒரு நாவல் எழுதும் அளவுக்கு எனக்குத் தெரியும். அவர் சம்பாதித்ததை இந்தப் பெரிய வீட்டில் போட்டார். கடைசியில் அவர் தன் மகனுடன் - அவருக்குக் கும்பகோணத்தை விட்டுப் போக அவ்வளவு இஷ்டமில்லை என்றார்கள். வடக்கே போய் தன் மகன் வீட்டில் செத்தார். தாத்தாவைப் பற்றி - அவர் திறமையும் உழைப்பையும் உடையவர் என்று சொல்லலாம். மேலும் மேலும் அவர் வாழ்க்கையைத் துருவித் துருவி ஆராய்ந்தால் அது நம்மை எங்கெங்கெல்லாமோ கொண்டு சென்று விடும். அவர் காலத்திற்குப் பிறகு அந்த வீட்டை ஒரு ஹைஸ்கூலாக மாற்றுவதாகப்பேச்சு இருந்தது. ஆனால் தாத்தாவைப் பற்றி நினைக்கும் போதெல்லாம் அந்த வீடுதான் ஞாபகம் வருகிறது. ஒரு வகையில் சொல்லப் போனால் அந்த வீட்டையும் அவரையும் ஒரு சேரத்தான் நினைக்க முடிகிறது. இரு இடங்களிலும் - உயரம், கனம், பரிமாணம் எல்லாம் இருந்தன. அவரைப் பற்றி நினைக்கும் போதெல்லாம் தி. ஜானகிராமனின் தஞ்சாவூரும், க.நா.சு.வின் சாத்தனூரும்தான் ஞாபகத்தில் வருகின்றன. ஆனால் நான் முன் சொன்ன மாதிரி அவரைவிட அந்த வீடும் அந்த இயற்கையின்

எல்லையற்ற போக்கும்தான் என்னைக் கவர்கின்றன. பிறகு அப்பாவைப் பற்றிய நினைவுகள் - சில சமயங்கள் இரவு முழுவதும் உட்கார்ந்து கொண்டு வேலை செய்வார். வேலை செய்வதில் கெட்டிக்காரர்தான். வேலையிலிருந்து அகன்ற பின் அவரைப் பற்றிய வரை ஒரு சம்பவம்தான் நினைவு வருகிறது. மூட்டை மூட்டையாகக் குப்பிகள். அடுக்கடுக்காக மஞ்சள் நிற அட்டையில் அவர் வாங்கிய ஆங்கிலத் துப்பறியும் நாவல்கள் - பிறகு பட்டணம் - அவருடன் மவுண்ட்ரோடில் நடந்து சென்று கரண்ட் சர்குலேடிங் லைப்ரரியில் அவர் எடுத்து வந்த துப்பறியும் நாவல்கள் - ஒரு நாள் திரும்பி வருகையில் மாம்பலம் அருகில் அந்தி மயங்கும் வேளையில் கண்ட வேட்டை நாய்க் கூட்டங்கள் - தலைநகர் - இதைப் பற்றியெல்லாம் பிறகு - கல்கத்தாவில் ராமநாதனுடன் பரமஹம்ஸருடைய சமாதி ஸ்தானத்தைக் கண்டது - சூரிய வெளிச்சத்தில் மின்னிச் சென்ற ஆறு - ஒரு வங்காளக் கவிஞரின் வீட்டிற்குச் சென்றது - யுவன் - அவன் அறையில் ஒழுங்காக அடுக்கி வைக்கப்பட்ட ஒன்றின்பின் ஒன்றாக - புத்தக வரிசைகள். பிறகு இந்த ஊர் - பப்ளிக் லைப்ரெரியின் முன் - இரண்டு கால்களுக்குப் பதிலாக இரண்டு மரக் கால்கள் நீட்டிவைத்த தன் முன் ஒரு துணியை வைத்து உட்கார்ந்திருக்கும் அந்தப் பிச்சைக்காரனை இப்பொழுது காண்பதற்கில்லை. கோட்டைக்குள் ஹரிஹர சுப்ரமண்ய ஐயர் வீட்டிற்குப் போகும் பொழுது வேறு ஒரு உலகத்தில் செல்லும் ஒரு உணர்வு. பழையகால மகாராஜாக்கள் கட்டி வைத்த பெரிய பெரிய அரண்மனைகள். அந்த ஆனைக் கொட்டில் - ஹரிஹர சுப்ரமண்ய வீட்டு மாடியில் உட்கார்ந்து இலக்கியத்தைப் பற்றிப் பேசின பேச்சுக்கள். ஜானகி ராமனின் தஞ்சாவூர், க.நா.சு.வின் சாத்தனூர், நீல. பத்மனாபனின் ஏழூர் செட்டிமார்களின் உலகம், முற்போக்குவாதியான திரவியத்தின் முடிவு - கடவுள் நமது இலட்சியங்களைக் கடைசியாக ஸம்ஹாரம் செய்வது - கண்ணனின் விச்வரூப தரிசனம் - நகரங்கள் - சினிமா தியேட்டர் - மளிகைக்கடைகள் - நூல் நிலையங்கள் - பிச்சைக்காரர் கள் - கோவில்கள் - மசூதிகள் - மாதா கோவில்கள் - ஆஸ்பத்திரிகள் - ஜனனமரணங்களைக் குறித்து வைக்கும் ஸ்தாபனங்கள் - இருப்புப் பறவைகள் - இரைந்து நகரும் பஸ்கள். டாக்ஸி - ஆட்டோ ரிக்ஷா. கேரளத்தின் அமைதியில் மூழ்கிக் கிடக்கும் கிராமங்கள் - முண்டு உடுத்திய அழகிய மலையாள யுவதிகள் - ஆகாயம் - அகண்டாகார மான சமுத்திரம் - மாதாகோவில்களுக்கருகில் குரிசு முளைத்த சவ குடீரங்கள் - இழையும் பாம்புகள் - குள்ளச்சாமி - இந்த உலகம் அழகாகத்தான் இருக்கிறது - என்றாலும் தலை நரகத்தில் சண்டைக் கோழிகள் கொத்திப் பிறாண்டி தலைகளை முட்டி மோதிக் கொக்கரிக்கின்றன - யார் கண்டது. இதிலும் ஏதோ ஒன்றிருக்கலாம். கேள்...

கர்கர்
கர்ரீஇஇ என்று
புகை துப்பி
"பா" வென்றலறி
பஸ்ஸொன்று பாய்ந்து செல்ல

புகைக் கறுப்பு
பெட்ரோல் நாற்றம்

ஒரு சிவப்புக்கொண்டை
வெள்ளைக்கோழி
படபடவென்று ஒருவேகம்
ஒரு சிறகின் குவியல்
தெறித்த ரத்தப்புள்ளிகள்

இவர்களின் நினைவு. ராமநாதன், நல்ல சிவன் பிள்ளை, நடராஜன் உலகமே ஒரு சிலுவை முளைத்த காடாக மாறுகையில் மண்ணும் விண்ணும் கட்டித் தழுவும் நேரம், சாகரம் கரைதாண்டி விண்ணை நோக்கி எம்பிக் குதிக்கும் நேரம், கட்டடங்களும் மரங்களும் படபடவென்று சரிய இவர்கள் வாழ்ந்த வாழ்வும் போன விதமும் காளியின் கறுப்பு நிறம், சிவனின் சிவப்பு நிறம்.

அவன் இங்கு பேச்சை நிறுத்திவிட்டான்.

பிறகு அவர்கள் பிரிகிறவரை ஒருவருடன் ஒருவர் ஒன்றுமே பேசவில்லை.

நாதம் ஓய்ந்த பின் ஒரு எல்லையற்ற மௌனம். சுசீலாவின் சொல்லுக்கடங்காத சௌந்தர்யம் போல.

அவனுக்குத் தெரியும். யார் இதை வாசித்தாலும் என்ன நினைப்பார்கள். சொல்வார்கள். எழுதுவார்கள் என்று. அந்தக் கவிஞன் என்ன சொன்னான் - "இம் மூன்றும் எப்போதும் ஒன்றில்லை". எப்போதும் என்பது "ஒரு பொழுதும்" ஒன்று ஆகாது. ஆமாம் காலம்தான் காலத்தை அழிக்கிறது. அவன் சாலை வழியாக நடந்து சென்று கொண்டிருந்தான். ஆச்சரியம்தான். அவனுக்கும் சரி. நவீனனுக்கும் சரி. பிரதிபலிப்பின் வசீகரத்தில் இருந்து இன்னும் விடுபட முடியவில்லை. இன்றும் பூதங்கள் மனிதனைக் கண்டு சிரிக்கின்றன. சாலை - ஒரு சாலை மாணாக்கன் - ஒரு கோடியில் மலையாளத்தில் சொல்வதென்றால் - கிழக்கே கோட்டை - மேற்கே? ஒரு முடிவடையாத மௌன ஊர்வலம் - சாயைகள், அந்த காரத்திற்குள் சொப்பனத்தில் போல் ஊர்ந்து செல்லும் நிழல்கள். அதல்லவே இங்கு சொல்ல வந்தது. ஸ்வப்ன வாஸவதத்தை, கொல்லிப்பாவை நின்று கொல்லும் பெண்ணுருவம் - அதைப் பற்றிப்

பின்னர் - இங்குதான் பாம்பின் மீது பரமன் படுத்துறங்குகிறான் - மாடல மறையோன் - அவன் எப்படியிருந்தாலும் அழகாகத்தான் இருக்கிறான் - நின்றாலும் இருந்தாலும் கிடந்தாலும். நவீனன் குரல் - கோவிலில் செதுக்கிய சிலைகளை, நண்பா, நீ பார்த்திருக்கிறாயா? பார்த்திருக்கிறாயா நண்பா, நீ கோவிலில் செதுக்கிய சிலைகளை - ஏன் நண்பா - எனக்குக் கோவிலில் ஒருவருமில்லாத சமயத்தில் புகுந்து திரிகையில் என் வயது கற்பாந்த காலம் சென்ற பிரமை - என் அம்மையின் ஸ்தனங்களின் ரூபமும், ஆண்டவன் குறியும் என்னுள் ஒரு பவித்திர உணர்ச்சியை விளைவிக்கின்றன? ஏன்? ஏன்? கம்பனின் குரல் "உளவாக்கலும், அழித்தலும், ஆக்கலும், நின் அலகிலா விளையாட்டு". மறுபடியும் அவன் இருக்கும் இடத்திற்கு வந்தான். ஏன் அடிபெயரின் - அகிலமெல்லாம் ஆடிவிடும். அடிபெயரவில்லை என்பதால் - நாலு பிரகாரங்கள். அதைச் சுற்றி மனிதர்கள் - ஒரு சாரார் - அங்குதான் அவன் அவரைக் கண்டது. கண்டு நின்றது. நின்று பேசியது. சன்னமான மீசை, எப்பொழுதும் முகத்தில் ஒரு புன்முறுவல். அதிகமாகப் பேசமாட்டார் - என்ன சொன்னார். வேறொன்றுமில்லை. சாலைக்கம்போளம் என்ற மகா மந்திரத்தை உச்சரித்தார். அவர் உலகம் அவன் முன் பவனி வந்தது. அவர்கள் நிச்சயமாக மனிதர்கள். மூட்டை தூக்கும் கூலிகள். பூதம்போல் அசைந்து செல்லும் முதலாளிகள். கல்லாவில் உட்கார்ந்து உட்கார்ந்து வயிறு குடமான மனிதர்கள், காசுக்கு உடலை விற்கும் நளாயினிகள், தெரு நாய்கள், கோயில் மாடுகள் என்றாலும் குண்டினபுரத்தில் அரசு ஓச்சிய நளமகராஜன் சூதாடி அரசிழந்து நாடுவிட்டுக் காடு சென்று பல தெரிந்து கொண்டான். ஆனால் அவன் அங்கிருந்தும் நகர்ந்தான். கடைசியாக வீடுவந்து சேர்ந்தான். சொந்த வீடானாலும் வாடகை வீடுதான். நவீனன் செத்த பிறகு நவீனனுடன் சம்பந்தப்பட்டவர்களும் அவன் நினைவில் குடி கொண்டு விட்டார்கள் போலும் - உலகில், அவன் நினைத்தான் - நாம் முக்கால்வாசியும் பார்ப்பதென்ன? ஒருவனைப் போல் ஒருவனில்லை என்பதில்லை - ஒரு குடும்பத்தில் அப்பனைப் போல் மகனும் மகனைப் போல் அப்பனும் அண்ணனைப் போல் தம்பியும் தம்பியைப் போல் அண்ணனும் இல்லை என்பது தானே! இதையெல்லாம் செப்பனிட்டுச் சரியாக்கிவிடலாம் என்று சொல்கிறார்கள் ஒரு சாரார் - சந்திரமண்டலத்தில் மனிதன் காலடி வைத்து நடக்கவில்லையா? என்கிறார்கள். ஆமாம் என்று சொல்லி விட்டு நகர வேண்டியதுதான்! அன்று அவன் வாசல் திண்ணையில் வழக்கம்போல் தனது சற்றே சாய்வான நாற்காலியில் உட்கார்ந்திருந்த பொழுது அவனுக்குச் சந்தான கோபால ராமன் நினைவு வந்தது. அவனை எதிர்பார்த்துதான் உட்கார்ந்திருந்தான். கேட்டைத் திறந்து யாரோ வந்து கொண்டிருப்பதைப் பார்த்தான். வந்தது சந்தான கோபாலராமன் இல்லை. ஒருவனை எதிர்பார்த்துக் கொண்டிருக்கும்

நகுலன் ◆ 29

பொழுது இன்னொருவன் வருகிறான். சிலபொழுது ஒருவருமே வருவதில்லை. கடைசி வரையில் நம்முடன் நாம்தான் இருக்கிறோம். அதுவும் அலுப்பாகத்தான் இருக்கிறது. செத்தவன்தான் சொல்வான் - எழுதுவதைப் பற்றி நீ ஒன்றுமே நினைத்துச் செய்யவேண்டாம் - சமயம் வந்தபோது நீ பேனாவில் கை வைத்தால் போதும் அது தானாகவே எழுதிக் கொண்டு போகும். நீ அதைப் பின் தொடர்ந்து சென்றால் போதும். பேனாவும் பேனாவும் வந்தது சிவன் - அன்று அவன் அதிகமாகக் குடித்திருக்கவில்லை. ஆனாலும் இளம் போதையில் இருந்தான். அவனுக்குச் சதாசிவ மம்மேலியார் ஞாபகம் வந்தது. கூட அந்தச் சக்கரத்தலைவன் கதை - தலைநரகம் - இரண்டு பேரும் உட்கார்ந்து கொண்டிருந்தார்கள் - அவர்கள் நடுவில் அந்த வட்டச்சூரல் மேஜை. வேலைக்காரி இரண்டு கப்பில் டீ கொண்டு வைத்தாள். சிவன் தன் பையிலிருந்து ஒரு கட்டுப் பீடியை எடுத்து அதிலிருந்து ஒன்றை உருவியெடுத்து அதைப் பற்ற வைத்தான். அவன் வெற்றிலை போட்டான். சிவன் பேச ஆரம்பித்தான். "அப்படியாக 'நவீனன்' செத்துப் போய் விட்டான் இல்லையா?"

"ஏன் பார்க்கும் பொழுதெல்லாம் இதையே திரும்பத் திரும்பச் சொல்கிறாய்?"

"இல்லை. அவருடன் எனக்குச் சில விஷயங்கள் பேச வேண்டி யிருந்தது."

செத்தவன் சொல்வான். சிவனுக்குத் தன்னிடம் ஏதாவது மனத்தாங்கல் ஏற்பட்டால் இப்படித்தான் குடித்துவிட்டு சொன்ன தையே சொல்லிக் கொண்டிருப்பான் என்று.

"அவன்தான் செத்துப் போய்விட்டானே"

"எப்படி நிச்சயமாகச் சொல்லமுடியும்?"

அவன் இதற்கு என்ன சொல்வதென்று தெரியாமல் மனங்குழம்பிக் கொண்டிருந்தான். சிவன் மறுபடியும் பேச ஆரம்பித்தான் என்பதை விடப் பேசுவதைத் தொடர்ந்தான் என்று சொல்வதே பொருத்தமாக இருக்கும்.

"இல்லாவிட்டாலும் செத்துப் போவது என்பது அப்படி ஒன்றும் பிரமாதமான காரியம் இல்லை"

இருவரிடையும் சிறிதுநேரம் மௌனம் நிலவியது.

"ரொம்பக் கஷ்டப்பட்டானோ?"

"கஷ்டப்படாமல் இருந்திருப்பானா? கேன்ஸர் என்று சொல் கிறார்களே! நான் பார்க்கவில்லை."

"47 இல் தான் என்று நினைக்கிறேன். நானும் ஆஸ்பத்திரியில் ஒரு வாரம் இருக்க வேண்டிய நிலைமை ஏற்பட்டு விட்டது.

செத்தவன் சொன்ன மாதிரிதான் டாக்டரும் சொன்னார். குடியை நிறுத்தி விட்டால் நீங்கள் மறுபடியும் என்னை வந்து பார்க்க வேண்டாம் என்றார். இப்போது நான் மறுபடியும் குடித்துக் கொண்டிருக்கிறேன்."

அவன் ஒன்றும் சொல்லவில்லை. என்ன சொல்ல இருக்கிறது? சிவன் ஒல்லியாக இருப்பான். ஒல்லியென்றால் ஒல்லியிலும் ஒல்லி, அதுவும், குடித்துவிட்டால் மங்கலாக, நிழல் போல இருப்பான். அவன் அடுத்தபடியாகச் சொன்னது அவனுக்கு ஆச்சரியமாக இருந்தது; அவன் சொல்லிக் கொண்டிருந்தான்.

"இப்போது கொஞ்ச நாளாக எனக்கு கிரிகர் ஸாம்ஸா நினைவே தான்."

அவனுக்குப் புரியவில்லை. யார் இந்தக் கிரிகர் ஸாம்ஸா? அவனுக்குத் தெரிந்த அளவில் அவர்கள் இருவருக்கும் பொதுவாக அப்படி ஒருவனைத் தெரியாது. ஆனால் சிவன் இதைக் கவனித்த தாகத் தெரியவில்லை. அவன் தன் போக்கில் பேசிக் கொண்டே போனான்.

"நினைவு என்று சொல்வது கூடத் தவறு. அவன் எப்பொழுதும் என்னுடன் கூட இருப்பதாக உணர்வு."

அவன் அவனைப் புரியாமல் பார்த்ததும் அவன் சொன்னான் "உனக்கு கிரிகர் ஸாம்ஸாவைத் தெரியாதா?"

அவன் தனக்குத் தெரிந்த கிருஸ்தவ நண்பர்களின் பெயர்களை ஒவ்வொன்றாக நினைத்துப் பார்த்தான். "ஜான், மாத்யூ, லூக், தாமஸ், பத்ரோஸ், பையஸ், ஸ்டீஃபன், ஔஸேப், டேவிட், ஜோஸஃப் மாத்யூ, ஜேகப் ஸெபாஸ்டின், ஜார்ஜ் குட்டி, கோஷி வைத்யன், ஸ்டூவர்ட், ஜோஸஃப் வர்கீஸ், மாத்யூஸ், ஸாமுவேல், உம்மன் மத்தாய், ஏப்ரஹாம், ஸ்டான்லி, ஈப்பன், பப்ன், ஸ்கரியா, சாண்டி, குரியன் மொரேர - இவர்களில் ஒருவருக்காவது கிரிகர் ஸாம்ஸா என்ற பெயர் இருப்பதாக அவனுக்குத் தெரியாது."

சிவன் சொல்லிக் கொண்டிருந்தான். "ஒருநாள் நன்றாகக் குடித் திருந்தேன். ராத்திரி 10 மணி இருக்கும். பேக்கரி ஜங்ஷன் வழியாக 100, 200 க்கு மேல் மில்லி அடித்ததாக ஞாபகம். சைக்கிளை உருட்டிக் கொண்டு வலது பக்கம் திரும்பி மறுபடியும் வலது பக்கம் திரும்பி ஜெயா மெடிக்கல்ஸ் ஸ்டோரின் அருகில் செத்தவனை ஒரு வெற்றி லைப் பாக்குக் கடையில் வெற்றிலை போட்டுக் கொண்டிருப்பதைப் பார்த்தேன். அவனைக் கூப்பிட்டு "வா போகலாம்" என்றேன்.

"அவன் எங்கே!" என்றான்.

"உன் வீட்டு வரையிலும் கூட வருகிறேன்."

"ஏன்?"

"உன்னிடம் சில விஷயங்கள் பேச இருக்கிறது"

அவன் "சரி" என்று தலையை அசைத்தான். நான் வழக்கம் போல என்னவெல்லாமோ பேசியிருக்க வேண்டும். எல்லாம் மறந்துவிட்டது. ஆனால் நான் வெள்ளையம்பலம் ஜங்ஷன் வந்ததும் அவனிடம் "போகலாம் நானும் உங்களுடன் வருகிறேன். இங்கு சற்று நில்லுங்கள்" என்றேன். அவன் நின்றான். நான் அவனிடம் கேட்டேன். "உங்களுக்கு இந்த உலகில் நீங்க மாத்திரம்தான் இருக்கிறீர்கள் என்ற நினைப்பு இல்லையா?" என்று கேட்டேன். அவன் எப்பொழுதுமே பயந்த சுபாவ முள்ளவன் என்று உனக்கு நான் சொல்லித் தெரிய வேண்டியதில்லை. எனவே அவன் தனக்குச் சுபாவமாக வந்த சிரிப்பை அடக்கிக் கொண்டு சொன்னான். "அது எப்படி? நீங்களும் என் பக்கத்தில் எப்பொழுதும் இருக்கிறீர்களே" என்றான்.

"உன் நிழல் மாதிரி இல்லையா?" என்றேன். அவன் இதற்கு ஒன்றும் சொல்லவில்லை. சொல்லமாட்டான் என்றும் எனக்குத் தெரியும். "சரி, இப்பொழுது இது இருக்கட்டும். இங்கு வைத்துச் சொல்கிறேன். கவனமாகவே கேட்டுக் கொள்ளுங்கள். நாளை முதல் நான் இனி ஒரு பொழுதும் உங்களைச் சந்திக்க விரும்பவில்லை" என்றேன். அவன் இதற்கும் ஒன்றும் சொல்லவில்லை. நானே மறுபடியும் சொன்னேன். "சரி, நடங்கள். நான் கவடியார் வரையில் வருகிறேன்" என்றேன். அவன் இதற்கும் "சரி" என்றான். அவன் என்ன நினைத்துக் கொண்டானோ என்னவோ என்னிடம் சொன்னான் "ஒரு சோடா குடிக்கலாம்" என்றான். சோடா குடித்தோம். வெள்ளையம்பலம் ஜங்ஷனில் உள்ள ஒரு சிமெண்ட் ஸெட்டியில் நாங்கள் இருவரும் அமர்ந்தோம். காற்று சில்லென்று அடித்தது. அப்பொழுதுதான் அவன் என்னிடம் கேட்டான். "உனக்கு கிரிகர் ஸாம்ஸாவைத் தெரியுமா?" என்று.

"யார் அது?"

"உன்னைப் போல் என்னைப் போல் ஒருவன்"

"அது எப்படி?"

"அவன் என்னவோ மனப்பாடம் செய்ததை அட்சரச் சிதைவில்லாமல் சொல்வதைப் போல் சொல்லிக் கொண்டிருந்தான். ஒருநாள் காலை கிரிகர் ஸாம்ஸா இரவு தான் கண்ட ஒரு துர்சொப்பனத்தி லிருந்து விழித்துக் கொண்டதும் தான் ஒரு பிரம்மாண்டமான பூச்சியாக உருமாறியிருப்பதை உணர்ந்தான்."

"அப்புறம்"

"அந்த முதல் வாக்கியத்திலிருந்து என்னால் ஒரு இம்மியளவும் நகர முடியவில்லை. செத்தவனும் அப்படித்தான் சொன்னான்.

கன்னாப்பின்னா என்று ஒரு சொப்பனம் - பிறகு பார்த்தால் நான் ஒரு பூச்சி. பிறகு பார்த்தால் நான் ஒரு மனிதன். பிறகு பார்த்தால் நான் ஒரு பூச்சி. நான் பூச்சி என்ற போதமில்லாமல் நான் ஒரு பூச்சி என்ற யதார்த்தம். ஒரு மனிதன் என்றும் - இது இரண்டா ஒன்றா என்ற பேதா பேதம் அறியாத ஒருநிலை. ஒருநாள் தூங்கி விழித்ததும் நான் ஒரு பூச்சியாகி விட்டேன் - ஆனால் நான் மனிதனாகவும் இருக்கிறேன். கிரிகர் ஸாம்ஸா கிரிகர் ஸாம்ஸாவைச் சுற்றிச் சுற்றி வருகிறான். அப்பா சாய்வு நாற்காலியில் எப்பொழுதும் தூங்கிக் கொண்டே இருக்கிறார். அம்மா பயந்து பயந்து என்றாலும் அவரிடம் பிரியமாகத்தான் இருக்கிறாள். இருந்தாலும் என்னைக் கண்டு பயப்படுகிறாள். நீ என்னைக் கண்டு இப்பொழுது பயப்படுவது போல். எந்த மனிதன்தான் பூச்சி என்றாலும் எவன் ஒரு பூச்சியாக இருக்க விரும்புகிறான். எல்லாருக்கும் ஒரு அருவருப்பு - எனக்கு இந்த காஃப்காவைப் பிடிக்கவே இல்லை."

"ஏன்?"

"இப்படியெல்லாம் எழுதினால்?"

"எப்படியெல்லாம்?"

"ஒருநாள் ஒருவன் ஒரு பூச்சியாகிவிட்டான் என்று"

"வேறு எதைப் பற்றியாவது பேசேன்"

"நான் இப்பொழுதும் இருக்கும் நிலையில் வேறு எப்படி எதைப் பற்றிப் பேசமுடியும்? இந்த அழகில் அவன் வேறு செத்துவிட்டான் என்கிறாய். செத்தவன்தான் சொன்னான் என்று நினைக்கிறேன் - அதாவது ஒரு கட்டத்தில் நம்மால் பிரதிபலிப்பின் வசீகரத்திலிருந்து விடுபட முடியவில்லை என்று. பார்க்கப்போனால் கிரிகர் ஸாம்ஸா கிரிகர் ஸாம்ஸாவாகவே இருந்தபோதே கிரிகர் ஸாம்ஸாவேலேயே தான் கிரிகர் ஸாம்ஸாதானா என்று எப்படிக் கேட்க முடியவில்லையோ - அதைப் போலவே கிரிகர் ஸாம்ஸாவைப் பார்த்தவர்களும், அவன் கிரிகர் ஸாம்ஸாதான் என்று நினைத்த மாதிரி, அந்தப் பூச்சி என்ற போதம் இல்லாமல் வளைய வருகிறதோ அது கிரிகர் ஸாம்ஸா என்றாலும் அப்படியே கிரிகர் ஸாம்ஸாவாலும் கிரிகர் ஸாம்ஸா கிரிகர் ஸாம்ஸா இல்லாமல் இருந்தபோதும் அவன்தான் கிரிகர் ஸாம்ஸா என்ற பிரக்ஞையிலிருந்து விடுபட முடியவில்லையோ அப்படியே அவன் பூச்சியான போதும் அவன் பூச்சி என்கிற போதம் பூச்சி என்ற போதமே இல்லாமல் கிரிகர் ஸாம்ஸா ஆனாலும் இன்னும் தான் கிரிகர் ஸாம்ஸா இல்லாத போதுதான் கிரிகர் ஸாம்ஸா என்று நினைத்தபோதும் இப்பொழுது அவன் பூச்சியை நோக்க கிரிகர் ஸாம்ஸா ஆனாலும் அவன்தான் பூச்சியில்லை என்று இல்லை, தான் கிரிகர் ஸாம்ஸாதான் என்று

இல்லை, தான் எதுவானாலும் தான் தானாக இருப்பதனாலேயே தான் தானாக இருந்து உழலும் ஒரு அவஸ்தையில் .... அவன் நிறுத்தினான். அவனிடம் கேட்டான். "நான் உனக்கு என்ன சொல் கிறேன் என்று புரிகிறதா?"

"கஷ்ட காலத்திற்குப் புரியாமல் இல்லை."

"என்ன புரிந்தது?"

அவன் என் பையிலிருந்து ஒரு கட்டுப் பீடியை எடுத்து அதிலிருந்து ஒரு பீடியை உருவி எடுத்து அதைப் பற்ற வைத்துக் கொண்டான். அவன் பேசுவதற்கு அவன் காத்துக் கொண்டிருந்தான். அவன் சொன்னான். "இப்பொழுது எனக்குப் புரிகிறது."

"என்ன?"

"நீ ஏன் செத்தவனைப் பற்றி இவ்வளவு தீவிரமாய் இருக்கிறாய் என்று"

"புரிகிறது இல்லையா?"

"புரிகிறது"

அதற்குப் பிறகு சிவன் அதிக நேரம் பேசவில்லை. இருவரும் சிறிது நேரம் பேசாமல் இருந்தார்கள்.

சிவன் "மணி என்ன?

"9.30"

"சரி. 10 மணிக்கு அந்தப் பேக்கரி ஜங்ஷனின் அந்தக் கடையை மூடிவிடுவார்கள். எனக்கு இப்பொழுது இருக்கும் நிலையில் ஒரு 200 மில்லியில்தான் நிற்க முடியும்" என்று சொல்லிவிட்டு தன் சைக்கிளில் ஏறிகொண்டு சென்றான்.

அவனுக்கு நவீனனைப் பற்றி நினைக்கவே முடியவில்லை. அலமாரியைத் திறந்து அந்தக் குப்பியிலிருந்து சிறிது பிராந்தியைக் கிளாசில் ஊற்றிவிட்டுச் சற்றுத் தாராளமாகவே சோடாவையும் கலந்து அருந்திவிட்டு விளக்கை அணைத்துவிட்டுப் படுத்துக் கொண்டான்.

அவன் அவனைப் பார்க்கவேண்டும் என்றுதான் நினைத்துக் கொண்டுதான் இருந்தான். ஆனால் இந்தச் "சாட்சாத்" இடமிருந்து விடுபட்டால்தானே இதெல்லாம் முடியும். அவனிடமிருந்து எப்படி விடுபடமுடியும்? தன்னிலிருந்து தான் விடுபட்டாலொழிய? அப்படித் தன்னிலிருந்து தான் விடுபட்டாலொழிய? அப்படித் தன்னிலிருந்து தான் விடுபடத்தான் அப்படி ஒரு பெரிய ஸெய்ன்ட் ஒன்றுமில்லை. அப்படியே அவன் ஒரு - ரண்டுநாள் பல்லைக் கடித்துக் கொண்டு பேசாமலிருந்தால் அவள் வந்து "சரிதான் வாங்கோன்னு கையைப்

பிடித்து இழுத்துக் கொண்டு போய்விடுவான்" பிறகு கேட்பானேன். சிவராத்திரிதான். வெள்ளையம்பலத்திற்குப் போய் காஸ் அடுப்புக்கு ஏற்பாடு பண்ணனும். அவளுக்கு வேணும். வேலை சல்லிசாக் குறையும். கல்யாணம் ஆன பிறகு ஆள் நன்னாச் சதை வைச்சாச்சு. சொன்னாக் கேக்க மாட்டா. சாப்பாடு கீப்பாடு விஷயத்தை யெல்லாம் சீக்கிரமா முடிச்சுவிட்டு கட்டில்ல மேலே ஃபானைத் திருகிவிட்டுப் புட்டுத் தடித்தனமாய் படுத்துண்ட்ருக்லெதான் அதன் சுகம். அதே மாதிரி பிறத்தியார்கிட்ட இருந்து வேலை வாங்கறதெலெ. வாயைத் திறந்தா எல்லாரும் எட்டிப்போய்டுவா - நெஞ்சழுத்தத்துக்குக் கேக்க வேண்டாம். அதேபோல அவளுக்குத் தன் நிலைமையை நினைச்சா அழ ஆரம்பிச்சுடுவா. கண்ணீர் அவகிட்ட எப்பவும் ஸ்டாக் பண்ணி வைச்சிண்டிருந்தா - சவம் இருந்தாலும் ஒரு விஷயத்தில அவளை சம்மதிக்கணம் "சரிதான், வாங்கோண்ணா" - அதில நாம்பள்ளாம் அடங்கிடறோம். நாம்பள்ளாம் சிவபக்தர்கள். அசல் சைவம். அம்மா கேட்டாக் கலிகாலம்னு தலையில அடிச்சுப்பா. இன்னிக்கென்னவோ அவசரமா அவன் கடையை அடைச்சுண்டு போய்ட்டான் - சரி, நாளைக்கும் வரணம் ஆமாம். இன்னும் என்னவோ சொன்னாளே - ஞாபகம் வந்துடுத்து. மளிகைக் கடைக்குப் பணம் கொடுக்கணம் - அப்ப போன தடவை அனுப்பின பருப்பு மோசம்னு சொல்லணம் - இந்த வசை நல்லதா அனுப்புன்னு - பின்ன அந்த ஆர்.எஸ்.பி. ஆளைப் பார்த்து ஒண்ணு சொல்லி வைக்கணம். நியாயம் நம்ப பக்கம் இருந்தாலும் ஆபிஸரும் அந்தக் கட்சி பலத்திலதான் தொழிலாளிப் பிரச்சனைகளைப் பைசல் ஆக்றான்னு பேச்சு - சந்தான கோபாலராமன் நடந்து கொண்டே போனார். இந்த நினைவுகளுடன் - எதிரில் ஒரு மெடிகல் ஷாப் - ஆபிஸ்ல கிளார்க் சிவப்ரகாசம் வகை - ஏறினார் - வாலுந்தோலுமா நாலஞ்சுன்னு இருக்கறப்போ டாக்டருக்குக் கொடுத்துக் கட்டாது - ஷாப்லெ ஏறினார். சின்னவனுக்கு ஜுரம். டெட்ராஸைக்ளின் ஒரு ஆறு. ஆறுமணி நேரத்துக்கு ஒன்னுன்னு கணக்கு. புதுசா டானிக் வந்திருக்கா - மால்ட்டா? சரி, ஒரு பாட்டில் - பின்ன டைஜீன் ஒரு ஷீட் - அடுத்த மாச பில்லிலே போட்டுடு - மறுபடியும் இறங்கினார். நடந்தார். ஒரு கார் வாங்கணம். அவளுக்கு ரொம்ப நிர்ப்பந்தம் - என்னவெல்லாமோ நிர்ப்பந்தங்கள் - அடிப்படையா சில நிர்ப்பந்தங்கள் - என்னுடைய தேகம் என்னவோ ஒரு மெஷின் மாதிரிதான் வேலை செய்யறது. மனுஷன் பாக்கப் போனா ஒரு மிஷின்தானே. இது நவீனனுக்குத் தெரியாது. 'சாட்சாத்'துக்கு எதிலும் ஒரு கழுகுப்பார்வை. அவளுக்கு என்னவோ, அப்படி ஒரு நினைவு. அவருடைய கவனம் திரும்பியது. அது யாரு? சிவனா? ஒரு மாதிரியான ஆசாமி. நவீனனுடைய ஆப்த சிநேகிதன். அவன் ஏன்

இப்படிக் குடிக்கிறான். எப்படியாவது போறான். குடிக்கக்கூடாது என்று இல்லை. ஆனா குடிச்சாப் பணம் கையிலே தங்காது. பின்ன வதவதன்னு இந்தப் பசங்களை வேற பெத்து வச்சுண்டுட்டு அப்படியே குடிக்க ஆரம்பிச்சா "சாட்சாத்" கண்டா என்னைக் கோடாரியை எடுத்துண்டு வந்து இரண்டு துண்டா வெட்டிப் போட்டுடுவா. இப்பவும் அவ தினம் என்னை வெட்டிண்டுதான் இருக்கா. நானும் அவளை - ஆனா அது வேற - அதனாலதான் இப்படியெல்லாம் - இதைக் கேட்டா அவ ஆரம்பிச்சுடுவா - அண்ணன் வாடைன்னு தன்டெ அப்பன் இப்படி ஒத்தனைத் தனக்குக் கட்டிக் கொடுத்தாரேன்டு. அதெல்லாம் சரி. எப்படி யானாலும் மனுஷனுக்கு ஒரு வீடு, கூடுன்னு வேண்டியிருக்கு - எது எதனால் எப்போது எங்கே அவருக்கு நவீனன் சிநேகிதன் ஞாபகம் வந்தது. அவனைச் சென்று பாக்கணும். அவாள்ளாம் பேசறதைப் பார்த்தா "சாட்சாத்" போட்ட கணக்குத் தப்பிப் போகும்னுதான் தோணறது - ஆனா எனக்கு இப்பெல்லாம் நவீனன் நினைவு முன்னைவிட அதிகம் ஞாபகம் வறது - ஏன், அவன் செத்துப் போய்ட்டான் என்கிறதாலா? அவன் இருந்தபோது கூட நாங்க இரண்டுபேரும் சேந்தாப்ல இரண்டு நாள் என்று கணக்குப் போட்டா வருஷக் கணக்காப் பேசியிருக்க மாட்டோம். பாக்கப் போனா எனக்குத் தனியாக இருக்கிறதுன்னாப் பயமாயிருக்கு. அதுதான் சொன்னேனே நான் ஒரு மெஷின்னு. ஃபாக்டரிலே வேலை செய்றதுங்கறதாலே இருக்கலாம். இவனானா தனியா இருந்து என்னவோ எழுதிண்டேயிருப்பான். என்னத்தை எழுதினானோ எப்படி எழுதினானோ கடவுளுக்குத்தான் தெரியும். மூத்தவளுக்கு வயசாறது. சீக்கிரம் ருது ஆய்டுவா. சாட்சாத் என்ன கணக்குப் பண்ணி வச்சிருக்காளோ - ஒரு விஷயத்துல நவீனன் கெட்டிக்காரன்தான். கல்யாணம் பண்ணிக்காட்டாத் தினம்தினம் கருமாதி செலவுக்கு அலைய வேண்டாம். இல்லாட்டா எங்க ஆபீஸர் மாதிரி இருக்கனும். இடது கை செய்யறது வலது கைக்குத் தெரியக் கூடாது. பழைய காலத்தல மாதிரி, மூர்மார்க்கட்ல எல்லாம் ஒன்றரை அணாவுக்குக் கிடைச்சா ரொம்ப சௌகரியமா இருக்கும். அவளும் சந்தோஷமா இருப்பா. தினம் வெட்டலாம். இந்த மாதிரி விஷயத்துல நவீனன் என்ன செஞ்சிண்டிருந்தானோ யார் கண்டது? "சாட்சாத்" டோ தம்பிக்கு பெரிய வேலை ஆயிடுத்து. அதைச் சொல்லிச் சொல்லி அவளுக்குத் தாங்கல. ஒரு சுத்துப் பெருத்துட்டான்னு கூடத் தோன்றது. வெறும் பைத்தியம் - அவனுக்குப் பெரிய வேலையானா நமக்கு என்னாச்சு? - அவருக்குத் திடீரென்று ஞாபகம் வந்தது. நாளைக்குப் பசுவை ஆஸ்பத்திரிக்கு அழைச்சுண்டு போக ஏற்பாடு பண்ணனும். செயற்கையா அது கர்ப்பம் தரிக்க. அவர் தன் கைக்கெடிகாரத்தைப் பார்த்தார். மணி 8.30. அதுவும் சரிதான். அவர் அதிர்ஷ்டம். அங்கு நவீனன் சிநேகிதன் வீட்டில் இருந்தான். அங்கிருந்து அவர் வீடு திரும்பியதும் மணி 10.30

அவன் அவன் அறையில் உட்கார்ந்திருந்தான் என்று பழக்க தோஷத்தினால் எழுத உட்கார்ந்திருந்தான் என்று சொல்வது தவறு - ஏனென்றால் அவன் 'எப்பொழுதும்' என்பதைவிட 'முக்கால்வாசியும்' என்று எழுதுவதுதான் பொருத்தமாக இருக்கும். இன்றும் அப்படித் தான். தன் கட்டிலில் படுக்கைமீது படுத்துக்கொண்டிருந்தான். எப்பொழுதும் ஏதாவது யோசித்துக் கொண்டு அம்மாதான் கேட்பாள் - சும்மா என்னடா இப்படி - கதை எழுதுவதைப் பற்றி ஏதாவது யோசித்துக் கொண்டிருக்கின்றாயோ என்று - ஒன்றும் தெரியவில்லை. அவன் எதிரில் கடைசியாகச் சந்தான கோபாலராமன் வைத்துவிட்டுப் போன நவீனன் டயரிகள் இருந்தன. அவன் கடைசிக் காலத்தில் இந்த டயரிப் பழக்கம் ஆரம்பித்ததாகத் தெரிந்தது. 500 பக்கம் நோட் புக்கில் ஐந்து. "இதை நீங்கள் என்ன வேண்டுமானாலும் செய்து கொள்ளுங்கள்!" என்று சொல்லிவிட்டுப் போனார். இந்த விஷயத்தைப் பற்றித் தனக்கும் சாட்சாத்துக்கும் பெரிய சண்டையே ஏற்பட்டதாகச் சொன்னார். அப்பொழுதுதான் அவனுக்குத் தெரிந்தது. எந்த மனிதனும் எந்த மனிதனையும் அவன் மனதை மாத்திரம் வைத்துக் கொண்டு கவனிக்கும் பொழுது தப்புக் கணக்குப் போடுகிறான் என்று - ஜே.கே. என்ன சொல்றார்? *"Description is not the thing described"* அப்படின்னா? ஆனால் நவீனன் டயரி விஷயத்தில்தான் அந்தச் சக்கரத் தலையன் கதை மாதிரி தான் நடந்து கொண்டு விட்டோமோ என்று அவனால் கேட்டுக்கொள்ளாமல் இருக்க முடியவில்லை. நமக்குக் கேள்விகள்தான் முக்கியமாகப் படுகின்றன. ஏனென்றால் கேள்விகள் இல்லாவிட்டால் விடைகளே கிடைப்பதில்லை. கிடைக்கும் எந்த விடையும் முற்றும் சரியாக இருப்பதில்லை என்பதால் - கேள்வியாவது விடையாவதுன்னு அவர் கேட்பார் - அதுவும் சரிதான்னு - இது எழுத்தில் மாத்திரம் ஒருவகை என்றில்லை. இது வரையில் அவன் - அவன் என்றால் அவன்தான் - அதாவது இதை எழுதும் இவன் இல்லை, இவனால் எழுதப்படும் அவன் - எப்படியானாலும் எந்த அடிப்படையை வைத்துப் பார்த்தாலும் முழுபிரக்ஞையுடன் எதை எழுதினாலும் பலிக்காது. அவன்தான் இவ்வளவு தூரம் நடந்து வந்த பாதையைத் திரும்பிப் பார்த்தான். பார்த்தான் என்றால் மனதினால் - சிலருக்கு எரிச்சல் வந்தாலும் - அவன் இழந்த தனது 54 ஆவது வயதில் 40 இல் என்று சொல்ல லாமா - ஆரம்பித்து ராமநாதன் மூலம் நவீனன் அவரிடம் அவன் சொன்னதாக அவனிடம் அவன் சொன்னது ஞாபகம் வந்தது. "இதோ பார் - என்று நான் ராமநாதனைச் சந்தித்தேனோ அன்றுதான் பிறந்தேன்" நேற்று லெஃப்டினன்ட் கர்னல் நாயருடன் பேசிக் கொண்டிருந்தேன். அவருக்கு இரு பெண்கள் மாத்திரம் - இருவரும் வெகு புத்திசாலிகள் - இளையவள் மூத்தவளைவிடப் பார்க்க நன்றாக இருப்பாள் - பெரிய நாயர் குடும்பம் - இளையவள் என்னுடைய

மாணவியும்கூட - இப்படித்தான் சொல்லிக்கொண்டு போக வேண்டியிருக்கிறது - எனக்கு ஒரு எழவு டெக்னிக்கும் தெரியாது என்பதால். "முட்டையின் மஞ்சள் கருவில் ஒரு சிறிய பொட்டு. அதில்தானே உயிர் இருக்கிறது." அப்படித்தானே அந்த அம்மா சொன்னாங்கள். இந்த இடத்தில் ஒன்று தோன்றுகிறது. நம் பேச்சு வழக்கில் 'ஆதிகவி' என்ற சொல் அடிபடுகிறது. ஒவ்வொரு நவீனகவியும் ஆதிகவியாக இருக்கத்தான் ஆசைப்படுகிறான். லெஃப்டினன்ட் கர்னல் நாயர் என்னிடம் - நாயர் நல்ல உயரம் - தாட்டியான உடம்பு - அவர் இளைய மகளும் அப்படித்தான். குழந்தைகளுக்குச் சிறு வயதில் அதிகமாகச் செல்லம் கொடுக்கக் கூடாது. பிறகு நிறையவும் - இது ஏன் என் நினைவில் வருகிறது? அது எப்படியாவது போகட்டும். ராமநாதன் என் எழுத்தைப் படிப்பார் - அது ஏன் திருப்தியாக இல்லை என்பார் - அத்துடன் நிறுத்திக்கொள்வார். பிறகு பல விஷயங்கள் நடந்துவிட்டன - அன்று என் ரத்தத்தில் கலந்த இந்த எழுத்து என்ற கிருமி இப்பொருளை ஒரு நோயாக மாறிவிட்டது, என்றே அவன் நினைத்தான். அவர்கள் இருவருக்குமிடையே இதன் வியாஜ்ஜியமாக ஒரு பெரிய சண்டையே உண்டாகிவிட்டதென்பதால் மாத்திரம் இந்த டயரிகளுக்கு ஒரு தகுதி வந்துவிடாது - இல்லை. அப்படியே இருந்தாலும், அதாவது தங்கள் தன்மையில் ஒரு தன்மை இல்லாவிட்டாலும் நவீனன் எழுதினான் என்பதனால் மாத்திரம் அவைகள் ஒரு தன்மை பெற்றிருந்தாலும் அந்த வகையில் எவ்வளவு வாசகர்கள் அதைப் பார்க்க முடியும்? மேலும் பலருக்கும் தெரியாது. பேசுவதற்கும் பேசாமல் இருப்பதற்கும், எழுதுவதற்கும் எழுதாமல் இருப்பதற்கும், சிந்திப்பதற்கும் சிந்திக்காமல் இருப்பதற்கும் என்ன வேறுபாடுகள். இதைப் படித்தால் சச்சிதானந்தம் பிள்ளை போன்றவர்கள் இவை இரண்டிற்கும் வேறுபாடுகளே இல்லை என்றும், எந்த விஷயத்தை எடுத்துக்கொண்டாலும் "உண்டு" என்பதைவிட "இல்லை" என்பதுதான் மேல் என்றும், உண்டு - இல்லை என்ற இரண்டுமே கிடையாது என்றும் வாதிப்பார். மனிதன் கண்ணைத் திறந்து வைத்துக்கொண்டு செய்யும் பாவனைகள் - இல்லாவிட்டாலும் இந்தக் கட்டத்தில் எழுத்தாளனுக்கு ஏற்படும் அவஸ்தைகள் ஒருவேளை இது இப்படியிருக்கலாமோவென்று அவனுக்குத் தோன்றாமல் இல்லை. எழுத்தின் சுயஉருவமே அச்சு யந்திரத்தையும் கட்சி அடிப்படையில் விளையும் வாதப் பிரதி வாதங்களிலும் புத்தக விற்பனையிலும்தான் உருவாகிறதென்றால் இதிலெல்லாம் முதலில் பறிமுதல் போவது எழுத்துதானே? இதை எவ்வளவு பேர் ஒத்துக் கொள்வார்கள்? பிறர் எழுத்துகளின் மேல் காண்பிக்கும் ஒரு நிர்த்தாக்ஷண்யத் தன்மை சொல்லப் போனால் - மனித நிலைக்குச் சாத்யமான ஒரு நியாயமான தர மதிப்பீடு ஒரு எழுத்தாளனுக்குத் தன் எழுத்தின்மேல் தரப்படுகிறதா? சற்று

யோசித்துப் பார்க்க வேண்டிய விஷயம். இலக்கியத்தையும் வியாபாரத்தையும் அதுவும் வியாபாரத் தட்டு மேல் ஓங்கியிருக்கும் போது - ஒரு சேர இணைக்க முடியுமா? எழுத்து என்பதே குருக்ஷேத்ர யுத்தத்திற்குக் களம் வகுக்கும் ஒரு சாதனமாகவும் போய்விட்டதோ என்று கூட அவனுக்குத் தோன்றாமல் இல்லை. நேற்று வரையில் நண்பர்களாக இருந்தவர்கள் எழுத்துமூலம் அந்நியப்பட்டு விடுகிறார்கள். பிரசுரகர்த்தர்களையும் விமர்சகர்களையும் குறை கூறிக் கொண்டிருந்த எழுத்தாளர்கள் அவர்களே பதிப்புத் துறையில் நுழைந்ததும் நடப்பதுதான் என்ன? அப்பொழுது அவனுக்குச் சங்கரன் நாயர் ஞாபகம் வந்தது. சங்கரன் நாயர் ஒரு சுவராஸ்யமான பேர்வழி - நல்ல விரிவுரையாளர் என்று பேர் வாங்கியவர் - ஆள் கட்டை - சற்று ஸ்தூலமான உடல் - டூத்ப்ரஷ் மீசை - தலையை பின்னோக்கிச் சீவிவிட்டிருப்பார் - வயது 50, 54 ஆனாலும் தலைமயிர் கறுகறுவென்றிருக்கும் - யாரோ சொல்லித் தான் தெரியும் - அது டை செய்யப்பட்டதென்று. அவரைக் கேட்டதற்குச் சிரித்துக் கொண்டே “ஆமாம். இல்லாவிட்டால் இப்படிக் கறுகறுவென்று இருக்குமா?” என்று கேட்டார். ஒரு சம்பவம் இப்பொழுது அவனுக்கு ஞாபகம் வந்தது. அவர் பேராசிரியர் ஆகையால் அவருக்கென்று ஆசிரியர்கள் - அறையின் நடுவில் ஒரு மேஜை நாற்காலி - வலது இடது பக்கங்களில் ஒவ்வொரு நாற்காலி எதிரில் ஒன்று - மேலே ஃபான் - சங்கரன் நாயர் மிகவும் கச்சிதமான ஆள் - எதிலும் அவருக்குத் தெளிவான திட்டமான அபிப்ராயங்கள் உண்டு. எப்பொழுதும் நல்ல சலவை செய்த வெள்ளை மல்லும் ஷர்ட்டும்தான் - எதிலும் ஒரு ஒழுங்கு - ஒருமுறை அவன் அவர் வலது பக்க நாற்காலியில் உட்கார்ந்து கொண்டு பேசிக் கொண்டிருந்தான். அவர்கள் இடது பக்கத்தில் ஒரு மூலையில் அவர்கள் உடன் - வேலை செய்யும் ஒரு ஆசிரியை - அவளும் மிகவும் திறமைசாலி - அவளுடன் அறை - ஜன்னலுக்கு வெளியில் நின்று கொண்டு ஒரு மாணவி ஆங்கிலத்தில் சரளமாக இடைவிடாமல் பேசிக் கொண்டிருந்தாள். கொடி போன்ற சரீரம். நல்ல களை பொருந்திய புத்தி. கூர்மையைப் பிரகாசிக்கும் முகம். எல்லாருடன் கலகலவென்று வித்யாசமில்லாமல் பழகுவாள். அவன் அவளைப் பற்றி நினைத்துக் கொண்டிருந்தான். நாயர் அவனுடன் பேசிக் கொண்டிருந்தாலும் அவர் கவனமும் அவள்பால் இருந்தது, என்பது அவர் முக - மன பாவத்திலிருந்து அவனுக்குத் தெரிந்தது. அந்த மாணவியும் ஆசிரியையும் இடை இடையே சிரித்துக் கொண்டு பேசிக் கொண்டிருந்தார்கள். அவன் நாயரிடம் சிரித்துக் கொண்டே ‘உங்கள் சிந்தனைக்கு ஒரு பென்னி’ என்றான். அவரும் சிரித்துக்கொண்டே ‘அவள் உச்சரிப்பைக் கவனித்து வந்தேன். சரியான உச்சரிப்புதான்’ என்றார். அவன் சொன்னான். ‘அவள் ஒரு திறமைசாலியான மாணவி’ என்றான். நாயர்

சிரித்தார்; சிரித்துக்கொண்டே சொன்னார். வெறும் எலும்பும் தோலுமாக இருக்கிறாள். எனக்கு என்றாலோ எடுப்பான நிதம்பம் பாங்கான என்று அடுக்கிக்கொண்டே போனார் - பின் என்ன நினைத்துக் கொண்டாரோ என்னவோ, என்னிடம் கேட்டார். 'நீ எப்பொழுதாவது எந்தப் பெண்ணுடனாவது உடல் உறவு கொண்டிருக்கிறாயா?' இதை அவர் ஆங்கிலத்தில் கொச்சையாகவே கேட்டார். பாவம், அந்தப் பெண் தன் காரணமாக உருவான சலனங்களை அறியாமல் பேசிக்கொண்டிருந்தாள். அவர் தொடர்ந் தார் "இல்லாவிட்டாலும் பெண்கள் மிகவும் சூட்சுமம் உடையவர்கள். ஒரு ஆண் தன்னை விரும்புகிறான் என்பதை வெகு விரைவில் அவர்கள் கிரகித்துக் கொண்டு விடுவார்கள்." அவர் சொன்னதையே அவன் நினைத்துக்கொண்டிருந்தான். அவர் மீண்டும் அவனிடம் கேட்டார். 'நீ ஏன் நான் கேட்ட கேள்விக்குப் பதில் சொல்லவில்லை!' அவன் சுருக்கமாகவே 'இல்லை' என்றான். அவர் 'ஏன்?' என்றார். 'அதை உடல் உறவு ஆக மாத்திரம் என்னால் கணிக்க முடியவில்லை என்பதால் அல்லாமல் என்ன? அந்தப் பக்கத்தில் வேண்டியது பணம். அத்துடன் அது தீர்ந்தது' நாயருக்கு எதிலும் சந்தேகமே கிடையாது. அந்தப் பெண் இன்னும் பேசிக்கொண்டிருந்தாள். அடுத்த நாளும் அவன் அவரைப் பார்க்க நேர்ந்தது. அவன் தான் இப்பொழுது எழுதிக்கொண்டிருந்த நாவலைப் பற்றி அவரிடம் சொல்லிக் கொண்டிருந்தான். அவர் அவன் சொன்னதைக் கவனமாகக் கேட்டுக் கொண்டிருந்தார். அன்று அந்தப் பெண்ணைக் காணவில்லை. நாயர் சொன்னார். 'என்னவோ சொல்கிறாய். செத்தபின் ஒருவன் கதையை எழுதுவது, அவன் டயரியைப் பற்றி. இதெல்லாம் காலப்போக்கில் உருவாகிக் கொண்டிருக்கும் புதிய ஃபாஷன்கள். இவைகள் ஒன்றும் நிலைத்து நிற்காது. நீ காரூரின் கதைகளைப் படித்திருப்பாய். அவைகளில் என்ன உத்திகள் இருக்கின்றன? 'வெறும் கதைகள்' 'எனக்குக் காரூரைப் பிடிக்கும் வாழ்க்கையை மீறி எழுத முடியுமா? எழுதுவதற்குக் காரணம் எழுத வேண்டும் என்று ஒரு நச்சரிப்பு அன்றி வேறில்லை.' 'பிரசுரமாவது கஷ்டமாக இருக்கிறதே வாழ்க்கைக்கும், கலைக்கும் உள்ள மோதல். இது எப்பொழுதுமே இருந்திருக்கிறது.' அவர்கள் பிரிந்தார்கள். முக்கால்வாசி தாம்பத்ய - உறவுகளும் உடல் - உறவு கொண்டு மாத்திரம் இயங்குகிறதென்றாலும் அது வெறும் உடல் - உறவு மாத்திரமா? நாயருக்கு இந்த மாதிரிக் கேள்விக ளெல்லாம் அர்த்தமற்றதாகவே படும். நாயரைப் பற்றிய வரை எல்லாமே ஸ்பஷ்டமாகவே தெரிந்ததாகத்தான் அவனுக்குத் தோன்றியது. அவருக்கு சாமி, கோவில், ஜோதிடம், பெரிய மனிதன் சின்ன மனிதன், வேலைக்காரன், எஜமானன் இவைகளிலெல்லாம் அசையாத நம்பிக்கை இருந்தாலும் அவளைப் பற்றி நினைக்கையில் ஏதோ விடுபட்டுப்போன மாதிரி. அது என்ன? காரூரின் கதை மாதிரி?

அந்தப் பெண் இப்பொழுது எங்கிருப்பாள்? எங்கிருந்தால் என்ன? இரு கைகளாலும் புத்தகங்களை மார்பில் அணைத்துக்கொண்டு போகும் அவள் அவனைப் பார்த்தால், தன் முகத்தைச் சற்றே சாய்ப்பாள் - கெட்டிக்காரி என்றாலும் அவனுக்கு நவீனனின் சுசீலா பிரக்ஞை ஞாபகம் வந்தது. ஆனால் நவீனன் டயரிகளுக்கும் இந்த மாதிரி எண்ணங்களுக்கும் என்ன தொடர்பு? இல்லையா - உண்டா? 'அசோகமித்திரன்' எழுதிய 'கரைந்த நிழல்கள்' என்ற நாவலிலிருந்து ஒரு சம்பவம் ஞாபகம் வந்தது; ஒரு காண்ட்ராக்டர். அவன் தன் காண்ட்ராக்டில் ஈடுபட ஆரம்பித்தது முதல் போகிறவர் வருகிறவர் எல்லாருக்கும் ஒரு டயரி கொடுப்பார்; எல்லாரும் வாங்கிக் கொள்வார்கள். ஆனால் நவீனன் டயரியைச் சும்மாக் கொடுத்தால் கூட யார் வாங்கிக் கொள்வார்கள்? சந்தானகோபால ராமன் அந்த டயரிகளை வைத்துப் போனது என்னவோ வாஸ்தவம். ஐந்து, 500 பக்கங்கள் என்றால் மொத்தம் 2500 பக்கங்கள். அச்சில் ஒரு 800 பக்கமாவது வரலாம். இப்பொழுது இருக்கும் பேப்பர் விலையில் புஸ்தகமாகப் போட்டால் குறைந்தது விலை ரூ 40 ஆவது போட வேண்டும். ரூ 40 விலை கொடுத்து நவீனன் டயரியை யார் படிக்கப் போகிறார்கள்? அல்லது இதற்கு முதலீடு குறைந்த பட்சத்தில் கூட ரூ.10000 ஆகும். இது யார் கொடுப்பார்கள்? இலக்கியப் பிரியர்களிடம் பணம் கிடையாது. பின் போம் வழி? கிழித்துப் போட்டு விடலாம். அல்லது கெட்டுப்போய் விட்டது என்று சொல்லலாம். இரண்டைச் செய்யவும் அவன் மனம் இடம் கொடுக்கவில்லை. அவ்வாறு செய்வதற்குச் சந்தான கோபால ராமன் அவைகளை அவனிடம் ஏற்பிக்கவில்லை. சந்தான கோபால ராமனுக்கு அவைகளைப் பற்றி ஒருவித அபிப்பிராயம் இல்லாவிட்டாலும். அவனுக்கு ஒரு சம்பவம் ஞாபகம் வந்தது. அதை அவனிடம் ஏற்பிக்கவில்லை. அதை அவனிடம் நவீனன் தான் சொன்னான். 'உனக்குத்தான் தெரியுமே. எனக்கும் கேசவ மாதவனுக்கும் என்ன உறவு. ஒரு கட்டத்தில் நட்பில் ஆரம்பித்துப் பிறகு பகைமையில் முற்றிப் பிறகு நட்பு பகைமை என்ற கட்டத்தைச் சேர்ந்தது. இந்த மாதிரி உணர்ச்சி என்பதைப் பார்க்கப்போனால் எல்லா மனிதர்களுக்கும் சுபாவ விசேஷம். ஏன் என்று நான் உனக்குச் சொல்லி உனக்குத் தெரியவேண்டியதில்லை. ஆனால் இதை இவ்வளவு தெளிவாக எங்களால் கணிக்கப்பட முடிகிறது என்பதே - நாங்கள் இருவருமே எழுத்தாளர்களாக இருக்கும் தோஷம்தான் போலிருக்கிறது. கடைசி கட்டத்தில் இருக்கின்றபோது நான் அவன் வீட்டில் ஒரு நாள் எனக்குத் தங்க ஒரு சந்தர்ப்பம் ஏற்பட்டது. வேறொன்றுமில்லை. ஒரு பப்ளிஷர் என்னுடைய புத்தகம் ஒன்றின் கையெழுத்துப் பிரதியைப் பிரசுரிக்க ஏற்றுக்கொண்டு பணமும் கொடுத்து விட்டு ஒரு வருஷமாகியும் அதைப் பிரசுரிக்காமல் வைத்துக் கொண்டிருந்தார். அவர் பிரசுரிக்கமாட்டார் என்றில்லை

பிரசுரிப்பார் என்று எனக்கு நம்பிக்கை மாத்திரமில்லை; அவரிடம் எனக்கு ஒரு மதிப்பும் உண்டு. இருந்தாலும் என் மனம் கேட்கவில்லை. அவரைப் பார்த்து ஞாபகப்படுத்த வேண்டும் என்றுதான் அங்கு சென்றிருந்தேன்; அவரைப் பார்க்கவும் இல்லை. இந்தக் கட்டத்தில் தான் கேசவ மாதவன் வீட்டில் தங்கவேண்டி வந்தது. எனக்கு நான் இப்பொழுது உன்னிடம் கூறப்போவதை உன்னிடம் எப்படி விளக்கிச் சொல்ல வேண்டும் என்று எனக்குத் தெரியவில்லை. ஒரு கவிதையில் எழுதியிருந்தேன். நம்மால் பிரதிபலிப்பின் வசீகரத்திலிருந்து விடுபட முடிவதில்லை - அதாவது தோற்றத்தின் வசீகரத்திலிருந்து. கேசவ மாதவனும் சரி, அவனுடைய வீடும்சரி, என்னை மிகவும் கவர்ந்தன. இத்தனைக்கும் நான் உடம்பின் சள்ளையை மிகவும் உணர்ந்தவனாக இருந்தாலும் நான் என்றுமே நான் - உடல் என்ற பிரக்ஞையிலிருந்து அறவே விடுபட்டிருந்தேன் என்றில்லை - அந்த மாதிரி ஒரு உணர்வு கூட இல்லாமலேயே இருந்திருக்கிறேன் - இருக்கிறேன். இதனால்தான் நானே எழுதின மாதிரி என் பேனா எழுத ஆரம்பிக்கிறபொழுதே உருவங்கள் நிழல்கள் ஆகிவிடுகின்றன. அன்று நாங்கள் இரவு பகல் வெகு நேரம் பேசிக்கொண்டிருந்தோம். பகல் 2 மணி. நல்ல வெயில். கேசவ மாதவன் அறை வெயில் நன்றாக அடிக்கும் பொழுது எல்லாமே ஏதோ ஒரு பிடிபடாத தன்மை வியாபகமாக இருப்பது போன்ற ஒரு உணர்ச்சி. கேசவமாதவனுக்கு நான் அண்மையில் எழுதி வெளியிட்ட ஒரு நாவல் அவ்வளவு திருப்தி இல்லை என்று கேள்விப்பட்டேன். நான் ஒரு எழுத்தாளன் என்ற வகையில் இந்த மாதிரி பொதுவாக அபிப்பிராயங்களுக்கு, சாதகமானாலும் பாதகமானாலும் அதிகம் முக்கியத்துவம் கொடுப்பது கிடையாது. இருந்தாலும் கேட்டு வைத்தேன்.' "உங்களுக்கு என் சமீபத்திய நாவல் அவ்வளவு திருப்திகரமில்லை' என்று கேள்விப்பட்டேன்தானா? "ஏன்?" "ஒன்றுமில்லை. மூன்றாவது ஒரு ஆள் சொல்வதைவிட உங்கள் அபிப்ராயத்தை உங்கள் மூலமாகவே தெரிந்து கொள்ளலா மென்பதற்காகத் தான்." 'தானா' 'தான்' வேறொன்றுமில்லை உங்கள் நாவலில் என்னதான் இல்லை. பாத்திரங்கள், சம்பவங்கள், நடை இருந்தாலும்! இருந்தாலும்! இவைகளெல்லாம் எந்த மையத்தை நோக்கி நகர்கின்றன என்பது தெரியவில்லை. எனக்கு அப்பொழுது 'பசுவய்யாவின் ஒரு கவிதையிலிருந்து ஒரு வரி ஞாபகத்திற்கு வந்தது. மனிதன் தான் எதைத் தேடிக் கொண்டிருக்கின்றோம் என்ற பிரக்ஞையில்லாமலேயே எதையோ தேடிக்கொண்டிருக்கின்றான். அதைப் போலவே அவர் எதையோ சொல்ல வந்தவர் எதையோ சொல்லிக் கொண்டிருக்கிறாரோ என்று எனக்குத் தோன்றா மலில்லை. அதே சமயம் எனக்கு எதிர்பார்த்த அளவுக்கு அவரிடம் விஷயம் இல்லையோ என்று தோன்றாமலுமில்லை. நான் பேசாமலிருந்தேன். அவர் சிரித்துக்கொண்டே என்னிடம் கேட்டார்.

'கேட்டீர்கள்', சொன்னேன். உங்களிடம் என்னிடம் தருவதற்கு ஏதாவது இருக்கிறதா?' என்று கேட்டார். 'இல்லை. உங்கள் அபிப்பிராயத்தை உங்கள் மூலமாகவே தெரிந்து கொள்வதற்குக் கேட்டேன். இப்பொழுது நான் ஏதாவது சொல்லப்போனால் நான் என் எழுத்தை ஸ்தாபிப்பதற்காக ஏதோ கட்சி கட்டுவதாகத் தான் தோன்றும். அதை, நான் செய்ய விரும்பவில்லை. அவர் என்னை வற்புறுத்தவுமில்லை' என்று சொல்லி முடித்தான். அவன் மீண்டும் தொடர்ந்து சிந்தித்தான். கேசவமாதவன் கூறுகிற மாதிரி நவீனன் நாவல்கள் டயரி மாதிரி இருந்ததென்றால் அவன் டயரி நாவல் மாதிரி இருக்குமோ என்னவோ? யார் கண்டார்? அவன் அந்த டயரிகளை இன்னும் படித்துப் பார்க்க வில்லை. அதற்கு ஒரு சமயம் உண்டு. அதற்கு அவனைத் தொடர்ந்து இன்னொரு ஞாபகம். அவன் தன் தாயாருக்கு 1968 இல் சிவராம காரந்தின் 'மண்ணும் மனிதரும்' என்ற நாவலை வாங்கிக் கொடுத் திருந்தான். அம்மாவுக்கு 75 வயது. அதைப் படித்தது அவளுக்கு மறந்துவிட்டது. அவன் அதை இப்பொழுதுதான் - 1976ல் தான் 8 வருஷங்களுக்குப் பிறகு - படித்து முடித்தான். நாவல் அப்படிச் சிறந்தது என்று சொல்ல முடியாது. ஆனால் இராம ஐதாளர், சீனமய்ய, பார்வதி சரஸ்வதி, நாகவேணி இவர்களை யாரால் மறக்க முடியும்? இது மாதிரிதான் போலும் திட்டமான இலக்கிய விமர்சன பூர்வமான அபிப்ராயங்கள்! ஆனால் நவீனனை அவனுக்குத் தெரியுமாதலால் அவனுக்கு அவன் டயரிகள் பிரசுரிக்கத் தகுந்தவை என்பதில் சந்தேகமே கிடையாது. ஆனால் பிரச்சனை - அவைகளை எப்படிப் பிரசுரிப்பது என்பது பற்றித்தான். அவனுடைய குறுகிய இலக்கிய வாழ்வில் புஸ்தகங்கள் எப்படிப் பிரசுரமாகின்றன என்பதும் அவனுக்குத் தெரியாததில்லை. முதலில் உலகம் முழுவதும் ஏற்றுக் கொள்ளப்பட்ட ஒரு உண்மை - இதற்கு ஆச்சரியமான விதிவிலக்குகள் இருந்தாலும் - கவிதை விலை போகாது என்பது. இவனுடைய அதிர்ஷ்டம் என்றுதான் சொல்லவேண்டும். நவீனன் தன் டயரியைச் செய்யுள் வடிவில் எழுதாதது. இரண்டாவதாக அவன் அறிந்தவரை புஸ்தகங்கள் விலை போகவேண்டுமென்றால் முக்கியமாக அவன் கேள்விப்பட்டது நாவல்கள், சிறு கதைகள், இவைகளுக்கு மார்க் கெட்டில் நல்ல கிராக்கி என்று. அடுத்தபடியாக பக்கங்கள் கூடுதலாகவும் விலை குறைவாகவும் இருக்க வேண்டும். பிறகு பிரதிபலிப்பின் வசீகரம் - இதை விட வசீகரத்தின் பிரதிபலிப்பு. அதாவது இல்லாததையெல்லாம் இருப்பதுபோல் எழுதவேண்டும். பிறகு ஒவ்வொரு பக்கத்தையும் புரட்டும்போது ஒவ்வொரு சம்பவமாகத் தொடர்ந்து வந்துகொண்டே இருக்க வேண்டும். பிறகு இருக்கவே இருக்கிறது - ஆண் பெண் கவர்ச்சி, சரளமான நடை - இவ்வளவு இருந்தாலும் போதாது. வாசகப் பெருமக்களில் சிலருக்குத் தாங்கள் சிந்தனையாளர்கள் என்று ஒரு உணர்வு உண்டு. ஆனால்

கதைப் போக்கில் சமாசாரப் பத்திரிகைகள் மூலம் கிடைக்கும் சமகாலத் தகவல்களைத் தூவி, கேசவமாதவன் சொன்ன மாதிரி, அவர்களுக்கும் தாங்கள் சிந்தனையாளர்கள் என்ற ஒரு பிரமையை எழுப்ப வேண்டும்! பிறகு இருக்கவே இருக்கிறது - நாலு பப்ளிஷர் களுடன் தொடர்பு, நிறைய வாசகர் கடிதங்கள் பத்திரிகைகளில் எதைப் பற்றியாவது அழுத்தந்திருத்தமாக சிந்தனா பூர்வமாக எழுதுவது. சொல்லப்போனால் எழுதப்படும் விஷயத்திற்கே அழுத்தமோ, திருத்தமோ, சிந்தனையின் நிழல்கூடக் கிடையாது. என்னவானால் என்ன? நடுவில் ஒருவர் சொன்ன மாதிரி ஏதாவது சினிமா படத்தில் கதாநாயகி உங்கள் நாவலைப் படிப்பதாக ஒரு கட்டம் வந்தால் அதுவும் நல்லதுதான். இப்படிச் சொன்னால் நவீனன் டயரி அச்சில் வரவே வராதோ? வரும். ஏனென்றால் அந்தக் கவிஞன் சொன்ன மாதிரி இதெல்லாம் 'இடைக்கால அவலங்கள்' மாத்திரம். என்றாலும் இந்தச் சூழ்நிலையில் வாழ்வதால் இந்தச் சூழ்நிலையில் இருந்து கொண்டுதான் பரிகாரமும் தேட வேண்டியிருக்கிறது. ஒரு உண்மை என்னவென்றால் அப்படியே நவீனனைப் போன்றவர்கள் தங்கள் புஸ்தகங்களை அச்சில் கொண்டுவந்தாலும், புஸ்தகம் முதல் பதிப்பு விற்பனை முடிவதற்குள் அவர்கள் செத்துவிடுவார்கள் என்பதுதான் - இங்குதான் நவீனனை அதிர்ஷ்டசாலி என்று சொல்ல வேண்டும். ஏனென்றால் அவன் டயரி அச்சாகி விலைபோவதற்கு முன் அவன் முந்திக்கொண்டு விட்டான் அல்லவா? அவன் காதில் சிவன் குரல் எதிரொலித்தது - அவர் செத்துவிட்டார் இல்லையா? அவர் உங்கள் நண்பர் ஆயிற்றே - அவர் செத்திராவிட்டால் நீங்கள் ஏன் அவர் செத்துவிட்டார் என்று சொல்லப்போகிறீர்கள்? வாஸ்தவம். அவன் ஏன் அப்படிச் சொல்லவேண்டும்? நவீனன் செத்துப்போனது என்பது என்னவோ வாஸ்தவம். பார்க்கப்போனால் யாரால்தான் சாகாமல் இருக்கமுடியும்? ஆனால் அவன் டயரியை எப்படி அச்சில் கொண்டு வருவது என்பது பிரச்சனை. பார்க்கப் போனால் இந்த டயரி விவகாரமே நம் பண்பாட்டில் வந்த விஷய மில்லை. காந்தி எழுதிய மாதிரி சுயசரித்திரம் எப்படி இல்லையோ அப்படி. என்றாலும் அவர் 'சத்தியசோதனை' எழுதவில்லையா? நடுவில் அவனுக்கு எங்கேயோ படித்தது ஞாபகம் வந்தது. எந்த எவனுக்கும் தன்னைப் பற்றிய உண்மையை அவனாலேயே கூறமுடியுமா என்று. சுய சரித்திரத்துக்கே இப்படி என்றால் டயரியைப் பற்றி என்ன கூறுவது? அவன் டயரியில் என்ன என்ன எழுதி வைத்திருக்கிறானோ? யார் கண்டது? மனிதனுக்கு மாத்திரம் இந்த எழுதும் நச்சரிப்பு இல்லாவிட்டால்? ஆனால் ஸ்வதர்மம் என்று ஒன்று இருக்கிறதில்லையா? அவன் பிரக்ஞையின் முன் பலர் புத்தகங் களை வெளியிடுபவர்கள் வந்தனர். பாளையங்கோட்டை பப்புப் பிள்ளை நினைவு வந்தது. ஆள் யமகாதகன். பணத்தையும் கொடுத்து

புஸ்தகத்தின் கையெழுத்துப் பிரதியையும் கொடுத்தால், கொடுத்தபிறகு நாலைந்து தடவை போய்ப் பார்த்தால் புஸ்தகம் வந்துவிடும். பிறகு அவரைப் பார்ப்பது தான் துர்லபம். கடையில் இருக்க மாட்டார். தமிழ்நாடு முழுவதும் ஒரு சுற்றுச் சுற்றி விட்டு பார்க்க வேண்டியவர் களையெல்லாம் பார்த்துவிட்டு (எப்படிப் பார்க்க வேண்டுமோ அப்படிப் பார்த்துக்கொள்வார் - அந்த வித்தையை அவருக்கு ஒருத்தரும் சொல்லிக் கொடுக்க வேண்டியதில்லை) புஸ்தகத்தைப் பைசல் செய்துவிடுவார். ஆனால் அவரிடமிருந்து பைசா வரவேண்டு மென்றால் அடுத்த புத்தகத்தை அவரிடம் பாதிப் பணம் கொடுத்துப் போடச் சொல்லி பாதிப்பணத்தை முதல் புஸ்தகத்தின் கணக்கில் கழிக்கச் சொன்னால்தான் காரியம் நடக்கும். ஆனால் நவீனன் செத்துவிட்ட நிலையில் அவன் பிசாசைக் கொண்டுதான் இன்னும் ஒரு ஐந்து டயரிகளை எழுதச் சொல்லவேண்டும். ஆனால் ஊரில் பேச்சு பிசாசுகள் கூடப் பப்புப் பிள்ளையைக் கண்டால் ஓட்டம் பிடிக்கும் என்று. ஆகவே பப்புப் பிள்ளையிடம் போய்க் காரியமில்லை! பெரிய செட்டியாரைப் போய்ப் பார்க்கலாம். மிகவும் நாணயஸ்தர். ஒழுங்காக விற்பனைக் கணக்கையும் பணத்தையும் அனுப்பி விடுவார். ஆனால் அவரிடம் நவீனன் ஐந்து டயரிகளையும் எடுத்துக் கொண்டு நிற்பது அவனுக்கே தான் ஒரு குற்றத்தைச் செய்து விட்ட உணர்ச்சி ஏற்படும். அவர் நாலைந்து விலை போகும் ஆசிரியர்களை ஸ்டாக்காக வைத்துக் கொண்டிருந்தார். வருஷத்திற்கு சோதனாபூர்வமாக ஒரு தரமான எழுத்தாளரைப் போடுவதாகச் சொன்னார்கள். அதுவும் இப்பொழுது நின்று விட்டதாகக் கேள்வி. அவர் என்ன சொல்வார் என்பது அவனுக்குத் தெரியும். “என்ன ஸார், விஷயம் தெரிஞ்ச நீங்கள் எல்லாம் கூட இப்படி ஆரம்பிக்கலாமா? நம்ம நாட்டிலயாவது டயரியைப் போடறதாவது. டயரின்னு சொன்னாலே நாள் குறிப்பு எழுதும் டயரிதான் செலவாகும்.” எனவே அங்கிருந்தும் நகர வேண்டியதுதான். அவனுக்குச் செத்தவன் மீதுதான் கோபம் வந்தது. இவனை யார் டயரியை எழுதச்சொன்னது? இவன் டயரியைப் படிக்கணும்னு யார் காத்திண்டுருக்கா? இருந்தாலும் இகழ்ச்சி அடையக்கூடாது. அதற்கு நமது முன்னோர்கள் வழியும் சொல்லித் தந்திருக்கிறார்கள். அவர்களைப் போய்ப் பார்க்கலாம். பெரிய இடம், உட்காரச் சொல்வார்கள். பேசுவார்கள். சாப்பிடச் சொல்வார்கள். ஆமாம், நிலைமை வருத்தமாகத் தான் இருக்கிறது என்று ஆமோதிப்பார்கள். இலக்கியத்தைப் பற்றி அபிப்ராயங்கள் கூறுவார்கள். நீங்களும் விநயமாகவே அபிப்பிராயம் என்பதே வித்யாசமாகத்தானே இருக்கவேண்டும் என்று மனதிற்குள் சொல்லிக் கொள்வீர்கள். திட்டங்கள் பற்றிப் பேசுவார்கள். தோட்டம் மறைந்தது. ‘கவி வாக்கு’ இந்தப் பிரசுர விஷயத்தில் ஏற்கனவே அரை லக்ஷ்மி கரைந்து விட்டதாகச் சொல்வார்கள். இந்த மாதிரி இடத்தில் நவீனனின் ஐந்து

டயரிகளைப் பற்றிப் பேச்சு எடுப்பது என்பதே அபசாரம் என்று நினைப்பது தவிர, நினைத்துவிட்டு அவர்களிடமிருந்து விநயமாக விடைபெற்றுக் கொள்வதைத் தவிரப் போம் வழி? இருந்தாலும் ஒவ்வொரு கதவாகத் தட்டிப் பார்க்க வேண்டியது தான். ஏதாவது ஒரு கதவாவது திறக்காதா என்ற முட்டாள்தனமான ஆசையால். ஏனென்றால் எங்கே புத்திசாலித்தனமாக இருப்பது அபாயகரமோ அங்கே முட்டாள்தனமாக இருப்பது புத்திசாலித்தனம். இல்லையா? இகர முதல்வி! தன்ராஜைப் பார்க்கலாம். மாட்டேன் என்று சொல்ல மாட்டார். சரி என்றுதான் சொல்வார். மறுபடியும் பழைய பல்லவிதான், பிரசுரத்தைத் தள்ளிக்கொண்டே போவார். இதைப் பற்றிப் பேச்சு எடுத்தால், நம்மிடையே இது இவ்வளவு முக்கியம் என்று நாம் ஏன் நினைக்கிறோம்? என்று நமக்கே தோன்றும்படி செய்துவிடுவார். சங்கரன் நாயர் சொன்ன மாதிரி வாழ்க்கையும் கலையும் மோதும் நிரந்தர நியதி. புதிதாகத் தொடங்கியிருக்கும் எழுத்தாளர் – பதிப்பாளர் கூட்டங்களை அணுகலாம். அணுகினால் முதலில் மூலதனத்தின் பிரச்சனை. அதைக்கூடச் சமாளிக்கலாம் என்று அவர்கள் பேச்சின் மூலம் நம்பினாலும் (போட்ட முதலையாவது எடுத்துவிடலாம் என்ற ஒரு நப்பாசை) அவர்கள் எழுத்தை நிர்ணயிப்பதைக் கவனிப்பதுதான் ஒரு பிரச்சனை. இவர்களுக்குகெல்லாம் ஒருவனை அவர்கள் கண்டுபிடிப்பதெல்லாம் ஒருவன் ஒருவன் ஆன பின்னர். பிறகு அந்த ஒருவன் போல் வேறு ஒருவனும் எழுதவேண்டும். முதல் ஒருவனுக்கே அவன் எழுதின பிறகுதான் அவன் ஒருவன் என்ற போதம் ஏற்படுகையில் என்ன சொல்வது. பிறகு ஒவ்வொருத்தனுக்கும் தனக்கு இருக்கிற பெயருக்கு ஒரு அர்த்தம் வரத் தனக்கு ஒரு பெயர் வேண்டும். இந்தப் பெயர் அடிப்படையில் பல பூசல்கள் பிரச்சனைகள். கடைசியாகப் பார்க்கப்போனால் இலக்கியமே இலக்கியத்திற்கு முட்டுக் கட்டையாக வரும்நிலை. கடைசியாக அடிப்படைப் பிரச்சனை முன்வந்து நிற்கிறது. ஒரு படைப்பைப் படைப்பது முக்கியமா அல்லது பிரசுரிப்பதா? விட்டிஜென்ஸன் பாஷையைப் பற்றிச் சொன்னது படைப்பு இலக்கியத்திற்கும் பொருந்துமா! சமூகம் இருப்பதால்தான் பாஷைக்கே அர்த்தம் வருகிறதென்றான். இலக்கியப் படைப்பைப் பற்றியும் அப்படித்தானே! ஆனால் அந்த விட்டிஜென்ஸன் தன் யோசனையைத் தொடர்ந்து கொண்டு போகையில் (ராமநாதன்தான் சொல்வார் - எந்த யோசனையையும் கடைசி வரையில் தொடர்ந்து கொண்டு போகவேண்டுமென்று) சொல்லவில்லையா. எந்த விஷயத்தைப் பற்றி நமக்குத் தெரியாதோ அதைப் பற்றிப் பேசக்கூடாது என்று. ஆங்கிலத்தில் சொல்வதென்றால், *where of one cannot speak, thereof one must be silent* - அப்படியானால் நவீனன் டயரிகள் பிரசுரமாகுமா ஆகாதா? கேள்விக்கு அர்த்தமில்லை. அந்த மகத்தான தமிழ்க் கவிஞன்

சொன்னமாதிரி நாம் சாதனைகள் என்று சொல்பவையெல்லாம் செயற்கரியன என்று நாம் கருதியவையாகத் தான் இருந்திருக்கின்றன. எப்படியானாலும் அந்த டயரிகளைப் பிரசுரித்துத்தான் ஆகவேண்டும். யாரைக் கைவிட்டாலும் சந்தான கோபால ராமன் போன்றவர்களைக் கைவிடக் கூடாது. சாட்சாத் எப்படியாவது போகட்டும். இந்தக் கட்டத்தில் அவன் பதிப்பாளர்கள் செய்வதை அவனே செய்வதென்ற தீர்மானத்திற்கு வந்தான். அவனுக்கு அவனையும் அறியாமலேயே சந்தான கோபால ராமன் மீது ஒரு பிடிப்பு ஏற்பட்டது. தான் இனி நாவல்களே எழுதவேண்டாம் என்ற சமயத்தில்தான் அவனிடம் நவீனன் டயரிகள் வந்து சேர்ந்தன. அதுவே அவனுக்கு ஒரு நாவல் எழுத ஒரு தூண்டுகோலாகவும் அதுவே ஒரு நாவலாகவும் அமைந்தது போலும். ஏன் டயரி எழுத வேண்டும்? ஒருமுறை பட்டணத்தில் அவன் நாகசாமியுடன் பஸ்ஸில் சென்றது அவன் ஞாபகத்திற்கு வந்தது. அவர் நாவல்களில் போலவே அவருக்கு வாழ்க்கையிலும் பலருடன் தொடர்பு இருந்தது என்பது நன்றாகத் தெரியவந்தது. பஸ்ஸில் ஏறிய பல பிரயாணிகளுடன் அவருக்கு ஒரு வகையில் அல்லது இன்னொரு வகையில் தொடர்பு இருந்ததாக ஒரு அனுமானம். அவருடன் அவன் பேச்சு வாக்கில் உங்களால் எப்படி எடுத்த எடுப்பில் கதை எழுத முடிகிறது? என்று கேட்டான். அவர் சொன்ன பதில் அவன் ஞாபகத்திற்கு வந்தது. நீங்கள் நினைப்பது மாதிரி அது அப்படி கஷ்டமில்லை. 'நீங்கள் டயரி எழுதுவதுண்டா?' ஒரு காலத்தில் அதனால் ஒரு பிரயோஜனமுமில்லை என்றாலும் நவீனன் கடைசி காலத்தில் டயரி எழுதியிருக்கிறான். ஏன்?

அவனே அவனிடம் கேட்டதற்கு அவன் அவனுக்குப் பதில் சொன்னது ஞாபகம் வந்தது. உனக்குத் தெரியாததில்லை. எனக்கு ராமநாதன் பேரிலுள்ள மதிப்பும் அவர் எழுத்தில் உள்ள ஈடுபாடும். அவர்தான் ஒரு கட்டத்தில் ஒரு பத்திரிகையில் எழுதியிருந்தார். 'நாம் நமக்காகவே எழுதிக்கொள்ளும் பழக்கம் இன்னும் ஏற்படவில்லை' என்றார். அவர் சொன்னது வெகுநாள் என் மனதில் பதிந்திருக்க வேண்டும். அவர் சொல்வது எனக்குப் பொருத்தமாகவே பட்டது. வேறொரு சந்தர்ப்பத்தில் நான் கேசவ மாதவனை ஒரு நண்பரின் நாவலைப் பிரசுரிக்க அவர் உதவியை நாடியதும் அப்பொழுது - அவர் சொன்னதும் ஞாபகம் வந்தது - "உங்கள் நண்பரிடம் சொல்லுங்கள். அவர் எழுதிய நாவலின் கைப்பிரதி அவரிடமே இருக்கட்டும்; ஆறுமாதம் அல்லது ஒரு வருஷம் கழித்து அவர் அதை மீண்டும் படித்துப் பார்க்கட்டும். பிறகு பிரசுரிப்பதைப் பற்றி ஆலோசிக்கலாம்" என்றார். அன்று அவர் அப்படிச் சொன்னது எனக்கு ஆச்சரியமாக இருந்தது; இன்று இல்லை. ஏன் என்று நீ கேட்கக்கூடும். இன்று என் பழைய எழுத்துகள் சிலவற்றை நான் திரும்பிப் படிக்கும்பொழுது என்னால் என்னையே கேட்காமல்

இருக்க முடியவில்லை. இவ்வளவு மோசமாக எழுதியிருக்கிறோமே என்று. அர்ஜுனனைப் பற்றி ஒரு ஐதீகம், அவன் தூங்கவேமாட்டான் என்று. இது என் மனதை அப்படிக் கவ்விப் பிடித்தது என்பதும் இப்பொழுது தெரிகிறது. பல விஷயங்களிலிருந்து விடுபடுவதற்கென்று தான் நான் இந்த டயரிப் பழக்கம் ஆரம்பித்தேன். நானும் - உனக்குத் தெரிந்திருக்கும் - ராமநாதனைப் போல் ஒரு புஸ்தகப்பிரியன். நான் படித்த புஸ்தகங்கள், நான் பழகின மனிதர்கள், என் கனவுகள், ஆசைகள், ஏமாற்றங்கள், என் எழுத்து முயற்சிகள் என்னுடனேயே நான் என்ன உறவை வைத்துக் கொண்டிருக்கிறேன் - இவைக ளெல்லாம் எழுத்தில் எனக்கு நான் எனக்காகவே எழுத ஆரம்பித் தவை என் டயரிகள். அவைகளை எழுதி எழுதி அப்புறப்படுத்தி விட்டால், இஷ்டம் வந்தபோது நான் என்னைப் பரிசீலனை செய்து பார்க்கும் ஒரு முயற்சியாகவும் அவை அமையலாம். மனிதனுக்குத் தான் என்னெல்லாம் ஆசைகள்! - இவ்வாறு நவீனன், அந்த நவீனன் செத்துவிட்டான்; ஒருவேளை இந்த நவீனன் - டயரிகளைப் பதிப்பிக்கும் முயற்சி செய்வதிலேயே அவனுக்கு நவீனனிடமிருந்தும் விடுதலை கிடைக்கலாம். இல்லையா இகர முதல்வி? என்று அவன் தனக்குள் ளேயே சொல்லிக் கொண்டான். அவனுக்கு ஒரு விசித்திரமான யோசனை தோன்றியது. இந்த நவீனன் ஏன் டயரி எழுதவேண்டும்? அப்பொழுது அவனுக்கு ஒரு சம்பவம் ஞாபகம் வந்தது. அவனுக்கு இருந்த இடத்திலேயே இருந்துகொண்டு அசைவதில் உள்ள நம்பிக்கை, அசைந்து கொண்டேயிருப்பதில் நம்பிக்கை கிடையாது. ஆனால் ராமநாதனுக்கு இடம் பெயராமல் அசைந்து கொண்டு இருப்பதில் நம்பிக்கை பெற்றவர் - கடும் புயலின் நடுமையம் சலனமற்றிருக்கும் என்று சொல்வதைப் போல அவர்தான் அவனிடம் சொன்னார் - கல்கத்தாவில் ஒரு கவி அரங்கு நடக்கப்போகிறது. பல மொழிக் கவிஞர்கள் வருவார்கள். நீ வருகிறாயா என்று நான் உன்னைக் கேட்கவில்லை. நீ வரத்தான் வேண்டும். அவன் சென்றான். அவனும் ஒரு கவிதை வாசிக்க வேண்டி வந்தது. பலர் முன்னிலையில் அவனுக்குக் கூச்சம் - சென்றான் - கவிஞர்கள் மேடையில் அமர்ந்ததும் மேடை மேலிருந்த விளக்குகள் அணைக்கப்பட்டன. இருட்டில் கவிகள் வாசித்ததை வெளிச்சத்தில் தியேட்டரில் அமர்ந்திருந்தவர் கேட்டனர். அவர்களை அவர்கள் பார்க்கலாம்; அவர்கள் அவர்களைப் பார்க்க முடியாது. இந்த ஏற்பாடு அவனுக்கு மிகவும் பிடித்தது. பிரசுரத்துக்காக எழுதாத டயரிகளும் கடைசியாகப் பிரசுரமாவதும் இவ்வாறுதான் போலும். நவீனன் செத்துவிட்டான். உண்மை - செத்து விட்டானா? - சிவன் குரல் இடை மறிக்கிறது - சாவு என்ற மேடைமீது விளக்குகள் அணைந்தபின் 'அவன் பேப்பரில் சிந்தித்தது, உணர்ந்தது' எல்லாவற்றின் மூலம் நாம் அரூப ரூபத்தை உணர்வதுதான் டயரி போலும்? டயரி என்பதுதான் என்ன? உள்ளத்திற்குள் மறைவது,

வீட்டைத் தாண்டி வெட்ட வெளியில் தன்னந்தனியாகத் திரிவது, கர்ப்பக்கிருஹத்தில் தீபங்கள் இருட்டை இருட்டாக்க மூலவிக்ரகம் உருப்பெறுவது, பட்டப்பகலில் கண்ட நெட்டைக் கனவுகள், வெட்ட வெளியில் காணும் பட்ட மரம், யார் வந்தாலும், யார் போனாலும், எது நடந்தாலும், எது நடக்காவிட்டாலும், இருக்கும் நான் இல்லாது போனாலும் தான் நிற்பது, டாக்டர் டி.ஜே. எக்கின்பர்க்கின் ஓட்டைக்கண்கள், சாம்பல் மேட்டில் சலிக்கும் புழுதி உருவங்கள், மனிதன் ஞானஸ்நானம், மக்கட்பேறு, ஜாடி நிறைய ஊறுகாய், வண்டு பூவுடன் கட்டிப் புரளும் விந்தைக் காட்சி, கத்தி முனை மீது நடை பதறாமல் நடக்கும் வித்தை, வேண்டாமை என்ற விழுச்செல்வம், தன்னுள் மறையும் அமரரின் அடக்கம், ஓய்ந்தபோதும் ஒடுங்காமல் சலிப்பது, ஒவ்வொரு புத்தகமும் ஒரு ஊர், ஒவ்வொரு பாத்திரமும் ஒரு மனிதன், மனதில் மறைந்துபோன ரகசியங்கள், குற்றங்களைச் சொல்லித் தண்டனையை ஏற்றுக் கொள்ளும் ஒரு மனோபாவம், திகம்பர வீதிகளில் ஒரு சுதந்திர சஞ்சாரம், புலிவாலை இழுத்து வேடிக்கை பார்க்கத் தூண்டும் ஒரு உத்வேகம், சிங்கத்தின் தாடியைக் குலுக்கும் ஒரு சாகசம், 'இதைக் கேட்டேளா' என்று சொல்வது. 'இப்படியும் நடந்துவிட்டதே' என்ற ஒரு ஆழ்ந்த வியாகுலம், பாடை, படைவீடு, பரமன் துயிலும் பள்ளிகொண்டபுரம், தாடிவாலா, தகப்பன்சாமி, தன்னையே தின்னத் தூண்டும் ஒரு அசுரப்பசி. அம்மாமி பாஷையில் எழுதப்பட்ட பாட்டிக்கதைகள், பரமயோக்யர்கள் போல் வேஷம் போடும் கௌரவமான மனிதர்கள், பேனா பேப்பரைக் கொளுத்தும் ஒரு தீக்குச்சி, பால் நீளம், தெரிந்தவற்றின் தெரியாத அம்சங்கள், வெள்ளைத் தாள்கள் விலை மதிக்கமுடியாத வைரங்கள், அகர முதல எழுத்தெல்லாம். ஆரிருள், அரம்போன்ற கூர்மையான அறிவு. மரம் போன்ற மனிதர்கள், வார்த்தைகள் என்ற வரப்ரசாதம், மோனத்தின் முடிவில் உதிக்கும் நாதம், நடுநிசியில் ஒலிக்கும் கோயில் மணிகள், ஒரு கட்டுச் சீட்டுகள், சவப்பறை, சயனக்ருஹம், அந்திமாலை, ஆகாய நீலம், சிவந்த உதயகிரி, ஓயாமல் கரையும் ஆழியில் அல்லோல கல்லோலமாகச் சலிக்கும் பேரலைகள், சிற்றலைகள், சுனை, 'சும்மா' பொம்மை மாதிரி கண் சிமிட்டாமல் இருத்தல், வேறொரு சமயத்தில் 'நான் ஒரு பொம்மை இல்லை' என்று பிடிவாதம். வந்தது தெரியாது. ஆனால் போவதற்குப் பயம், சாகும்பொழுதும் கையில் சாவிக்கொத்து, உறுதியான சவுக்கு மரங்கள், உடைந்துபோன பானைகள், பானையில் கள், உள்ளத்தின் பாழ்வெளி, தில்லை அம்பலத்தில் வேதமுதல்வனின் திருக்கூத்து, பழையமுறை, புதுமுறை, விடுமுறை, கடை அடைப்பு, கார்காலம், பெருமழை, இடி, மின்னல், அமைதியான சூரிய ஒளி, தங்க வெயில் பறக்கும் வண்ணாத்திப் பூச்சிகள், உறங்கி விழித்ததும் எல்லாம் கனவு என்ற போதம். பிள்ளையார் சுழி, தொந்தி கணபதி, தொட்டுப் பழகமுடியாமல் தொலைதூரம் சென்ற சுசீலா, 'வா, வா,

வா' என்று சொல்லி 'போ,போ, போ' என்று விரட்டும் வாக்கியங்கள். ஊசி தைத்த அம்மையின் பால் வடிவம், வைசூரியின் நிவாரணம், தோள்மேல் கைவைத்து கால் தடுமாறச் செய்யும் நண்பர்கள், பகைவரின் தூய நெஞ்சம். எண்ணிலாத குறுக்குச் சுவர்கள், ஏகாந்தப் பெருவெளி, பீரங்கிச் செவிடுகள், பிறவிக் குருடர்கள், சந்தை இரைச்சல், சமாதானத்தில் போர்க்கோலம். உடம்புதான் இருக்கிறது என்ற தீராத மயக்கம். உள்ளது போகாது, இல்லாதது வாராது, வரையறைகளின் அவசியம், முடுக்கிவிட்டால் குதிக்கும் பொம்மைகள், கைவிரலைச் சொடுக்கினால் ஓடிவரும் நாய்கள், குப்பைமேட்டில் கொக்கு, கரிக்கும் ஒரு சேவல், கெட்டிக்காரக் குழந்தைகள், மாமா ஒரு மக்கு ப்ளாஸ்திரி, தனக்குத் தானே பேசிக்கொள்ளுதல், தற்பரம் இழந்த நிலையில் தான் என்ற வியாதி, தனியாக இருக்கப் பயமாக இருக்கு. தான்தோன்றியதாகத் திரிய ஒருஆசை, தன்னைத்தான் மீறி ஒரு அடங்காத வெறி, வெயிலும் நிழலும் ஓடி விளையாடும் அதிசயக் காட்சி, கண்டதைக் கூறக் காணாமல் சென்ற வார்த்தைகளைத் தேடிப்பிடிக்க ஒரு முயற்சி, விடுபடுதல், நேற்று நடந்ததை இன்று நடந்ததாகச் சொல்லும் ஆற்றல். அனுபவத்தின் ஆரூடம், சவாலுக்குச் சவால், தியானமற்ற மோனம், செத்துப்போன சுசீலா, ஒரு செட்டிமகள் என்ற போதம். செத்தபின் சிவலோகம். இருக்கும்பொழுது சிறைவாசம், பத்துமாதம் கடினத் தடை அதன்பின் - ஆயுள் முழுவதும் தண்டனை, தலையில் ஒரு பூச்சி, வயிற்றில் ஐந்தடக்கிய ஆமை, அப்பாவுடைய அப்பா என்னுடைய தாத்தா. அம்மாவுடைய அம்மா எனக்குப் பாட்டி. பாட்டி சொன்ன கதை பம்பரமாகச் சுற்றுகிறது. தந்திக் கதைகள், மந்திரப்பாடல்கள், உள்நாட்டுச் சரக்கு, வெளிநாட்டில் விவகாரம் வேறு. அப்பாவும் அம்மாவும் சேர்ந்து செய்த சதி, ஊர்வசியின் சாபம், ஏழு வசுக்கள், கர்ணன் காது வழியாகப் பிறந்த கதை, வயிறு மனிதனைச் சாப்பிடுகிறது, மண்டையில் இரண்டு கண், ஓட்டைக் குடத்தில் உயிர் ஊசலாடும் விந்தை, வெற்றிலைக்குப் பச்சை நிறம், சுண்ணாம்புக்கு வெள்ளை நிறம், கஞ்சாப் பீடிகள், கிருஷ்ண மூர்த்தியின் தத்துவம், காஃப்காவின் பைத்தியம். தேவிடியா வீட்டுக்குப் போகவேண்டுமென்ற ஆசை, பரத்தை மறைத்தது, பார் முதல் பூதம், பரத்தில் மறைந்தது பார் முதல் பூதம், என்றது கொன்று, 'கண்ணில் தெரியுது ஒரு தோற்றம், அதில் கண்ணன் அழகு முழுதுமில்லை' வாடகை வீடு, காலி இடம், கழுதையின் நண்பன், குள்ளச்சாமி, உத்தரத்தில் செத்துக்கிடக்கும் பாம்பு, அதன் உடும்புப் பிடி, உடலெடுத்த பொய், நம்மை மெய்யாக மிரட்டும், தெரிந்தவன் பெயர் மறந்து போச்சு, மறந்தவன் பெயர் தெரிந்தது, கண்ணிருந்தும் குருடு, காதிருந்தும் செவிடு, பக்கங்கள் இல்லாத மனிதன், மனம், மனனம், அகல் விளக்கு, உடம்பின் ரகசியம் ஒரு சாண், பாங்கில் பணமில்லை, பக்கத்தில் யாருமில்லை, படிமம் வாங்கலியோ படிமம், உண்மையான

கவிதை என்றால் பள்ளிக்கூடப் பையன்களைப் போல் காச்சு மூச்சென்று கத்தக்கூடாது, கற்றிலனாயினும் கேட்க, வாயைத் திறந்தால் மாத்திரம் வார்த்தை வராது காண். "எங்கள் ஊர் திங்கள் ஊர்" நாகர்கோவிலிலிருந்து "நாலுமைல்" தாண்டினால் பூதப்பாண்டி, ஒரு வண்டி ஓட ரெண்டு சக்கரங்கள், இரண்டு கால் மனிதன், ஒரு நாலுகால் மிருகம், சிவனுக்கு மூன்று கண்கள், பிரமனுக்கு நாலு முகம், ஐந்து டயரிகள், கவுரவர்கள் நூற்றொருவர், நவீனனுக்கு எழுதத் தெரியாது. அவன் புத்தகங்கள் கருத்து வறட்சி காட்டும் பாலைவனம். "படப் பசுவில் பால் கறக்கும்" மேதைகள், உள்ளத்தைப் புதைத்துவிட்டு உடம்புக்குக் கோவில் கட்டும் மகான்கள், வழுதைக் காட்டில் மகளிர் கல்லூரி, கத்திரிக்காய்க்கு விரலும் வயிறும் மாத்திரம் உண்டு. அம்மாவிடமிருந்து கற்றுக்கொண்டது, அப்பாவிடமிருந்து தெரிந்து கொண்டது, சுசீலா சூசிப் பெண் ஆனது, அவள் ரோஜாப்பூ ஆனது, அவள் செத்தது, அவள் சாகாமல் போனது, யார் பின்னாடியாவது போய்க் கொண்டிருக்க வேண்டுமென்ற ஆசை, ஆசை ஜபமாலை உருட்டுகிறது, அகங்காரம் விபூதி பூசிக்கொள்கிறது, பண்டரிபுரத்தில் என் அப்பன் இருக்கிறான் என்று சொன்னதும், அப்படியா என்று அவன் சிரித்ததும், போகும் இடம்தான் சேரும் வழி என்று ஞானதேவர் சொன்னதுக்கா, மனம்தான் மனிதனைப் பந்தாடுகிறது என்று எங்கோ படித்த ஞாபகம், ஒரு புது வருஷ வாழ்த்துக்கார்டு, அதில் இரு புலிக்குட்டிகள், பாடம் சொல்லிக்கொடுக்கும் ஆசானைவிடச் சீறிவரும் புலிமேல், அப்படியானால், மெல்லிய கோடுகளால் வரைந்த உருவம், அவன் உருவம், குஃப்பிகளின் கதைகள், காஃப்காவின் டயரிக் குறிப்புகள், இருந்த இடத்தில் இருக்க வேண்டுமென்றால் ஓடிக்கொண்டே இருக்க வேண்டும், மைத்துளியில் மறைந்திருக்கிறது எழுத்தின் மகிமை, என்னைக் கண்டுபிடிக்க எழுத்தின்பின் சென்றேன், இருட்டைக் கண்டால் பயம், யாத்ரா கா அந்த், பாவனைகள் கலையும்போது, பாசம் என்ற நெடுங்கயிறு, பேச்சு முடியும்போது, பாதாளக் கரண்டி, ஆகாயத்தின் உச்சியில், ஒரு மச்சு வீடு, அவனைப் பார்ப்பதைவிடப் பார்க்காமல் இருப்பது மேல். அவனுடன் பேசுவதை விட பேசாமல் இருப்பதுமேல், எழுதுவதைவிட எழுதாமலிருப்பது மேல், குடிப்பதானால் குடி, படிப்பதானால் படி, எழுதுவதென்றால் எழுது, ஆனால் குடி குடி என்று குடித்தாலும், படிபடி என்று படித்தாலும், எழுது எழுது என்று எழுதினாலும், ஏ ப்ளஸ் பி, பி மைனஸ் ஸி, வேற்றுமைகள், வேறு மை, ஏறினால் சறுக்கும் மரம், கூடினால் பிரியவேண்டும், மாறி நிற்க ஒரு கடும் பயிற்சி, கேசவா, மாதவா, மதுசூதனா, நம்பியாண்டார் நம்பி, தம்பிரான் தோழன், ஏழைவேடன் என்ன சொன்னான், சொல்வான், திகிரி உருட்டிச் சௌரியம் பழகும் சாகசம், எழுதுவதும் கைப்பழக்கம், ஒரு வரிக்குதிரை, ஒரு அப்பன் காளை, ஐப்பசி மாதம் அடைமழை, வாடைக் காற்று,

ஒரு காலத்தில் நண்பர்கள், இப்பொழுது, எலிவளை முன் சலனமற்று உட்கார்ந்திருக்கும் பூனை போல் அவன் முன் இவன், கடலோரம் குழந்தைகள் விளையாடுகின்றன. ஒருவன் முன் சொன்னது பின் புரிவதின் இரகசியம், சும்மா இருக்கப் படிக்க வேண்டும், வெள்ளை நிறத்தில் ஒரு கறுப்புப் பூச்சி, என் பெயர் எனக்குத் தெரியாது. ஊருக்கு வெளியே எல்லைக்காளி, முலைக்கச்சு, பிச்சிப்பூ, கம்பி மத்தாப்பூ, ஒரு நாளும் வரமாட்டான். ஒன்றுமே சொல்ல மாட்டான். எங்குமே காணவில்லை, யாதுமே பேசமாட்டான், ஏன் இல்லை. என்றாலும் அனுபவத்தால் உணர்ந்தால் ஒழிய, தினசரி நடப்பவை. சில்லறை சில்லறையாகச் சம்பவங்கள், கடந்து போன நாட்கள், தேய்ந்து போன நாணயங்கள், அப்படித்தானா? எதிர்பாராதவர்கள் என்னை வந்து பார்க்கிறார்கள். எழுதி எழுதிக் கடைசியில் அடைந்த நிலை, நானும் இந்தப் பேப்பரும் இந்தப் பேனாவும் மாத்திரம் என்ற நிலை, அதுவும் நல்லதுதான், 'பேபி முதல் வகுப்பில் தேறுவதைப் பற்றி அவ்வளவு பெரிது படுத்த வேண்டுமா?' மௌனம் அவருடன் பேசியது, பைத்தியம் பிடித்த வேளைகள், கதவு தட்டியவுடன் வெளியுலகத்தின் உன்னத பரிமாணம், தான் தனியாக, வெகுவிரைவாக, படிதவறாமல், சிந்தனை சிதறாமல், மனக்கணக்கு, கணப்பொழுது, அவன் ஆயிரம் திருநாமங்கள், என் பலவித ஆசைகள், வயது என்னவானால் என்ன, மண்டைக்குள் பூச்சி, இடுப்புக்கடியில் என்னவோ வளைய வருகிறது. வாய் குவிய வார்த்தை வரும், பயத்தின் அவசியம், வரையறைகளின் கட்டுப்பாடு, விபூதியில்லாத நெற்றி பாழ், சின்னங்கள், சங்கேதங்கள், சிலந்தி வலை, புகுந்த வீடு, கம்பளிப்பூச்சி, புசு புசுவென்று சாம்பல் நிறம், நுனியில் ஒரு சிவப்புத் துளி, முதன் முதலில் அவன் சுசீலாவைக் கண்டது, என் முகத்தைப் பற்றி எனக்குப் பிரக்ஞை இல்லை. சில சமயங்களில் சொல்ல வருவது வாய்க்குள்ளேயே சிக்கிக் கொண்டு விடுகிறது. தொலைவிலிருந்து ரயில் வரும்பொழுது இங்கு தண்டவாளம் அதிர்கிறது. தந்திக் கம்பியில் ஒரு சிட்டுக்குருவி, எவ்வளவு ஸ்டாம்புகள், எவ்வளவு முத்திரைகள், உள்நாட்டுக் கார்டு பச்சை நிறம், வெளிநாட்டுக் கவர் நீல நிறம், அவன் என்ன எழுதினால் என்ன, இங்கிலீஷ் நன்றாகத்தான் இருக்கிறது. என்றாலும், பணத்தைக் கொடுத்துவிட்டால் அவன் ஆத்மாவைப் பணயம் வைத்து விட்டான். இது அவன் எவ்வளவு நன்றாக எழுதினாலும், எவ்வளவு தெளிவாகத் தெரிகிறது. கெட்டிக்காரர்கள் வாயினால் பேசாவிட்டால் ஒன்றுமே தெரியாது என்று நினைக்கிறார்கள். ஆனால் மனிதன் மூளை கொண்டு கிரித்தியமாகச் சொல்வது, வெட்ட வெளியில் பட்ட மரம் போல் தெரிகிறது. பரவாயில்லை. இத்தகைய வழிகளில் வரும் ஒவ்வொரு வெற்றியும் ஒரு படுதோல்வி, 'ஆதி பகவன் முதற்றே உலகு', அப்பா பாண்ட், அவர் எழுதிய 'காலத்தில் ஒரு வினாடி' என்ற புத்தகத்தைப் படிக்கவேண்டும். புத்தக வியாபாரிகள் எல்லாரும் பால்

வியாபாரம் செய்கிறார்கள். பூண்டி அரங்கநாத முதலியார், 'கச்சிக் கலம்பகம்'(?), 'ஆடை நீக்கிப் பாலைப் பருகவேண்டும்' இதை என்னால் புரிந்து கொள்ள முடிகிறது. ஆனால் 'படப்பசுவில் பால்' கறக்கும் வித்தை எனக்கு இன்னும் பிடிபடவில்லை. பிரதிபலிப்பின் வசீகரம், கையெழுத்தைவிட அச்செழுத்துக்கு முக்கியத்துவம்கூட என்ற அஞ்ஞானம், பிறகு இன்னார் சொல்லிவிட்டார் என்பதனால், அவரும் சறுக்குகிறார் என்று தெரிந்தாலும், இதெல்லாம் கண்டு தனக்குப் பின் ஒன்றிருக்கிறது என்ற உணர்வு சோர, தனக்கே தன் மீதே சந்தேகம் வருதல், சந்தேகம் தெளிதல் பகுதி, ஞானேசுவரர் பற்றித்தான் சொல்வார்கள், ஒரு புத்தகத்தைப் படிக்கவேண்டும் என்றால் அதை எடுத்துக்கொண்டு தனியாக ஒரு இடத்திற்குப் போய் விடுவாராம். ராமகிருஷ்ணர் நரேந்திரரைப் பார்த்ததும் சொன்னாராம். அவரை முதன் முதலில் பார்த்தபோது 'வந்தாயா' உனக்காகத்தான் எவ்வளவு நாட்கள் காத்துக் கொண்டிருந்தேன் என்று, சிலவற்றை வேண்டாம் என்று வைத்தால்தான் சிலவற்றைப் பெறமுடியும். ஒன்றையும் வேண்டாம் என்று வைத்தால்தான் இறைவனை அறிய அடைய முடியும். வேண்டாமை என்ற விழுச்செல்வம், சட்டை தைக்க வேண்டுமென்றால் துணியைக் கத்திரிக்கோலால் கத்திரித்தால்தான் முடியும். பல விஷயங்களிலிருந்து என்னை நான் கத்தரித்துக் கொள்கிறேன். உங்களுக்கு எழுத வேண்டுமென்றதனாலேயே, உங்களுக்கு எழுதாமல் இருந்திருக்கிறேன்' நான் நானாக இருக்க விரும்புகிறேன். நான் எப்படியிருந்தாலும், நீ எப்படியாக இருந்தாலும், பேர் தெரியாத ஊருக்குப் போக விரும்புகிறேன். 'மௌனி'யின் கதைகள், சாம்பமூர்த்தி ராயர் பீடி குடிப்பார், ராமநாதன் இப்பொழுது என்ன செய்து கொண்டிருப்பார். இது என்ன எழுத்து, எனக்கு நான் எனக்காக எழுதும் எழுத்து, ஐநூறு என்ற எண், பதஞ்சலி சூத்திரம், பண்டு பூத்த இந்த அண்டம் மிகப் புதிது. அர்ஜுனன் தூங்கவே மாட்டான் என்று சொல்கிறார்கள். கோவில் கடவுளின் வீடு என்கிறார்கள். சாவதற்கு முன் செத்தால்தான் சாவு என்ற பயத்திலிருந்து விடுதலை அடைய முடியும். உடம்பை விட மனதிற்கு ஈடுகொடுக்க முடியும். ஒரு கட்டத்திற்குப் பிறகு அடிப்படையான விஷயங்களின் பிரக்ஞை வந்தாலன்றி, இதைப்பற்றி இவ்வளவு போதும், சஸ்தரக்கிரியை, ஸ்தூலத்தைக் கண்டு ஒருபிரமிப்பு, வாழ்க்கையிலிருந்து விடுபடல் என்றால் என்ன, தொட்டும் தொடாமல், எட்டிநின்றாலும் கழலாமல் இருத்தல், சகிப்பும் சௌகரியமும், இந்தப் பூக்கள் இருப்பதனால், இது என்ன புஸ்தகம், புது யத்தனங்கள், பேச்சின் மூலம் ஒரு சூழ்நிலையைச் சிருஷ்டித்தல், இருந்தும் கடந்த நிலை, பஸ்ஸிற்குப் பின் - சக்கரங்கள் நாலு, சிலர் கைக்கெடிகாரங்கள் கட்டிக் கொள்வதில்லை, சட்டைப் பையில் பர்ஸும் கிடையாது, நவீனன் ஒரு முறை தன் தகப்பனாரைப் பற்றிக்

கூறுகையில் 'சை, என்ன மனிதன்' என்று சலித்துக் கொண்டுவிட்டு பிறகு ஏன் அவரைச் சொல்ல வேண்டும் என்றது. யேசுவின் விசுவரூபம், பாவப்பட்டவர்கள் இருப்பதால் உலகில் குரூரம் அதிகம் வளர்கிறது போலும். பச்சை இலைகள், பாழ்நிலம், ஒருவர் பேச்சிலிருந்து ஒருவர் அடிப்படை வாழ்க்கைத் தத்துவத்தைப் புரிந்து கொள்ளலாம் என்றுதான் தோன்றுகிறது. தன் அச்சிலிருந்து மனம் கழன்று தான் தனியாக இயங்குகையில் அது பரிதாபமாக இருக்கலாம், பயத்தை உருவாக்குவதாக இருக்கலாம். இருந்தாலும், எல்லாம் தெரிந்த மாதிரிப் பிறர் பேசுவதைப் பார்த்தால், மனம் மாத்திரம் இருந்தால் போதாது, குணமும் வேண்டும். குணம் மனதை உருவாக்க வேண்டுமேயன்றி, மனம் குணத்தையன்று, புனலூரில் நல்ல செவ்வாழைப் பழம், அன்னாஸிப் பழம் கிடைக்கும் என்று சொல்கிறார்கள். பல சமயங்களில் குழந்தையாக இருந்தால் எவ்வளவு நல்லது என்று தோன்றாமல் இருந்தது இல்லை. பாப்பாச் சாமியார், 'சந்திரிகை'யில் இருந்து ஒரு சம்பவம், பைத்தியம் தெளிந்த பின் கடல் கரைக்குப் போவதா அல்லது கடல்கரைக்குப் போவதால் பைத்தியம் தெளிகிறதா, பித்தம் தெளிய மருந்து ஒன்றுண்டு, ஆட்டுக்காலைத் தின்ன வேண்டும். நவீனன் வீட்டில் என்பதைவிட அவன் அறையில்தான் எவ்வளவு புத்தகங்கள், அதனால் தான் இப்படியோ, எப்படி? நவீனனுக்கு நான் ஒரு உபாதை - உபாதி - உ - பாதை - உ - பாதி; அவனுக்கு நானும்; அவன் ஒரு பைத்தியம் என்று பலருக்குத் தோன்றிய மாதிரி எனக்கும் தோன்றாமல் இருந்ததில்லை - இல்லாவிட்டாலும், வெறும் வார்த்தையின் பின் இப்படி ஓடிக் கொண்டிருப்பானா? என்றாலும் - யார்தான் டயரி எழுதவில்லை. எழுதாவிட்டாலும் அந்த முறையில் யாருக்குத்தான் அனுபவம் ஏற்படவில்லை? அஞ்சறைப் பெட்டி, உண்டியல், மஞ்சள் துணியில் மூடி வைத்த நேர்த்தனைக் காசு, சவத்தை மூடும் துணி, பொடிடப்பி, ஒரு கட்டு பீடி, ஒரு குப்பி பிராந்தி, ஒரு நாலணாப் பதிப்பு - க் - கீதை, கட்டெறும்பு, குட்டிச்சுவர், மனிதன் மனமே ஒரு டயரிதானே, ஆண்டவனின் ஆயிரம் நாமங்கள், ஆண்டியின் ஒரே துக்கம், குரங்கின் சேஷ்டை, குதிரை வேகம், பூட்டின் ஓட்டை, சாவித்வாரம், சவுக்குத் தோப்பு, ஒரு தீப்பெட்டி, போஸ்ட் கார்ட், இல்லை, என்ன ஆனாலும், எவன் ஆனாலும், எப்படியும், எங்கும், பால்காரி, பண்டிட் மதன் மோகன் மாளவியா, நவீனன் டயரி என்ன, யார் டயரியுமே இப்படித்தான் இருக்கும் - இருக்கலாம் - இருக்கக்கூடும் - இதிலிருந்து அதற்குப் போகிறார்கள், சில சில - மிகச் சில சில - சமயங்களில், ஆனால், அடுத்த நிமிஷமே இங்கே விரைசலாகப் பாம்பு ஓடுவது மாதிரி திரும்பி வந்து விடுகிறார்கள் - ஒரு ஊர், அதிலே கட்டிப் போட்ட மாடுமாதிரி - குட்டி போட்ட பூனை மாதிரி, செக்கு மாடு மாதிரி செய்வதையே திரும்பத் திரும்பச் செய்கிறார் - நவீனன் ஊர்

கும்பகோணம் - திருவனந்தபுரம், பட்டணம், கல்கத்தா, அவன் எப்பொழுதோ என்றோ ஒரு முறை கண்ட பாண்டிச்சேரி, இரு வருடங்கள் (அடே அப்பா, தமிழ்மேல்தான் இவனுக்கு எவ்வளவு ஆசை) இருந்த சிதம்பரம், ஒரு வாரம் எர்ணாகுளம் இப்படியாக இப்படியாக - பிறகு அவன் சொல்வது மாதிரி இருக்கவே இருக்கிறது - நாகர்கோவில் ... டயரி... திருவனந்தபுரம் மசூதி மாதாகோவில் அனந்தபத்மனாபன் கோவில் - குரிசு, பிறை, யானை - நீட்டிப் போட்டால் விபூதி, நிமிர்த்திப் போட்டால் நாமம், வெறுமையாக விட்டால் கிரிஸ் தியானி, மொட்டை ஞானக்கூத்தன் கவிதை நவீனனுக்கு மிகவும் பிடித்தமானது என்பது அவனுக்கு ஞாபகம் வந்தது - தெருவெல்லாம் மேடு பள்ளம் பார்க்குமிடமெல்லாம் பள்ளியும் குரிசும் - கேட்பதெல்லாம் அரசியல் சர்ச்சை - வலது இடது, வலது - இடது - வலது, திணைமயக்கம், மீன், மரக்கிழக்கு, முண்டுடுத்த நாயர் பெண்கள், யானைக்கொட்டில், குதிரை லாயம், இந்தப் பாஷை, பிரவேசனம் சௌஜன்யம், கிருஷ்ண மேனன், கிருஷ்ணமேனன் (ஒருவர் அரசியல்வாதி, ஒருவர் வேதாந்த உபாசகர்) காலடி, அடியோடி, காவாலம், இங்குள்ள எழுத்தாளர்கள் ஊரை விட்டுக் கொடுக்க மாட்டார்கள். காரூர் நீலகண்டபிள்ளை, வைக்கம் முகம்மது பஷீர், இப்படியாக இப்படியாக - குலவை, ஓணம், சாரைப்பாம்பு, தாரா முட்டை, வகை வகையான மீன்கள், சேட்டன் அநியன், அம்மாவன்.. இன்னும் சமஸ்கிருதத் தொடர்பு, பலாப்பழம், அண்டிப் பருப்பு, நேந்திரங்காய், வெற்றிலை, மிளகு பப்படம், காளன், ஓலன், தீயல். ஆயுர்வேதத்திற்குள்ள செல்வாக்கு, அம்மா வீடு.

நவீனன் ஒருமுறை சொன்னது இப்பொழுதும் அவன் காதில் ஒலித்துக் கொண்டிருந்தது; திரும்பிப் பார்க்கையில் தெரிகிறது. பக்கத்து வீட்டில் ஒருவன் - நண்பன் என்று சொல்வதற்கில்லை. ஒருமுறை கேட்டான் - படித்துவிட்டு இங்கேயே தங்கிவிடப் போகிறீர்களா? ஆமாம் என்று சொன்னேன் - ஏதோ ஒரு காரணம், சொல்லவேண்டும் என்பதற்காக - இங்கே இருப்பதால் எழுத்தைத் தொடரலாமென்று மனதின் ஒரு அசைவு. இங்கு வந்து நாட்கள், வாரங்கள், மாதங்கள், வருஷங்கள் கடந்துவிட்டன. வருஷங்கள், வருஷங்கள், ஒரு முகூர்த்தம், ஒருயுகம், ஒரு கற்பாந்த காலம். அப்பொழுது அண்ணனும் நானும் படிக்கத் தொடங்கிய காலம். பட்டணத்தில் சிறு வகுப்பில் படித்துவிட்டு இங்கு வந்தது. இங்கு எல்லாமே மாற்றம் - அவனும் நானும் கல்லூரியில் ஒன்றாகப் படித்தோம். அப்பொழுது ஸயன்ஸ் காலேஜ், ஆர்ட்ஸ் காலேஜ் என்று கல்லூரிகள் தனித்தனியாக இருந்தன. 40களில் என்று நினைக்கிறேன். எந்தப் பாடத்தையும் இஷ்ட பாடமாகப் படிக்க வழியிருந்தது. அப்பொழுதெல்லாம் பண வீக்கத்தைப் போல உயர் கல்விப்பெருக்கம், கல்வி - வேலை தொடர்பு இல்லாததால் அதிகம் பேர் படிக்க

முன்வராததால் யார் வேண்டுமானாலும் எதை வேண்டுமானாலும் படிக்கலாம். எனக்கும் சரி; அண்ணனுக்கும் சரி; எங்கள் ஆசிரியர்கள் - அவர்களும் திறமைசாலிகள் - அப்படி இருப்பதில் ஒரு முக்கியத் துவம் இருந்ததாக நினைத்ததாகத் தெரிந்தது - எல்லாம் தெய்வீகப் பிறவிகள் என்ற ஒரு போதம் - அவன் சரித்திரத்தை இஷ்டபாடமாக எடுத்து எம்.ஏ.யில் முதல் வகுப்பில் முதலாவதாகத் தேறினான் - நான் பி.ஏ. இல் மூன்றாவது வகுப்பிலும் - பிறகு பல விஷயங்கள் நடந்தன - அவன் உலக மகாயுத்தத்தில் சேர்ந்தது - அதன் மூலம் நல்ல வேலையில் அமர்ந்தது - நல்ல இடத்தில் கல்யாணம் நடந்தது - அவனுக்குப் பிள்ளைகள் பிறந்தது. அப்படியே சகோதர சகோதரிகள் - நான் யார் சொல்லியும் கேளாமல் கிளார்க் மிலிட்டிரி அக்கௌண்ட்ஸில் சேர்ந்தது ('எனக்கு ஒரு வேலை வேண்டும்'). அப்படியே பின்னர் தமிழ், ஆங்கில இலக்கியங்களில் படித்து வழக்கம்போல் மூன்றாவது வகுப்பில் தேறியது. ஒரு தம்பிக்குப் பைத்தியம் பிடித்தது. அம்மா உடம்பு தளர்ந்தது. கடைசிக் காலத்தில் அப்பா மனம் தடம் புரண்டது, ஒரு சகோதரி அமெரிக்காவுக்குச் சென்றது, அண்ணன் கெட்டிக்காரப் பிள்ளைகளும் அங்குமேல் படிப்புக்காகவும்; நான் ராமநாதனைச் சந்தித்தது, பத்து வருஷத்தில் விமர்சகர்களின் உதாசீனத்திற்கு உட்பட்டது, சக எழுத்தாளர்களின் கசப்பைச் சம்பாதித்துக் கொண்டது, எப்பொழுதும் உள்ளுக்குள் ஒரு மாதிரி ஜுரம் - என்றாலும் நான் இந்த ஊருடன் ஐக்கியமாகி விட்டேன். திருவனந்தபுரம் - இருவிதத் தகவல்கள் - முதல் வகைத் தகவல்களும் நாவல் - எழுத்தில் முக்கியமென்கிறார்கள் இராமநாதன் போன்றவர்களும், ஒரு வகையில் திரும்பிப் பார்க்கையில் ஆச்சரிய மாகத்தான் இருக்கிறது. எப்பொழுதுமே முறையாக மூன்றாவதாகத் தேறியவன் ஆன எனக்குப் புத்தகத்தில் எப்பொழுதுமே அபாரமான ஆசை உடையவனாக இருந்திருக்கிறேன். வாழ்க்கையின் சாதாரண சலனங்களை எப்பொழுதுமே நிராகரித்து வந்தவன் ஒரு எழுத் தாளனாகவே என்னைப் பாவித்திருந்திருக்கிறேன். நண்பா! சொல்லப் போனால் மனிதன் தன் பாவனைகளால் மாத்திரம்தான் உலகைச் சிருஷ்டித்துக் கொள்கிறான் போலும். இதிலெல்லாம் ஆச்சரியம் என் மனம் போனபடியெல்லாம் என் வாசிப்பைத் தொடர்ந்த நான். ஒரு கல்லூரி ஆசிரியனாகத் தொழில் ஆற்றுவதை ஒரு இருபது வருஷம் சொல்ல வேண்டும். இது இருபது வருஷத்திற்கு முன் நடந்தது. இப்பொழுதெல்லாம் என்றால் என்னால் ஒரு வகையில் - ஒரு முறையில் உயர் படிப்பைப் படிக்கவோ போதிக்கவோ சாத்திய மாகவே இருந்திருக்காது. ஆனாலும் இதிலும் நிலைமை மாறும்போல இருக்கிறது. என்றுமே எதிலுமே நான் பின் தங்கியவனாகவே இருந்திருக்கிறேன். ஏன்; ஒவ்வொருவர் விஷயத்திலும் இப்படி ஏதாவது நடந்து கொண்டுதான் இருந்திருக்கிறது. நடராஜன் கூட ஒருமுறை

என்னிடம் இப்படிச் சொன்னதாக ஞாபகம். திட்டமாகச் சொல்ல முடியவில்லை. 'என்னமோ சொல்லிக் கொண்டு வந்தவன் எதையோ சொல்லிக் கொண்டு வருகிறேன்' - என்றும் அவன் திருவனந்த புரத்தைப் பற்றிய தகவல்கள் பற்றியல்லவா பேச்சு - ஸஹ்யமலை தாண்டிப் பிரவேசிக்கிறோம் - கேரளத்தின் தலைநகரான திருவனந்த புரத்தை - தென்னை மரத்தோப்புகள், கண்ணைக் குளிரச் செய்யும் பச்சை, பாலங்கள், ஏரிகள், ஒரு புராதனகால நகரம் போன்ற ஒரு மயக்கம், உதயகீதம், கோவில்களில் நாராயணீயம், மாதாகோவில் மணி ஓசை, சாலைக் கம்போளம், அங்கும் காலங்கடந்து போய்விட்ட ஒரு பிரக்ஞை - எவ்வளவோ இப்படிச் சொல்லிக்கொண்டு போகலாம் தான். நூல் நிலையம், கல்லூரி, மார்க்கெட், ஆஸ்பத்திரி, தந்தச் சிலைகள், நாலுகெட்டு இப்படியாக இப்படியா 'முதல் முதலாக நான் இந்த ஊரில் தானே அவளைப் பார்த்தேன்' -டெல்லியில் ராமநாதன், சிதம்பரத்தில் நல்லசிவன் பிள்ளை, இப்படியாக, இப்படியாக இப்பொழுது அவள் சென்னையில் - இவ்வளவு வருஷங்களாகியும், இன்னும் அவள் நினைவு - ஒல்லியாக உயரமாக என்றாலும் அதிக உயரமில்லை. நேர்நடை, சந்தனக்கீற்று - அன்று அவள் அளித்த காட்சி இன்று அவளுக்கு எவ்வளவு குழந்தைகள் - அவள் தாம்பத்ய வாழ்வு - அவளும் எதைத் தேடுகிறாள். பணம், பதவி இவைகளைத் தேடினாலும், தன்னைப் பிடிக்கும் என்றதால் தன்மீது ஒரு பரிவு இந்தப் பைத்தியக்கார எழுத்தாளர்களைப்போல - 'என் புஸ்தகம் பிடிக்கும்வரை நான் உன் சிநேகிதன். இல்லாவிட்டால் நான் உன்னைப் பார்க்கமாட்டேன். பார்த்தாலும் பேசமாட்டேன். பேசினா லும் பழகமாட்டேன். பழகினாலும் நெருங்க மாட்டேன் நெருங்கி னாலும் நகர்ந்து போவேன். நீ நகர்ந்து போனால் நான் பின் வருவேன்' 'இந்த ஜன்மத்தில் என்னால் சுசீலாவை மறக்க முடியும் என்று தோன்றவில்லை. இவ்வளவுக்கும் அங்கு சென்று அவளைப் பார்க்கவேண்டுமென்றோ, இங்கு வந்தால் அவளைச் சென்று பார்க்க வேண்டுமென்றோ ஒருவிதச் சலனமுமில்லை' என்றாலும் ஒருவர் எழுதியிருந்தார் - சுசீலா, சுசீலா என்று திரும்பத் திரும்ப எழுதினால் இலக்கியமாகி விடுமா என்று - ஆனால் நான் என் எழுத்தில் இலக்கியமா படைக்கிறேன் - கண் மறைந்ததும் நினைவில் நிற்பதும், ஒரு விஷயத்தை மீண்டும் மீண்டும் மனதில் கொண்டு வருவதும் (தெரியாமல் மனப்பாடம் செய்வதில்லை) தான் கல்வி என்கிறார்கள். மிளகுப் பச்சை, கொத்தமல்லி மணம், பிராந்தியின் கசப்பு, என் உடன் வரும் என் நினைவுகள். 'இந்தத் திருவனந்தபுரத்தில் ஒரு ஐந்து வருஷங்கள் இருந்திருப்பாளா? தெரியாது. அவளுடைய பன் கொண்டை சுலோ - எவ்வளவு பெண்கள் - இவர்களில் யாரிடமாவது - என் மனம் செல்கையில் அந்த - அந்தப் பெண்ணிடம், சுசீலாவின் ஒரு அம்சம் தோன்றி மறைந்ததாக ஒரு போதம் - அகிலலோக நாயகி,

வராபயங்கரி, அன்னலெவியா, ப்ளூராபெல், ஐராவதி, காவேரி, கோதவரி, கங்கா, யமுனா, நீளமாக ஓடும் நைல்நதி, இந்த நதியைப் பார்த்தால் பயமாக இருக்கிறது. சமுத்திரம்போல் பொங்குகிறது. குமரன் ஆசான்தான் ஒரு கவிதையில் எழுதியதாக நினைவு. சில பறவைகள் தெய்வாம்சம் போலும் - மோகம் ஒரு முள் - பாசம் ஒரு கயிறு - 'சொல்லப் போனால் என்னைப் போன்றவர்கள் படிக்கப்படிக்க, எழுது எழுது என்று எழுதுவோம் போலும்', - நண்பா, ஏன் இது? அதைவிட சுசீலா நினைவு இருக்கிறவரை என் எழுத்து இருந்து வரும் - ஆனால் பேனாவில் மை இல்லா விட்டால் சுசீலா கூட மறைந்து விடுவாள் என்று சிவன் சிரிப்பான் - இருக்கலாம், யார் கண்டது? - ஒரு காலத்தில் பேனாவும் மைக்குப்பியும் தனியாக வேறு வேறாக இருந்தன - 'ஆனால் பேனாவும் குப்பியும் ஒன்றாகி விட்ட நேரத்தில் என்னை விட்டு சுசீலா வேறு; நான் வேறா?' முதலில் நெஞ்சில் சிறை வைத்தேன் என்றான் அவன் - இவ்வளவுக்கும் சொல்கிறார்கள் மண்டோதரியும் சீதையும் உருவிலும் குணத்திலும் ஒரே மாதிரி இருப்பார்கள் என்று - சப்பாத்தி முட்கள் சிவந்து கோபமாக இருக்கின்றன - இந்திர கோபப் பூச்சிகள் எங்கும் உருவெளித் தோற்றம், நிலவு பாலாக வடிகிறது. ஏதோ ஒரு குரங்கு அனுமானாக இருக்கலாம் -ராமகிருஷ்ண பரமஹம்சர்-அப்படியென்றால் நண்பா எப்பொழுதுமே, என் மனம் ஆத்ம விசாரணையில் லயித்து விடுகிறது. கொஞ்ச மாவது மூளையிருந்தால் அரசியலிலேயோ கட்சிகளிலேயோ நாட்டமடைய வேண்டும். முடியவில்லை. என்னைப் பற்றிய வரை - அங்கு விஷயம் தீர்ந்தது - சுசீலா நான் உருட்டும் ஜபமாலை - நான் கண்ட தெய்வம் - புஸ்தகத்தைத் திறந்து தானே படிக்க வேண்டும். கண்ணால் பார்த்த பிறகு பேனாவால் எழுதிய பிறகு - ஒரு சங்கக் கவிதையின் நினைவில் சுசீலாவால் சுசீலாவுக்குப் பிரயோஜனமில்லை. நீண்ட காலப் பழக்கம், மகாபாரதம், காலம், இடம் என்ற வரை யறைகளைத் தாண்டிய விஷயம். இன்னும் என்ன சொல்ல, எழுத, சிந்திக்க, உணர, உட்சென்று மறைய, நான் என்ற நினைவே மறந்து போகுமானால் ஒருவேளை ஒருவேளை - அவளை அடையலாம் போலும் - இப்படி நவீனன் அவன் டயரியைப் பற்றிய - அவன் டயரி என்ற பதத்தினுள் விரைந்து சென்றதனால் ஏற்பட்ட விளைவு கையடக்கமாக மாத்திரம் வைத்துக் கொண்டு தன்மையைத் தெரிவிக்க முடியுமா? எழுதுகின்ற நிர்ப்பந்தம் என்பது பார்க்கப் போனால் பேசுவதின் நிர்ப்பந்தத்தின் வேற்றுருவம் தானோ? ஆனால் எவ்வளவுபேர் எதைப் பற்றிப் பேசுகிறார்கள்? - பேசினாலும் பேசிக் கொண்டே இருக்கின்றார்கள்? - பேச வேண்டும் என்பதன் நிர்ப்பந்தம் தான் என்ன? சிந்தனையின் தனிமையிலிருந்து விடுபட ஒரு முயற்சி? நடக்கலாம், பேசலாம், தின்னலாம், படுத்துக் கொள்ளலாம், பேசாமல் உட்கார்ந்து கொண்டிருக்கலாம் - இதெல்லாம் எதற்காக. இதைவிடப்

பேசாமல் உட்கார்ந்து டயரி எழுதுவது நல்லதில்லையா, இகரமுதல்வி? வார்த்தைகளின் சப்தங்கள் எழுதும் எழுத்துக்களால் எவ்வாறு உருவாகின்றன? அகர முதல எழுத்தெல்லாம் - ஆரூட ஞானம் - நடைபாதை - தக்ளியில் நூல் நூற்பது மாதிரி, ஜபமாலை உருட்டுவது மாதிரி, அவனுக்கும் நவீனனுக்கும் பொதுவாகத் தெரிந்த மனிதரின் பெயர்கள் அகஸ்திய லிங்கம், ஆரோக்கியசாமி, ஆறுமுகம், ஆதிகேசவ அய்யங்கார், அடுத்தவீட்டு நாராயணபிள்ளை, ஆதிமூலம், அதிர்ஷ்டம் கெட்ட கேசவன், யாருக்கும் தெரியாத அப்பாவுப்பிள்ளை. 'அப்படிச் சொல்லு' என்று அடிக்கடி சொல்லும் ஐயன் காளி, எல்லாரும் அடிக்கடி மறந்து போகும் ஹரிஹரபுத்ரன், அற்புதமான கவிதைகள் எழுதும் எஸ்.ஆல்பர்ட், புஸ்தகக் கடைக்காரர் டேவிட்ஸன் டேவிட்ஸன், அன்பு - கணபதி கவுடியார், கிருஷ்ணய்யர், சின்ன மகாதேவன், பெரிய செட்டியார், கூடப் படித்த ரங்கசாமி, டாக்டர் பாஸ்கரன் நாயர், புத்தி ஜீவி அடியோடி, பூஜ்யரான சச்சிதானந்தம் பிள்ளை, அந்த அழகான கோபிகிருஷ்ணன், பத்து வருஷப் பழக்கத்தில் நாலுமுறை வந்து ஒவ்வொரு தடவையும் இருமணி நேரம் ஜே. கிருஷ்ணமூர்த்தி பேசிக்கொண்டிருந்த அந்தப் புத்திசாலிப் பையன் கிருஷ்ணமூர்த்தி, என்னைப் பார்க்கும் போதெல்லாம் எதைப் பற்றிப் பேசிக் கொண்டிருந்தாலும் இடை இடையே அவர் என்னைப் பற்றி என்ன சொன்னார், இவர் என்னைப் பற்றி என்ன சொன்னார் என்று கேட்கும் கிருஷ்ணராஜ், தனக்குத் தானே தான் இருக்கிறோமா என்று எப்பொழுதும் சந்தேகப்படும் டி.கே. துரைசாமி, சிந்தனைத் துடிப்பு மிகுந்த ரங்கநாதன், 'நீங்கள் எல்லோரும் என்னைச் சரியாகப் புரிந்து கொள்ளவில்லை' என்று சொல்லும் கேசவமாதவன், இலக்கியத்தைப் பற்றி மணிக்கணக்காக உட்கார்ந்து பேசும் ராமநாதன், தாகமெடுத்தால் தண்ணீருக்குப் பதிலாகப் பிராந்தி குடிக்கும் ஹரிஹர சுப்ரமண்ய ஐயர், 'இப்பொழுது எல்லாம் எனக்கு யாரைக் கண்டாலும் பிடிக்கவில்லை' என்று சொல்லிக் கொண்டிருக்கும் சிவன், பழக்கடை ஜார்ஜ், 'பார்த்தாலே ஆள் சரியில்லை' என்று தெரிந்து கொள்ளக் கூடிய சிவசைலம்பிள்ளை, நல்ல கொழுக்கட்டை மாதிரி இருக்கும் சிவக்கொழுந்து சாமியார், வழுக்கைத்தலை வெங்கட்ராமன், கணக்கு வாத்தியார் ஷண்முகம் பிள்ளை, எதற்கெடுத்தாலும் 'என்னை ஒரு வார்த்தை கேட்டிருக்கக் கூடாதா?' என்று சொல்லும் சங்கரசுப்ரமண்ய ஐயர், 'என் புஸ்தகத்தை வாசகர்கள் விழுந்துவிழுந்து படிக்கிறார்கள்' என்று சொல்லிக் கொண்டு திரியும் பா.பா.மா, 'பார்த்தாலே தெரிகிறதே இது அமெரிக்கன் ஸ்டாம்ப்' என்று கூறும் சிவசிதம்பரம், 'எப்படி இருக்கா, பாத்தாயா?' என்று கேட்கும் நாவலாசிரியர் நாராயண ஐயர், 'நான் யார் தெரியுமா?' என்று எப்பொழுதும் சவால்விடும் நாகராஜன், சில சமயம் பார்த்தாலும் பார்க்காத மாதிரிப் போகும் சதாசிவன் நாயர், 'நான் நேற்றுத்தானே செத்துப்போனேன்?'

என்று தனது 80 ஆவது வயதில் பார்த்தவர்களையெல்லாம் கேட்கும் நவீனன் தகப்பனார், 45 வயதில் வேலையைத் தொலைத்துக் கொண்டுவிட்டு அதன் பிறகு எப்போதுமே வீட்டுக்குள்ளே முடங்கிக் கிடக்கும் சாமிநாத ஐயர், டாக்ஸி டிரைவர் பார்க்கவன்பிள்ளை, சப், ரிஜிஸ்ட்ரார் ஆபீஸிற்கு எந்தக் காரியமாகப் போனாலும் தலையைச் சொரிந்து கொண்டு பக்கத்தில் வந்து நிற்கும் ப்யூன் பரமுப்பிள்ளை, கடன் வாங்கிவிட்டு கைக்குப் பிடி கொடுக்காமல் இந்தத் தெரு கண்டால் அந்தத் தெருவில் மறையும் கண்ணுப்பிள்ளை, அதிகாரி களைக் கண்டால் பேசவே பயப்படும் சாது சுப்ரமண்ய ஐயர், ஒரு நிமிஷத்தில் ஒன்பது பொய் சொல்லும் சாமிக்கண்ணு, இடது கை செய்ததை வலது கைக்குத் தெரியாமல் மறைக்கும் பலே சுப்ரமண்யம், உபத்ரவம் கொடுக்கக்கூடிய கேள்விகளைக் கேட்காத மாதிரி பாவனை செய்யும் கிருஷ்ணசாமி, வக்கணையாகப் பேசி விஷயத்தை வேறு திசை மாற்றும் ஜில்பா, வெங்கடசாமி, ரயில் போன பிறகு ஸ்டேஷனுக்குப் போகும் மருதநாயகம் பிள்ளை, வாங்கின கடனைத் திருப்பிக் கொடுக்கக் கேட்டபோது 'நீங்களா? நானா?' என்று கேட்ட சங்கர சுப்ரமண்யம், நினைத்த மாத்திரம் கண்முன் தோன்றும் கையில் பைபிளும் முகத்தில் புன்னகையுமாக வரும் அருளப்பன் ஸார், 'சப்போட்டாப் பழம், சப்போட்டாப் பழம்' என்று பாடிக்கொண்டு திரியும் பைத்தியம் வேலப்பன், ஓசைப்படாமல் வேலை செய்யும் பாலகோபால், குங்குமப் பொட்டு ரங்கசாமி, சுத்தத் தமிழில் புதுக்கவிதை எழுதும் சேரமான் பெருமாள் நாயனார், நாடி பார்த்து ஜோசியம் சொல்லும் சிவஞானம், வீடு நிறையப் புஸ்தகம் எழுதிக் குவித்த பால், குணங்கரை சேதுமாதவன். தான் எழுதாத நாவலைப் பற்றி எப்பொழுதும் பேசிக் கொண்டிருக்கும் பெருமாள்சாமி, எழுதின உடன் மறைந்து போகும் இலக்கியம் படைக்கும் ஜனர்த்தனன், ஒவ்வொருவரையாக முறையாக ஏமாற்றிக் கொண்டு வரும் ஓ.பி.ஜி. ஒருவனையே பலமுறை ஏமாற்றிக் கொண்டுவரும் பெரிய வீட்டுப் பால சுப்ரமண்யம், ஊர் ஊராகப் போய் ஒருவருக்கும் தெரியாமல் தன் புத்தகங்களுக்குப் பிரசாரம் செய்யும் அனந்தராமன், வேலையில் லாமலே காலந்தள்ளி வரும் விவேகாநந்த சுவாமிகள். பட்டணத்திற்குப் போகிறேன் என்று சொல்லிவிட்டு மதுரைக்குப் போன ஜகந்நாதன். கண்முன் செப்பிடு வித்தை செய்யும் லக்ஷ்மி நாராயணன், பயலுக்குப் பாடம் படிப்பிக்கிறேன் என்று தான் பாடம் படித்த சுந்தரேசன், விஷயத்திற்கு வராமல் வளைய வளைய பேசிக்கொண்டிருக்கும் கோடித்தெரு கல்யாணராமன், சமயம் பார்த்து ஏமாற்றும் விசுவநாதன், தன்னையே தேடிக் கொண்டிருக்கும் வேணு முதலி, மொட்டையடித்துக் கொண்ட பிறகும் கடைசிக் காலத்தில் நிம்மதியாக வாழ்வதற்காக சட்டை போட்டுக் கொண்ட சுப்ரமண்ய தீக்ஷிதர், உபதேசி சம்மனசு, ஊருக்குப் பயந்து வாழும் உப்பிலி, தோற்றப் பொலிவினால்,

முகபாவனையால் பேச்சுச் சாதுரியத்தால் கறுப்பை வெளுப்பாகக் காட்டும் கெ.எஸ். ரங்கசாமி, தான் செய்யவேண்டிய காரியங்களைப் பிறர் மூலம் செய்ய வைத்து நிலைமை மோசமாகும்போது களத்திலிருந்து விலகிப் போகும் பஞ்சாமி. மனித சுபாவத்தைப் பற்றி எனக்கு ஒரு ஆச்சரியமான உள் - அறிவு உண்டு என்று நவீனனிடம் ஒரு முறை சொன்ன கோவிந்தசாமி, கல்யாணச் சடங்கில் நலங்கில் பந்து உருட்டமாட்டேன் என்று சொன்னதற்காகத் தன் பெண்ணைச் சாட்டையால் அடித்த சப் - ஜட்ஜ் சபேச அய்யர், வலியின் பொருட்டு அடிக்கடி மார்ஃபியா ஊசி குத்திக் கொள்ளும் இராமகிருஷ்ணய்யர். ஒரு முறை கழுவாமலேயே ஊசியை உபயோகித்ததால் மரண மடைந்தது, காரில் கியர் மாற்றுகிறார்கள். ரயில் ஒரு தண்டவாளத்தி லிருந்து இன்னொரு தண்டவாளத்திற்கு மாறுகிறது. பக்கங்களின் அவசியம், ராமநாதனின் கனமான மண்டை, கேசவமாதவனின் உயரமான தோற்றம். ஹரிஹர சுப்ரமண்ய ஐயர் சொல்வது புரியா விட்டால் கண்ணை இறுக்கிக் கொள்ளும் பொழுது அவர் கீழ் இமைகளின் அடிப்பாகங்களில் காணும் சதையில் சிறுசிறு சுருக்கங்கள் காண்கின்றன. அடிக்கடி சிகரெட் குடிக்கும் சாரதி, எந்த விஷயத்தைப் பற்றிப் பேச ஆரம்பித்தாலும் ஒரு அனுபவத்துடன் ஒரு அனுபவ - லயிப்புடன் - மிகவும் சாவதானமாக - இடை இடையே லௌகிக ஞானத்தை விட்டுக் கொடுக்காமல் பேசுகிற பொழுது அவர் பேச்சைக் கேட்பது ஒரு கலை இன்பத்தைக் கொடுக்கிறது. கல்லூரியில் படித்தவரும் இரடடையர்களான ராஜுவும் ராமனும் 18 வயதுதான் என்றாலும் அதற்குள் திருட்டுக் குற்றத்திற்காக 4 முறை ஜெயிலுக்குப் போய்விட்டுப் பரோலில் இருக்கிறார்கள். இப்பொழுதும் 'ஜில்' என்றுதான் இருக்கிறார்கள். ஆஸ்துமாவால் ரொம்ப காலம் கல்யாணத்தை வேண்டாமென்று தள்ளிப்போட்டுக் கொண்டு வந்த 36 வயது ஆன போஸ்ட் மாஸ்டர் விச்வம்பான் நாயர் ஒரு எம்.ஏ. காரியை, லெக்சரரைக் கடைசியாகக் கல்யாணம் பண்ணிக் கொண்டார். எப்பொழுதும் ஏதாவது தொழில் செய்துகொண்டே இருக்கும் நவீனன் தம்பி ராஜகோபால், அவன் கை சும்மாவே இருக்காது. நடராஜன் 'நவீனன்' வீட்டிற்கு அவனாகவே வந்தால் அவனுக்கு ஏதாவது விஷயம் இருக்கும் என்று தெரிந்து கொள்ளலாம். அவனுடன் வெளியே நடந்து போய்க் கொண்டிருக்கையில் எதிரே ஏதாவது கோயில் தென்பட்டால் அந்த இடத்தில் அப்படியே அந்த க்ஷணம் நின்று கண்ணை மூடிக்கொண்டு கையால் சாமியைத் தொழுதுவிட்டுத் தான் மறுபடியும் நடையைத் தொடர்வான். இதையெல்லாம் பக்கத்தில் நவீனன் பார்த்துக்கொண்டு நிற்பான். ராமநாதன் பேசிக்கொண்டே தெருவில் நடந்து போகையில் தெருவில் கடலைக்காரியைப் பார்த்தால் அவளிடம் கடலை வாங்குவார். அப்பொழுது அவர் பக்கத்தில் நவீனன் அதைப் பார்த்துக் கொண்டு

நிற்பான். நவீனன் யாரையாவது பார்த்துவிட்டால், அதுவும் இலக்கியப்பிரியர்கள் என்றால் அவர்களுடன் பேசிக்கொண்டே இருப்பான். அவனுடைய மைத்துனன் ராமசாமி வீட்டில் இருந்தால் கூட எப்போதும் நடந்துகொண்டே இருப்பான். ஒரு கனமான மண்டை, நீளமான கைவிரல்கள், கோவிலைக் கண்டால் நிற்கும் ஒரு மனிதன், அவர்கள் பக்கத்தில் பக்கத்தில் போகிறார்கள். முகபாவம் பேச்சுத் தோரணை, சொல்லின் சிந்தனை மூட்டம். நவீனன் சகோதரன் இராஜகோபாலன் பேசிக்கொண்டே இருப்பவன் திடீரென்று நடுவில் பேச்சை நிறுத்திவிட்டு வீட்டுக்குப் போய்விடுவான். டயரி, நவீனன் டயரி எப்படியிருக்கும், அவன் டயரியை இவன் எழுத முடியுமா என்ன? இருந்தாலும் அவர் கார் ஓட்டுவதில் திறமைசாலி என்கிறார்கள். காதால் கேட்டுக் கொண்டே பக்கத்திலிருப்பவன் பேசுவதை தெருவில் கவனத்தை மாற்றாமல், அவர் கார் ஓட்டிக் கொண்டு போவதை அவன் பார்த்திருக்கிறான் 'ஒரு கட்டம் வரை சைக்கிள் இல்லாமல் அவன் நவீனனைப் பார்த்ததில்லை. இப்பொழுது இல்லை. அவன் உடல் 'படுத்துவிட்டது' அவனாலும் சிவன் போல் சிந்திக்காமல் இருக்க முடியவில்லை. நவீனன் செத்துவிட்டால் தன் வாழ்வு எப்படி அமையும் என்பதை, இந்த உலக நியதியே அப்படித்தானே, இன்றில்லாவிட்டால் நாளை, நாளை இல்லாவிட்டால், அதன் மறுநாள், நம்கூட இருந்தவர்கள், இருப்பவர்கள், நம்மை விட்டுப் போய்விடுவார்கள். திடீரென்று போய்விடுகிறார்கள் சிலர், இதைப் பற்றி நவீனனிடம் கேட்டால் அவன் சொல்வானாக இருக்கலாம். 'இதைப் பற்றியெல்லாம் உனக்குப் பேச வேண்டுமென்றால் நீ ஒருநாள் சச்சிதானந்தம் பிள்ளையுடன் இருந்திருந்தால் போதுமானது. அவர் இப்பொழுது இல்லையே' என்பான். பார்க்கப்போனால் நவீனனால் அவனுக்கு என்ன பிரயோஜனம். அவன் தன்னுடைய இயற்கையான வேலையைச் செய்வதற்குக் கூட இடையூறாக இருந்ததுதான் என்பதைத் தவிர. எப்பொழுதும் அவன் நினைத்தான். யார் இந்த நவீனன்? பலபேர் அவன்தான் நவீனன் என்று நினைத்தார்கள். அவன் பல தடவைகள் இதைக் கட்டாயமாக - க் - கண்டிப்பாக மறுத்த போதிலும் - சொல்லப் போனால் அவனுக்கு நவீனனிடம் அவன் கண்ட பல விஷயங்கள் அறவே பிடிக்கவில்லை. அவன் சாப்பிடுவதை அவன் பார்த்திருக்கிறான். பிரக்ஞையில்லாமலேயே என்னவோ சாப்பிட வேண்டுமே என்று சாப்பிடுவதைப் போல - சில்லறைப் பிரச்னைகளையெல்லாம் அவன் மிகப் பெரிதுபடுத்துவ தாகவே அவனுக்குத் தோன்றியது. சொல்லப்போனால் அவன் மூஞ்சி கூடப் பார்க்க அவனுக்கு அவ்வளவாகப் பிடிக்கவில்லை. இதைப் பற்றி அவனிடமே அவன் சொன்னதற்கு அவன் சொன்னது அவனுக்கு ஞாபகம் வந்தது. நீ அப்படிச் சொல்வதுபற்றி எனக்கு ஆட்சேபமில்லை. ஆனால் எனக்கே என் முகம் தெரியவில்லை.

உனக்கு இதைப் பற்றி நான் சொல்லித் தெரியவேண்டுமென்பதில்லை. உனக்கு ஒருவனுடைய முகம் ஞாபகம் வரவில்லையென்றால் அவனைப் பற்றி நீ என்ன நினைக்கிறாய்? இது மாத்திரமில்லை. யாருக்கு என் எழுத்துப் பிடிக்கவில்லை என்பதும் எனக்கும் தெரியும். ஒரு சிலருக்கு உடனடியாகவும் காலந்தாழ்த்தியும் பிடிக்கிறது என்பதும் எனக்குத் தெரியும். ஆனால் ஆச்சரியம் என்னவென்றால் எனக்கு என் எழுத்தைப் பற்றிப் பூரண திருப்தியில்லை. நான் இனிச் சொல்லப்போவது உனக்கு ஆச்சரியமாக இருக்கலாம். என்னைவிட நன்றாக எழுதுகிறவர்கள் இருக்கிறார்கள். நான் அவர்களைப் படித்திருக்கிறேன். ஆனால் ஒரு கட்டத்திற்குப் பிறகு எனக்கு அவர்கள் எழுத்துக்களிலும் பூரண திருப்தி ஏற்படுகிறதேயில்லை. சொல்லப் போனால் தமிழிலேயே மிகச் சிறந்த எழுத்தாளராகக் கருதப்படும் நல்ல சிவன் பிள்ளையின் எழுத்தில்கூட - அவருடைய எழுத்தைப் பற்றி என்னவெல்லாமோ சொல்கிறார்கள். எவ்வளவு நிறைவான அம்சங்கள் இருக்கிறதோ அவ்வளவு குறைபாடுகளும் இருப்பதாகவே படுகிறது. சொல்லப் போனால் பைபிளிலும் மகாபாரதத்திலும் நாம் காணும் ஒரு பிரபஞ்சத்திலிருந்து நாம் இன்றுவரை ஒரு இம்மியளவு கூட முன்னேறிவிட்டதாக எனக்குத் தோன்றவில்லை - மாத்திர மில்லை - என்னால் பிரதிபலிப்பின் வசீகரத்திலிருந்து என்னை விடுவித்துக் கொள்ளவே முடியவில்லை. ஆதலால்தான் நான் சிலர் சொல்வதுமாதிரி ஒரு எழுத்தாளனோ என்று எனக்குச் சந்தேகம் வருகிறது. இதைக் கேள் - இப்பொழுது எல்லாம் வந்து வந்து ஒரு ஆளைக் கண்ட மாத்திரம் அவன் முகத்திற்குப் பின் இருக்கும் அவன் மண்டை ஓடு என்னைக் கண்டு சிரிக்கிறது. என் பின் என் மண்டை ஓடும். அதனால்தான் எனக்கு இந்த எழுத்தாளர் வர்க்கத்தையே - என்னையும் உட்படுத்தியே பேசுகிறேன்- பிடிக்கவில்லை. அவர்கள் ஒருவரும் பூரணமான மனிதர்களேயில்லை. அவர்களைவிட ஒரு சாதாரண மனிதனே தேவலை. அவன் சிலுவையில் அறையப் பட்டாலும் அந்த அனுபவத்தை அவன் ரசிக்க முற்படுவதில்லை. ஏன், அப்படி ஒரு நூதனமான உணர்ச்சி அவனுக்குத் தோன்றாது. ப்ரூஸ்டைப் பற்றி ஒரு கதை சொல்வார்கள். அவனைப் பார்க்க யாராவது வந்தார்களானால் அவர்கள் போனபிறகு - அவர்களைப் பற்றி அவர்கள் உள்ளில் வெகு ஆழத்தில் இருப்பதைப்பற்றிக்கூட துருவித் துருவி அவன் எழுதிவைத்து விடுவானாம். இப்பொழு தெல்லாம் எனக்கு எழுத்தில்கூட நம்பிக்கையில்லை - என்று சொல்லி முடித்தான். இதைக் கேட்ட அவனுக்கும் சிவனைப்போல் நவீனனுக்குச் சித்தப்பிரமை உண்டோ என்று சந்தேகிக்காமல் இருக்க முடியாது. நவீனனைப் பற்றி அவனுக்குவேறு சில விஷயங்களும் ஞாபகத்தி லிருந்து வந்தன. அவன் சில அபிப்ராயங்கள் வேடிக்கையாக இருந்தன. அவன் ஒரு தடவை அவனிடம் சொன்னது அவனுக்கு

ஞாபகம் பிளேட்டை வைத்தமாதிரி' 'எனக்கு ஹரிஹர சுப்ரமண்ய ஐயரைப் பிடிக்கிறது.' 'ஏன்?' அவருக்குச் சற்றுப் பாரியான தேகம்' 'அதனால்?'

"அவர் தலை வழுக்கை"

"அவர் சதா வெற்றிலை போட்டுக் கொள்வார்"

"சில சமயம் குடிப்பாரா"

"சுலோ?"

"அப்படியும் சொல்வதற்கில்லை. சுலோவிற்கு ஜாஸ்தியாக இருந்த ஓரிரு சமயம் அவர் வீட்டிற்கு ஓரிரு தடவை போயிருக்கிறேன். அவர் பேசாமல் உட்கார்ந்திருப்பார்."

"அவருக்கு ஸம்ஸ்கிருதத்திலிருந்து பல பாடங்கள் பாராமல் தெரியும். பேசிக்கொண்டேயிருப்பார். அடிக்கடி சில்லறை சில்லறையாகக் கடன் வாங்குவார்."

"என்னுடைய கவிதைகள் எனக்குப் பிடிக்காவிட்டால் கூட அவருக்குப் பிடிக்கும்"

"ஏன்?"

நமது சம்பிரதாயத்தை ஒட்டியிருப்பதால். ஆனால் அந்த அளவுக்கு அவருக்கு ஜே. கிருஷ்ணமூர்த்தி எழுத்தில் நம்பிக்கை இல்லை.

"உனக்குப் பிடிக்குமே"

"அதனால்தானோ என்னவோ கிருஷ்ணமூர்த்தியையும் அவர் படிக்கிறார். அவருக்கு என்னுடைய நாவல்கள் கூட முதலில் பிடிக்க வில்லை."

"ஏன்?"

"மூளை சிலந்தி வலை பின்னுகிறது என்கிறார். ஆனால் அவை களையும் படிக்கிறார்."

"ஏன்?"

"எனக்குத் தெரியவில்லை"

"என்றாலும் எனக்கு அவரைப் பிடிக்கிறது"

"ஏன்?"

"அவர் கதைகள் சில நன்றாக இருக்கின்றன. அவருக்குச் சில திட்டமான அடிப்படைகள் இருக்கின்றன. எந்த அடிப்படைகளிலும் நம்பிக்கை எனக்கு இல்லாததாலோ என்னவோ பிறகு அவர் ஒருவருக்கும் அசைந்து கொடுப்பதில்லை அவனுக்கு நவீனனைப் பற்றி இந்த மாதிரி விஷயங்கள் எல்லாம் நினைவு வந்தபோது அவனுக்கு நவீனன் மீது சிவன் வைத்திருந்த நம்பிக்கை ஊர்ஜிதமாகிவிடும் போல் இருந்தது. இதைவிட அவனுக்கு இன்னுமொரு ஆச்சரியமான - அதை

அப்படி இல்லாமல் வேறு - எப்படிச் சொல்வது என்றும் அவனுக்குத் தெரியவில்லை -சம்பவம் ஞாபகத்திற்கு வந்தது. பாம்லண்ட்ஸிற்கு முன்னாடியுள்ள ஸ்டேடியத்தில் ஒருநாள் அவனும் நவீனனும் மாத்திரம் உட்கார்ந்திருந்தார்கள். அப்பொழுது அவனிடம் நவீனன் சொன்னான்; "பலர் நானும் நீயும் ஒரே ஆள் என்கிறார்கள்."

"ஏன்?"

"என் பெயரை வைத்துக்கொண்டு நீ எழுதுகிறாய் என்கிறார்கள்."

"அப்படி இல்லையா?"

"நீ என்ன கேட்கிறாய்"

"நான் இருந்தால்தானே நீ?"

"அது எப்படி?"

"ஹரிஹர சுப்ரமண்ய ஐயர் யார்?"

"இது என்ன கேள்வி. ஹரிஹர சுப்ரமண்ய ஐயர் என்று ஒருவர் இருக்கிறார் இல்லையா?"

"ஹரிஹர சுப்ரமண்ய ஐயர் இருக்கிறார். யாருக்கு?"

"இதைக் கேள். நான் சொல்ல விரும்புவதை நான் இன்னும் சற்று விளக்கிச் சொல்ல விரும்புகிறேன்."

"உன்னுடைய விளக்கம் காரியத்தை இன்னும் குழப்புகிறது என்கிறார்களே"

"எப்படி?"

"உன்னுடைய எழுத்தைப் படிக்கிறவர்கள் பலரும் உன் எழுத்து என்னவோ இருக்கிறது என்ற பாவனையை எழுப்புகிறதே தவிர வேறு ஒன்றும் துருவிப் பார்த்தால் அதில் இல்லை என்கிறார்கள்."

"என் எழுத்தை விட்டுத் தள்ளு. நாம் ஹரிஹர சுப்ரமண்ய ஐயரைப் பற்றி அல்லவா பேசிக் கொண்டிருந்தோம்."

"ஆமாம். அதை விட்டுத் தள்ளு. நாம் ஹரிஹர சுப்ரமண்ய ஐயர் இருக்கிறார் என்றே நினைக்கிறேன்."

"ஏன்?"

"அவர் சில சமயங்களில், என்னைப் பற்றி யாரோ எழுதின மாதிரி, குருட்டு ஆந்தையோ, மண்ணாந்தையோ, ஒரிஜினல் ஆந்தையோ மாதிரித் தோன்றினாலும் அவர் அப்படி ஒன்றுமில்லை."

"ஏன்?"

"சரி. பேச ஆரம்பித்தால் எல்லாவற்றையும் பேசித் தீர்க்க வேண்டும்."

"என்ன?"

"உனக்குப் பிரபாகரனைத் தெரியும் இல்லையா?"

"தெரியும்."

"அவன் சமீபத்தில் 6000 பக்கம் உள்ள ஒரு நாவலை வெளியிட்டது உனக்குத் தெரியுமில்லையா?"

"6000 பக்கம் உள்ள நாவலை மலையாளத்தில் அல்லவா, யாரோ எழுதின மாதிரி படித்த ஞாபகம்"

"உனக்கு அதற்குள் மறந்துவிட்டதா? அந்தக் கூட்டத்திற்கு வைத்தியநாதன், பசுபதி எல்லாரும் வந்திருந்தது உனக்கு ஞாபகம் இல்லையா? அந்த நாவலுக்குக்கூட அவர் 6000 என்ற தலைப்பைக் கொடுத்திருந்தார் இல்லையா?"

"ஆமாம். ஏன்?"

"அப்பொழுது பசுபதி பிரபாகரன் நாவலைப் பற்றிச் சொன்னது ஞாபகம் இருக்கிறதா?"

"ஏன்?"

"அவன் என்ன சொன்னான்?"

"பிரபாகரன் நாவலில் பிரபாகரன் இல்லை என்றும், அது தனக்குப் பெரிய குறையாகத் தோன்றியதாகவும்"

"வைத்தியநாதனோ?"

"அது நாவலே இல்லையென்று"

"நீ?"

"நான் என்ன சொல்ல? பிரபாகரனுக்கு அந்த நாவலில் அதன் கதாநாயகனுக்குத் தான் இல்லை என்பது அவனுக்குத் தெரியாது என்றும் ஆனால் அதில்தான் அவன் இருப்பதாகவும் அவன் நினைத்துக் கொண்டிருப்பதாகத் தோன்றியது. எனக்கு மிகவும் ஒரு முதல் தரமான வேடிக்கையாகத் தோன்றியதாகவும் நான் சொன்னது பலருக்கும் என்று சொல்வதைவிட ஒருவருக்கும் புரியவில்லை என்றே சொல்லவேண்டும்."

"எனக்குக் கூடப் புரியவில்லை"

"மேலும் கூட்டம் கலைந்த பிறகு பசுபதி என்னிடம் ராமநாதனைப் போன்றவர்கள் கூட அடிக்கடி தங்கள் அபிப்பிராயங்களை மாற்றிக் கூறுகிறார்கள் என்றதற்கு நான் அது ஒரு தவிர்க்க முடியாத நியதி என்று கூடச் சொன்னேன்."

"ஏன்?"

"ஏன் என்று கேட்டால் நான் என்ன சொல்ல. வைத்தியநாதனும் பசுபதியும் இவ்வளவும் சொல்லிவிட்டு நாவல் நல்லது என்று சொன்னதும் உனக்கு ஞாபகம் இருக்கும்."

என்னை ஒருவருக்கும் புரியவில்லை என்பது ஒரு புறமிருக்கட்டும். 6000ஐப் பற்றி எனக்கு நல்ல அபிப்ராயம்தான்"

"ஏன்?"

"பசுபதிதான் என்று நினைக்கிறேன். ஒருமுறை எனக்கு எழுதியிருந்தான். நான் என்னைப் பற்றியே எழுதுகிறேன் என்று, இருக்கலாம். ஒரு இடத்தில் நான் ஒரு புதுக் கவிஞன் இல்லை என்று எழுதியது கூட உனக்கு ஞாபகம் இருக்கலாம்"

"நீ இப்பொழுது சொல்வதற்கும் 6000 ற்கும் என்ன சம்பந்தம்?"

"இருக்கிறது"

"எப்படி?"

"எனக்கும் ஒரு 6000 பக்க நாவல் எழுத வேண்டும் என்று நிர்ப்பந்தமோ என்னவோ?"

"சும்மா விளையாடாதே"

"சரி. சொல்கிறேன். உனக்கு ஞாபகம் இருக்கலாம். நான் என்னைவிட நன்றாக எழுதுகிறவர்கள் இருக்கிறார்கள் என்றும். ஆனால் மீண்டும் ஒருமுறை படிக்கும்பொழுது அவர்கள் எழுத்துக் கூட எனக்குப் பூரண திருப்தி கொடுக்கவில்லை என்று கூறியதும்"

"அதனால்தான் எனக்கு வைத்தியநாதன், பசுபதி, ஏன், என்னைவிட நன்றாக எழுதுபவர்கள், ஏன்? என்னைக்கூட ஒரு எழுத்தாளனாக ஏற்றுக்கொள்ள முடியவில்லை."

"சொல். நீ சொல்வது கேட்கச் சுவையாக இருக்கிறது."

"ஒரு வகையில் பார்க்கப்போனால் எல்லாரையும் விடப் பிரபாகரன்தான் நன்றாக எழுதுகிறானோ என்னவோ. ஒரு வேளை 6000ம் இதுவரையில் வந்த நாவல்களில் மகத்தான நாவலாகவும் அமையலாம். அகில உலக மொழிகளிலும் மொழிபெயர்க்கப்படலாம். இது ஒன்றும் ஆச்சரியப்படவேண்டிய விஷயமில்லை."

"உனக்கே நீ என்ன சொல்கிறாய் என்று தெரிகிறதா?"

"எனக்குப் பேசிமுடித்த பிறகுதான் நான் என்ன பேசினேன் என்பது தெரியுமென்று வைத்துக் கொண்டாலும் பேதமில்லை. பிரபாகரன் எழுத்தில் வேறு என்ன இருந்தாலும் இல்லாவிட்டாலும், வீடு, அப்பா, அப்பாவுடைய - அப்பா அம்மா அம்மாவுடைய - அம்மா, அண்ணன், தம்பி, தங்கை, தமக்கை மருமகன், கார், கடைத்தெரு, பிள்ளையார்கோவில், மசானம், ஆண் - பெண், பைசா, மனிதனுடைய கோபம், தாபம், அவனது சுத்த - அறிவு - சூன்யம், பழக்க வழக்கங்கள், சடங்குகள் எல்லாம் தத்ரூபமாக இருக்கின்றன. ஆனால் இதைவிடவெல்லாம் ஆச்சரியம் என்னவென்றால், இதை அவர் தெரிந்துதான் செய்திருக்கிறார் என்று சொல்ல முடியுமா என்று

கூடக் கேட்கத் தோன்றுகிறது. (பார் இந்த மனிதன் வக்கிரத்தை) இவைகள் எல்லாம் இருந்தும் இல்லாதது. ஒன்றும் இருப்பதை மிகவும் சூசகமாக உணர்த்துகிறதாலேயே இவைகள் அழிவதில்லை என்று சுட்டிக் காட்டுகிறார். 'என்னை - விட - நன்றாக எழுதுகிறவர்கள் எழுத்தில் - இவர்களுக்கு ராஜா நல்லசிவன் பிள்ளை, இல்லாததை இருப்பதின் மூலம் அறிகையில் இல்லாததும் ஒரு வகையில் 'இல்லாதது' மாதிரி ஆகிவிடுகிறது. அதனால்தான் அவருடைய (ந.சி) சிஷ்ய கணங்களின் எழுத்திலும் மனிதர்களெல்லாம் கனவில் கண்ட பேய்களாக, நினைவில் - கண்ட - நாய்களாக நமக்குப் போதை யுண்டாக்குகின்றன.

"உன்னுடைய எழுத்தோ?"

"இங்கு நான் என் விமர்சகர்களுடன் ஒத்துப்போகிறேன். நான் எழுத்தாளனே இல்லை."

"ஏன்?"

"நிரீசுரவாதி கடவுள் இல்லை என்கிறான். ஈசுவரவாதி உலகம் இல்லை என்கிறான்."

இவ்வளவும் பேசிவிட்டு நவீனன் அவனிடம் "நீ என்ன சொல் கிறாய்?" என்றான்.

அவன் அதற்கு "மூளை சிலந்தி வலை பின்னுகிறது"

நவீனன் சிரித்துக்கொண்டே "யார் கண்டார்கள். நகுலன், உன் பேர் நகுலன்தானோ என்பதுகூட எனக்குச் சந்தேகமாக இருக்கிறது. நீ நான் தானோ, நான் நீ தானோ, யார் யாரிவரோ? எனக்கு முட்டாள்களை இன்னும் முட்டாள்களாக்குவதிலும், விஷயத்தைக் குழப்புவதிலும் ஒரு குரூரமான வெறி இருக்கிறதோ என்னவோ? யார் கண்டது? ஆனால் ஒன்று மாத்திரம் நான் உன்னிடம் சொல்ல விரும்புகிறேன் - ஒரு காலத்தில் நான் என்னை ஒரு எழுத்தாளனாக எண்ணி மயங்கியிருக்கலாம். ஆனால் இன்று நான் நிச்சயமாக ஒரு எழுத்தாளன் இல்லை. நான் இன்னும் எழுதிக் கொண்டிருந்தாலும் (நான் எழுதுவதை நிறுத்தமுடியும் என்று தோன்றவில்லை)"

அவனுக்குத் தோன்றியது. சிவன் சொன்னது சரிதான் என்று - நவீனன் ஒரு பைத்தியம் என்று. அல்லது?

அவன் எழுதிக்கொண்டிருந்தான்.

யார் அவன்?

நவீனன்?

நகுலன்?

சந்தியாவந்தனம், டயரி எழுதுவது தக்களியில் நூல் நூற்பது போலும் - நகுல நவீன, நவீன நகுல - சுக்லாம்பரதம் சசிவர்ணம்

- ப்ரசன்னவதனம் - மகாயக்ஞும் - சுசீல சுலோசன செத்தே போயினும் - சுசீல, சுலோசன - ஸர்வ விக்னோப சாந்தயே - யமவந்தனம் - யமாய நம - காயேன (சரீரத்தாலோ) - வாசா (வாக்காலோ) - மனஸா (மனத்தாலோ) யத்யத் ஸகலம் - நவீன நகுல - சுசீல சுலோசன - யத்யத் ஸகலம் - ஸமர்ப்பயாமி.

சுசீல, சுலோசன
நாங்கள்
ராத்ர்யா (இரவில்)
மனஸா (மனத்தால்)
வாசா (வாக்காலும்)
கைகளாலும், கால்களாலும், வயிற்றினாலும்
ஆண்குறியாலும், எந்த எந்த
(சிச்னா யத்யத்) பாபம் செய்தோமோ
அவை அனைத்தையும்
சுசீல சுலோசன
நீவிர் நீக்கி
அவர்கள் சொன்னபடி
பவானி த்வம் த்தைவ
தேஹாத்ம புத்தியானது
ஸுர்யே ஜ்யோதிஷி
ஜுஹோமி
ஸ்வாஹா
மன்மந்த்ரம் மூலரூபம் மனனம்
சுசீல சுலோசன
ஸ்படிக லிங்கம்
ஸமர்ப்பயாமி

ஓம்பூ
ஓம்தப
ஓம் ஸத்யம்
கேசவா
மாதவா
கோவிந்தா
மமோபாத்த ஸமஸ்த துர்த நாசகா!
கேசவா மாதவா!
மனன சீலம்
அந்தக் கரணம்
ஸர்வப்ரவர்த்தி
நிவர்த்தி ஹேது

நவீன, நகுல
யமம் தர்ப்பயாமி
தர்மராஜம் தர்ப்பயாமி
ம்ருத்யம் தர்ப்பயாமி
அந்தகம் தர்ப்பயாமி
காலம் தர்ப்பயாமி
ஸர்வபூத க்ஷயம் தர்ப்பயாமி
சுசீல சுலோசன

ஸ்ரீசந்திர சேகரேந்த்ர சரஸ்வதி சுவாமிகள் சொல்கிறன்றார்; விக்ரக ஆராதனையில் மூன்று விஷயங்கள்:

யந்தரம் அல்லது சக்ரம்
மந்தரம்
பிரிதிமா

திருமந்திர ஞானம்

திகரி முக்கோணம்
நெற்றிக்கண் அஞ்செழுத்து
ஒருஅடி நீளம் ஐந்துதலை
இரண்டு கால்
ஒரு மூக்கு
“முட்டை பிறந்தது
முந்நூறு நாளினில்”
“கூடம் கிடந்தது
கோலங்கள் இங்கில்லை”
நீவீர் என் நினைவுகள் வர
சூலங் கபாலங் கைஏந்திய சூலி
வஞ்சி
விடமி
கலைஞானி
தயைக் கண்ணி
ஓமப் பெருஞ்சுடர்
உள்ளெழும் நுண்புகை
நிசாசரி
ஆதி முதல்வி
ஆனந்த சுந்தரி
தவத்தின் தலைவி
மையலை நோக்கும் மனோன்மணி

இனிய தென்மூலை இருக்குங் குமரி
தனியொரு நாயகி
தானே தலைவி
தனிப்படுவித்தனள்
"பிறங்கொளித்தம்பலம் வாயில் உமிழ்ந்திட்டு
உறங்கல் ஐயா என்று உபாயஞ் செய்தாளே
உபாயம் அளிக்கும் ஒருத்தி
அவாவை அடக்கி வைத்து
அஞ்சல் என்றாள்

காரணி நாரணி
உணரும் உயிரும் உலகும் ஒடுங்கிடுங்
கோரியென் உள்ளங் குலாவி நின்றாள்

"குலாவிய கோலக் குமரியென் னுள்ளம்
நிலாவியிலிருந்து நெடுநாள் அணைந்தும்
உலாவி இருந்துணர்ந் துச்சியி னுள்ளே
கலாவி யிருந்த காலத் தலையாயளே"
"ஆதி யனாதி யகாரணி காரணி
சோதிய சோதி, சுகபர சுந்தரி
மாது சமாதி மனோன்மணி மங்கலி
ஓதிமென் னுள்ளத்துடன் முகிழ்த்தாளே
நாவின் கிழத்தி
தனையடைந்தோர்க்கெல்லாம் தத்துவமாய் நிற்பவள்
எனையடிமை கொண்ட ஏந்திழை ஈசன்
கணவனைக் காண அனாதியுமாமே.
தனிச்சுடர் சொரூபம்
சிந்தையின் உள்ளே திரியும் சிவசக்தி
நாவுக்கு நாயகி
நவிலும் பெருந்தெய்வம்
வாயும் மனமுங் கடந்த மனோன்மணி
பேயும் கணமும் பெரிதுடைப் பெண்பிள்ளை
தாரமுமாகுவள் தத்துவமாய் நிற்பள்
காரண காரியமாகுங் கலப்பினள்
"பொறியெ ஈன்றி நின்று, புணர்ச்சி செய்தாங்கே
அறிவொன்ற நின்றனள் ஆருயிருள்ளே"
அதுஇது வெனும் அறிவினை நீக்கி
சக்தியென்பாளொரு சாதகப் பெண்பிள்ளை

முக்திக்கு நாயகி சாதகப் பெண்பிள்ளை
முத்திக்கு நாயகி என்பதறிகிலர்
பத்தியைப் பாழில் உகுத்த அப்பாவிகள்
கத்திய நாய் போற் கதறுகின்றாரே

சந்தையில் வைத்துச் சமாதி செய்வீரே
கலந்து நின்றாள் கலைஞானங்கள் எல்லாம்
ஓங்காரி என்பா ளவளொரு பெண்பிள்ளை
நீங்காத பச்சை நிறத்தை ஹயடையவள்
ஆங்காரியுமாகியே ஐவரைப் பெற்றிட்டு
ரீங்காரத் துள்ளே யினிதிருந்தாளே.

ஏகம் இருதயம்
மோகினி
யோகினி
மார்க்கங்கள் ஈன்ற மனோன்மணி

சக்தியும் நானும் சுயம்புவும் அல்லது
முத்தியை யாரும் முதலறிவாரில்லை

பாரம்பரியத்து வந்த பரமிது
நின்றனள் நேரிழை
சிவானந்த சுந்தரி

பிறப்பை யறுக்கும் பெருந்தவம் நல்கும்
மறப்பை அறுக்கும் வழிபடவைக்கும்
குறப்பெண் குவிமுலை கோமளவல்லி

கத்துங் கழுதைகள்

ஒருவன் ஒருத்தி விளையாடல் உற்றார்
இருவர் விளையாட்டும் எல்லாம் விளைக்கும்
விழுந்தது லிங்கம் விரிந்தது யோனி
இட்டான் அறிந்திலன் ஏற்றவள் கண்டிலள்
தட்டான் அறிந்தும் ஒருவர்க் குணர்த்திலன்

இன்புற நாடி இருவருஞ் சந்தித்துத்
தன்புறு பாசத்தில் தோன்றி வளர்ந்தபின்

குயிற்குஞ்சு முட்டையைக் காக்கைக் கூட்டிட்டால்
அயிர்ப்பின்றிக் காக்கை வளர்க்கின்றதுபோல்
இயக்கில்லை போக்கில்லை ஏனென்பதில்லை
மயக்கத்தால் காக்கை வளர்க்கின்றவாறே

பள்ளி அறையிற் பகலே இருளில்லை
கண்களில் வியாதி

ஒடுங்கி ஒருங்கி உணர்ந்தங் கிருக்கில்
மெய்ப்பொருள் சொல்லிய மெல்லியவாளுடன்

தற்பொருளாகிய தத்துவங் கூடிய
தானே எழுந்தஅத் தத்துவ நாயகி
அண்டஞ் சுருங்கில் அதற்கோரழிவில்லை
பிண்டஞ் சுருங்கிற் பிராணன் நிலைபெறும்
உண்டி சுருங்கில் உபாயம் பல உள
கண்டங் கறுத்த கபாலியுமாமே
பார்த்திருந்துள்ளே அனுபோக நோக்கிடில்
நாட வல்லார்க்கு நமனில்லை

நாவின் நுனியை நடுவே விசிறிடிற்
மனத்தில் எழுந்ததோர் மாயக் கண்ணாடி
வாயொன்று சொல்லி மனமொன்று சிந்தித்து
நீயொன்று செய்யல்

உருவும் அருவும் உருவோடருவும்
அவனும் அவனும் அவனை யறியார்
குறிப்பினின் உள்ளே குவலயந் தோன்றும்

உச்சியும் காலையும் பாலையும் ஈசனை
நச்சுமின்
மனபவனங்களை மூலத்தால் மாற்றி
வாக்கு மனமும் இரண்டு மவுனமாம்
மோனத்து முத்திரை

இன்பத்துள்ளே பிறந்து இன்பத்துள்ளே வளர்ந்து
இன்பத்துள்ளே நினைக்கின்றதீது மறந்
துன்பத்துள்ளே சிலர் சோறொடு கூறையென்
துன்பத்துள்ளே நின்று தூங்குகின்றார்களே

செல்லுமளவும் செலுத்துமின் சிந்தையை
போகின்றவாறே புகுகின்ற அப்பொருள்

முத்தமிழ் ஓசை

நல்ல வசனத்து வாக்கு மனாதிகள்
மெல்ல விளையாடும்

ஊமையெழுத்தோடு பேசும் எழுத்துறில்
ஆமை யகத்தினில் அஞ்சும் அடங்கிவிடும்

தத்துவமானது தன்வழி நின்றிடல்

நனவிற் கனவு நினைத்தால் மறத்தல்
கனவின் நனவு போற் காண்டல் நனவாங்
கனவினிற் கண்டு மறத்தல் கனவாம்
காணவனா வெனாகும் சமாதி கைகூடினால்

தன்னையறிய தனக்கொரு கேடில்லை
தன்னையறியாமல் தானே கெடுகின்றான்
என்னைவிட்டு என்னை உசாவுகின்றான்
காமம் வெகுளி மயக்கம்
உள்ளம் உருவென்றும் உருவம் உளமென்றும்
எல்லாம் அறிந்தும் இலாபமில்லை.

தன்னையறியுந் தத்துவ ஞானிகள்
முன்னை வினையின் முடிச்சை அவிழ்ப்பார்கள்
வாசியும் மூசியும் பேசி வகையினால்
பேசியிருந்து பிதற்றிப் பயனில்லை

கோவணங் கும்படி கோவண மாகிப்பின்
நாவணங் கும்படி நந்தி யருள் செய்தான்

நாயோட்டு மந்திரம்
அம்பலமாவது அகில சராசரம்
நானொன்றும் தானென்றும் நாடினேன் நாடலும்
நானென்னுந் தானென்றி ரண்டில்லை
அகத்திற் கண்கொண்டு காண்பதே ஆனந்தம்

அவன் மீண்டுமெழுதினான்

வார்த்தாதாங்கிணி
"நான் அனுபூதி நிறைந்த நிமிஷங்
களை நம்புகிறேன் - அவை அனுபவப்
பூர்வமானவை என்பது கொண்டு
கொண்டதும் கண்டு கொள்ளுதல்
கொண்டதின் பயனாகுமென்றால்
நான் கண்ட அத்தகைய அனுபவங்கள்
பேச்சு முடிந்ததும் எழுந்துபோகவேண்டும்
சுசீலாவைக் கண்டபோதெல்லாம்
நான் அவளுடன் பேசவேண்டுமென்ற
அவசியத்தைக்கூட உணர்ந்ததில்லை
பார்ப்பதில் ஞானம்
கேட்பதில் அனுபவம்
அவள் நேராகத்தான் நிற்பாள்
நிதானமாகத்தான் பேசுவாள்
அதிகமாகப் பேசமாட்டாள்
வந்ததுபோல் போவாள்
போனபின் வருவாள்
வருவேன் என்று சொல்லிவிட்டு
வாராது இருப்பாள்

ஒரு நல்ல புத்தகத்தை வாசிக்கும்
போது
காலம் அங்கில்லை
இடம் மறைந்துவிடுகிறது
நினைத்தவுடன் படித்தவை ஞாபகம் வருவன
க.நா.சுவின்
'பொய்த்தேவு'
ஒரு நாள்
வாழ்ந்தவர் கெட்டால்
அசுரகணம்
ஆட்கொல்லி
ஏழு பேர்
'பசுவய்யாவின்'
கவிதையிலிருந்து ஒருவரி
"சிந்திக்கக் காகிதம்"
எங்கேயோ படித்த ஞாபகம்!
எழுதினால்தான் பேசமுடியும்
அவர்
நான் படிப்பிப்பதற்கு முன்
படிப்பிக்க வேண்டியதை
எழுதி வைத்துக்கொள்கிறார்
கேட்டால்
ஒன்றும் சொல்லமாட்டார்
நான் என்பதற்கும்
யான் என்பதற்கும்
உள்ளே வேறுபாடு
உயிரின் சலனம் இருப்பதால் மாத்திரம்
ஒரு நாவல் நாவல் ஆவது
ஒரு சூழ்நிலை
ஒரு பாழ்நிலம்
"ஆதித்தனோடே
அவனி இருண்டது"
ரோஜாவின் நறுமணம்
தேங்காயின் மூன்று கண்கள்
"நல்கூர்ந்தார் செல்வமகன்"
கற்றி லனாயினும் கேட்க
பரமம் பவித்ரம்
பாதாதி கேசம்
ஆகாய நீலம்

அரபிக் கடல்
ஒட்டைச் சிவிங்கி
மண்டையோடும்
மக்கிப்போகும்
மண்ணும் கரைந்து போகும்
இருப்பவன் இல்லாமல் போவான்
பக்கங்கள்
சக்கரங்கள்
பேனாவின் முள்
கடிகாரத்தின் முள்
உயரப் பறக்கும்
ஆகாயவிமானம்
ஆழ்கடல்
வனாந்தரம்
ஸ்படிகத் தெளிவு
மைக் கறுப்பு
வேய் மென்தோள்
வரிக் குதிரை
"வாரத்திற்கு ஏழு நாட்கள்"
ஏழு குழிகள்"
ஆள் காட்டி விரல்
ரயில்வே ஸ்டேஷன்
மானின் மருண்ட பார்வை.
அக்னி சாட்சியாக
மூளை மரம்
வண்டிக்காளை
"என்னைக் கேள்"
மாதவிடாய்
வருஷப் பிறப்பு
ஞானக்கூத்தன்
கவிதைகள்
கலாப்பிரியாவின்
ப்ரத்யேக நடை
நாபியில் இருப்பது
நாவில் வர
ஏது வழி?
தொலைந்துபோனது
தானாக வந்தது
சாப்பிட ஐந்து விரல்கள்

எழுத
இரண்டு மூன்று
கண்ணைக் கொத்தும் பாம்பு
காலைச் சுற்றும்
உண்மை யறிய
வந்தவழி போக வேண்டும்
மாட்டுச் சந்தையில்
மனிதர் கூட்டம்
ஒரு விட்டில்பூச்சி
ஒரு கட்டில் பிணம்
ஒரு பந்து முனைப் பேனா
ஒரு பாய்மரக் கப்பல்
சுமைதாங்கி
என்ன?
எங்கே?
எப்பொழுது?
ஏன்?
எவர்?
யார்?
எது?
வா.
போ.
நில்.
நகர்.
சா.
அன்னம் பேக்கோ
கண்ணின்
கருவளையங்கள்
இடுப்பின் கீழ்
ஒரு அடுப்பு.
மூளைக்குள் ஒரு சிலந்தி
நாவறியும்
சுவை
குதிரையின்
நாலுகால் பாய்ச்சல்;
எறும்புக் கூட்டம்;
கறுப்புச் சட்டைக்காரன்
காவலுக்குக் கெட்டிக்காரன்
ஜலக்ரீடை

யோகநித்ரை
கோழித் - தூக்கம்
"பாம்புச் - செவி"
வட்டமிடும் பருந்துகள்
கூம்பியிருக்குமொரு கொக்கு
காத்திருக்கும் பகைவன்
பார்த்திருக்கும் நண்பன்
பிச்சிப்பூ
எச்சில் வாழ்க்கை
இச்சை புகுந்த வீடு
கச்சணிந்த மாதர்
இச்சையுடன்
கொச்சைமொழி
பேச
நின்று தளரும்
ஒரு மத்தகஜம்
மதுவுண்ட குரங்கு
மதுவனம் அழிக்கும்
விளக்கின் சிவந்த நாக்கு
நகக்குறி
தாம்பூலச் சிவப்பு
தாமிர - பர்ணி
நதி
ஓவென்று
அலறும்
சாகரம்
உய்உய்
என்று கனைக்கும்
காற்று
இடிமின்னல்
விடாது
பெய்யும்ஒரு
பெருமழை
அண்டங்குலுங்குதடா
தம்பி வீரா
மின்னலின் சாட்டையடி
இடியின்
பெருமுழக்கம்

மண்ணும்
விண்ணும்
மாறி மாறி
முத்தமிடும்
கட்டிப் புணரும்
சட்டி உடையும்
சாகரம் தணியும்
சகம்
மீண்டும் சலிக்க
ஆழி
மீது
காணும்
ஒரு ஆலிலைக்
கண்ணன்
லீலை
தொடர.
இங்கு அவன் பேனா நின்றது.

II

அவர்கள் இருவரும் - அவனும் அவனும் - பேசிக் கொண்டிருந்தார்கள். டயரியைப் பற்றி.

அவன்: உன்னைத்தான் எதிர்பார்த்துக் கொண்டிருந்தேன். வந்தது பற்றிச் சந்தோஷம்.

அவன்: ஏன்?

அவன்: ஏன்?

அவன்: நேற்று ஹரிஹர சுப்ரமண்ய ஐயர் வந்திருந்தார்.

அவன்: எப்பொழுது?

அவன்: பிற்பகல் 3.30

அவன்: ஏன்?

அவன்: வரையறைகளிலிருந்து நிர்பந்தத்திலிருந்து விடுபடுவதற்கு.

அவன்: ஏன்?

அவன்: இதோ பார் - யார்தான் என்னுடன் பேசவில்லை - நான்தான் யாருடன் பேசவில்லை - ராமநாதன், நாகராசன், சத்யன், சிவன், கேசவமாதவன், சாரதி, ராராரா, "நட்சத்ரம்" ஆசிரியர். இவர்களையெல்லாம் உனக்குத் தெரியும்தானே.

அவன்: ஏன்?

அவன்: வரையறைகளின் நிர்ப்பந்தத்திலிருந்து விடுபடுவதற்கு.

அவன்: ஏன்?

அவன்: நீ முத்துசாமியைப் படித்திருக்கிறாயா?

அவன்: ஏன்?

அவன்: "மௌனி"க்குப் பிறகு நமக்குக் கிடைத்த ஒரு வெகு முக்கியமான எழுத்தாளராக நான் அவரைக் கருதுகிறேன்.

அவன்: ஏன்?

அவன்: ஒரு கட்டுரையில்தான் என்று நினைக்கிறேன் - நினைவிலிருந்து எழுதுகிறேன் - எனவே தகவல்கள் க்ளிப்தமாக

இருக்குமா என்பது சந்தேகம்தான் - ஒருமுறை அவர், சி.சு.செ., க.நா.சு. மூவரும் மவுண்ட் ரோட் வழியாகப் பேசிக்கொண்டு போனதாகவும் அப்பொழுது க.நா.சுவுக்கு ந. முத்துசாமி என்ற ஒரு வியுக்தி இருந்தது. அவர் பிரக்ஞையிலேயே விழவில்லை என்றும் எழுதியிருந்தார்.

அவன்: அதனால்

அவன்: நேற்று நான் வழக்கமாகப் பழகும் ஒரு இளைஞனோடு

அவன்: ஏன்?

அவன்: ஒரு அமெரிக்கனைப் பார்த்தேன்.

அவன்: ஏன்?

அவன்: அவனிடமும் இந்த முத்துசாமியின் இந்த வாக்கியத்தைப் பற்றிப் பலரிடம் கேட்ட மாதிரி கேட்டேன். மற்றவரிடம் கேட்டதற்கு அவர்கள் சொன்ன பதிலையும் கூறி.

அவன்: என்ன?

அவன்: அவர்களுக்கு முத்துசாமியின் நடையைப் பின்பற்ற முடியவில்லை.

அவன்: ஏன்?

அவன்: என்றதனால் அந்த வாக்கியத்திற்கு அர்த்தமே இல்லை.

அவன்: முத்துசாமியால் கூட அர்த்தமே இல்லாத ஒரு வாக்கியத்தை சிருஷ்டிக்க முடியுமா என்று.

அவன்: ஏன்?

அவன்: நான் சிந்தித்துக் கொண்டிருக்கையில் அந்த அமெரிக்கன் சொன்ன பதில் நான் பார்த்த கேட்ட பலரும் சொன்னதிலிருந்து முற்றிலும் வேறுபாடு உடையதாக இருந்தது.

அவன்: என்ன சொன்னான்?

அவன்: அது அவ்வளவு முக்கியமில்லை. மேலும் அவன் தனக்கு மிகப் பிடித்த எழுத்தாளர்களில் முக்கியமானவர்களில் முக்கியமானவர் பெக்கெட் என்றும், அதுவும் அவன் எழுதும் விஷயத்தை வைத்துக் கொண்டு இல்லை என்றும், அவன் பாஷையை ஆளும் விதத்தில்தான் என்றும்.

அவன்: ஏன்?

அவன்: நீ இட்ரிஸ்ஷா எழுதிய ஸூஃபிகளின் கதைகளைப் படித்திருக்கிறாயா?

அவன்: (சிரித்துக்கொண்டே) சரி. நாம் டயரியைப் பற்றியல்லவா பேச ஆரம்பித்தோம்.

அவன்: (சிரித்துக்கொண்டே) ஏன்?

அவன்: (சிரித்துக்கொண்டே) எதைப் பற்றியாவது

அவன்: எதைப் பற்றி யார் எப்படி என்று இல்லையா?
அவன்: இல்லை. எதைப் பற்றி யார் எப்படி என்றாலும்
அவன்: டயரி?
அவன்: சுயசரித்திரமில்லை.
அவன்: சரி.
அவன்: ஆத்ம கதையில்லை
அவன்: சரி
அவன்: இப்பொழுது ந. முத்துசாமி பற்றி என்ன சொல்கிறாய்?
அவன்: ந.
அவன்: ந.
அவன்: பின் டயரி
அவன்: என்றால்
அவன்: என்ன
அவன்: 1581 தினசரி நாள்; 1605 காலண்டர் 1610 - ஒரு நாளுடன் ஒழிந்து போவது
அவன்: அப்படி என்றால்
அவன்: ஆங்கிலத்தில் தகவல் விளையாட்டு
அவன்: சரி
அவன்: மேல்கொண்டு போ
அவன்: நீதான் போயேன்
அவன்: நீதான்
அவன்: சரி
அவன்: போ
அவன்: எனக்குத் தமிழ் இலக்கணம் சரியாகத் தெரியும் என்று சொல்ல முடியாது.
அவன்: அது எனக்குத் தெரியும்
அவன்: என்றாலும்
அவன்: அல்லது அதனால்தானோ?
அவன்: அப்படி வைத்துக் கொண்டாலும் சரிதான்
அவன்: சரி
அவன்: தினசரி இல்லை
அவன்: எது
அவன்: டயரி
அவன்: நான் தமிழ் இலக்கணம் என்று நினைத்தேன்
அவன்: ஏன்?
அவன்: (சிரித்துக்கொண்டே) இட்ரிஸ்ஷா

அவன்: முதல் வேற்றுமையையும் கடைசி வேற்றுமையையும் நீக்கிவிட்டு

அவன்: உனக்கே தடுமாற்றம் இருப்பதால் வேறு வகையில் சொல்

அவன்: நானாகச் செய்யாமல் தானாக இருந்து தானாக வந்தவை யோடு நானாக மாட்டிக்கொள்ளும்பொழுது

அவன்: ந

அவன்: ந

அவன்: எனக்கு ஆயாசமாக இருக்கு

அவன்: எனக்கும்

அவன்: வெளியில் போய்விட்டு வரலாமா?

அவன்: முக்காடன், ஸேவியர், கேசவன்

அவன்: கேசவன்

அவன்: பர்ஸ் இருக்கா?

அவன்: இருக்கு

அவன்: என்ன வேணும்? விஸ்கி, பிராந்தி, ஜின்

அவன்: ஜின் ஜின் ஷெனெ

அவன்: அது என்ன?

அவன்: அந்த அமெரிக்கனுக்கு அவனையும் பிடிக்கும் என்று

அவன்: மாட்டிக்கொண்டு

அவன்: ஒரு தலைப்பேச்சு

அவன்: பலவிதப் பாய்ச்சல்

அவன்: கலங்கித் தெளிதல்

அவன்: கூடிப் பிரிதல்

அவன்: வாடிக்கைப் பேச்சு

அவன்: சுழி மாறிப்போச்சு

அவன்: கோடில்லை

அவன்: வட்டம்

அவன்: பேச்சில்லை

அவன்: மூச்சு

அவன்: எனக்கு ஆயாசமாயிருக்கு

அவன்: எனக்கும்

அவன்: இன்னும்

அவன்: என்ன?

அவன்: ஜின் ஜின் ஷெனெ

அவன்: (சிகரெட்டைப் பற்றவைத்துக்கொண்டு) பேசு.

அவன்: ஆணில்லை

அவன்: பெண்
அவன்: சுருதி பேதம்
அவன்: லய மாற்றம்
அவன்: நிழல்கள்
அவன்: நிமிஷங்கள்
அவன்: நான்
அவன்: அவன்
அவன்: நீ
அவன்: எவன்
அவன்: எடுத்தது கண்டார்
அவன்: இற்றது கேட்டார்
அவன்: சுற்றிலனாயினும்
அவன்: கேட்க
அவன்: தலையை எங்கு வைப்பது
அவன்: திருகி எறி
அவன்: கண்ணை
அவன்: பிடுங்கி எறி
அவன்: வாயை
அவன்: மூடு
அவன்: எழுத்து
அவன்: ஒரு கணக்கு
அவன்: அது
அவன்: சக்கரம்
அவன்: உருண்டு செல்லும்
அவன்: வீட்டிலிருந்து
அவன்: விடுபட
அவன்: இருந்தவர்
அவன்: மறைந்தபின்
அவன்: கண்ட
அவன்: மனிதர்கள்
அவன்: பெற்ற
அவன்: அனுபவங்கள்
அவன்: படித்த
அவன்: புத்தகங்கள்
அவன்: ஞாபகத்தின்
அவன்: ஞாபகம்

அவன்:	அனுபவத்தின்
அவன்:	இடையீடுகள்
அவன்:	காலத்தின்
அவன்:	கோலம்
அவன்:	செவிக்கு
அவன்:	விருந்து
அவன்:	கண்ணுக்கு
அவன்:	மருந்து
அவன்:	எழுத
அவன்:	நானிருக்க
அவன்:	படிக்க
அவன்:	யாருமில்லை
அவன்:	எங்கிருந்தோ
அவன்:	வந்தான்
அவன்:	தட்டினால்
அவன்:	திறக்கப்படும்
அவன்:	போனவன்
அவன்:	வருவான்
அவன்:	வந்தவன்
அவன்:	போவான்
அவன்:	பக்கங்கள்
அவன்:	நாட்கள்
அவன்:	நாட்கள்
அவன்:	மாதங்கள்
அவன்:	மாதங்கள்
அவன்:	ஆண்டுகள்
அவன்:	ஆண்டுகள்
அவன்:	மாண்டு போகும்
அவன்:	உனக்கு
அவன்:	இலக்கணம்
அவன்:	தெரியாது.
அவன்:	டயரி
அவன்:	ஃபார்ம்
அவன்:	அங்கு
அவன்:	பசுக்கள்
அவன்:	இருக்கும்

அவன்: அவை
அவன்: பால்
அவன்: தரும்
அவன்: பால்
அவன்: இரு
அவன்: வகை
அவன்: இந்த டயரியில்
அவன்: அப்பாலுக்கும்
அவன்: அப்பால்
அவன்: எப்பாலுக்கும்
அவன்: அப்பால்
அவன்: இருக்கும்
அவன்: ஒரு
அவன்: வெட்டவெளி
அவன்: ஒரு
அவன்: சம்பவக் கோவை
அவன்: சில்லறைத்
அவன்: தியானங்கள்
அவன்: அசுத்தமான
அவன்: உண்மைகள்
அவன்: சுத்தமான
அவன்: பொய்கள்
அவன்: கையெழுதக்
அவன்: கண் படிக்கும்
அவன்: அப்படியென்றால்
அவன்: எண்ணும் எழுத்தும்
அவன்: கண்ணெனத் தகும்
அவன்: எண்ணித் துணிக
அவன்: கருமம்
அவன்: துணிந்தபின்
அவன்: எண்ணுவமென்ப திழுக்கு.
அவன்: நாம் எதைப் பற்றிப் பேசிக் கொண்டிருந்தோம்
அவன்: எனக்கு மறந்து போச்சு
அவன்: எனக்கும்
அவன்: என்ன செய்வது?
அவன்: நினைத்தது மறந்து போகும்

அவன்:	மறந்தது நினைவில் வரும்
அவன்:	எனக்கு நினைவில் வந்துடுத்து
அவன்:	எனக்கும்
அவன்:	நாம் எதைப் பற்றிப் பேசிக் கொண்டிருந்தோம் என்பது
அவன்:	என்ன?
அவன்:	டயரியைப் பற்றித்தானே
அவன்:	ஆம்
அவன்:	தமிழில் யார், யார் எல்லாம் டயரி எழுதியிருக்கிறார்கள்!
அவன்:	நீ சொல்
அவன்:	நீதான் சொல்லேன்
அவன்:	பாரதியில் ஆரம்பிக்கலாமா?
அவன்:	சுக்லாம் பரதம்
அவன்:	சசிவர்ணம்
அவன்:	என்ன?
அவன்:	பாரதி
அவன்:	டயரி
அவன்:	என்ன?
அவன்:	எவ்வளவு
அவன்:	ஒரு கணக்கில் 14 பக்கங்கள்
அவன்:	எவை?
அவன்:	பெயர்
அவன்:	சித்தக்கடல், யோகம், *Stray Thoughts*
அவன்:	இன்னொரு கணக்கில்
அவன்:	ஞானரதம், தராசு
அவன்:	ஒருதலைப் பேச்சு
அவன்:	சில சங்கற்பங்கள் - உடல் - மன சிந்தனைகள்
அவன்:	பலவிதப் பாய்ச்சல்
அவன்:	மண்ணுலகிலிருந்து கொண்டு உபசாந்திலோகம், கந்தர்வ லோகம், ஸத்ய லோகம், தர்ம லோகம் இவைகளைப் பற்றிய மனோராஜ்யங்கள்
அவன்:	கலங்கத் தெளிதல்
அவன்:	தர்மலோகத்தின் முடிவு
அவன்:	கூடிப்பிரிதல்
அவன்:	தலைவி!
அவன்:	வாடிக்கைப் பேச்சு
அவன்:	'மண்ணுலகத்தில்' உள்ள இரு தினசரிக் குறிப்புகள்
அவன்:	எனக்கு ஆயாசமாயிருக்கு

அவன்: எனக்கும்
அவன்: என்ன வேணும்
அவன்: என்ன கேள்வி
அவன்: அதே தானா?
அவன்: தத்வமஸி
அவன்: எவ்வளவு.
அவன்: எவ்வளவு வேணுமோ அவ்வளவு
அவன்: அவன் அவன் அளவு.
அவன்: சரி. (இருவரும் குடிக்கிறார்கள்)
அவன்: என் கை எங்கிருக்கு?
அவன்: என் தலை கனக்கிறது.
அவன்: எழுந்திருக்க முடியுமென்று தோன்றவில்லை.
அவன்: எல்லாம் ஒரே மங்கலா இருக்கு.
அவன்: இன்னும் கொஞ்சம் குடிக்கிறாயா?
அவன்: வேண்டாம்.
அவன்: பரவாயில்லை. கொஞ்சம் குடி.
அவன்: உன் இஷ்டப்படி (மறுபடியும் குடிக்கிறார்கள்.)
அவன்: நாம் என்னவோ எதைப் பற்றியோ பேசிக் கொண்டிருந்தோம் இல்லையா?
அவன்: ஆமாம். பேசிக்கொண்டிருந்தோம்.
அவன்: ஞாபகம் இருந்தாலும் உள்ளே இருந்தாலும் வெளியே வரமாட்டேன்கறது.
அவன்: யோசிச்சுப்பார்.
அவன்: அப்படின்னா என்ன செய்யணும்?
அவன்: மண்டைக்குள்ளே தானே மூளையிருக்கு?
அவன்: என்னடா பேத்தறே. மண்டைக்குள்ளே அப்பா அம்மா இல்லையா இருக்கா?
அவன்: யாரு பேத்தறா.
அவன்: சரி. நாம்பளும் சில சங்கற்பங்கள் செய்து கொள்ளலாம்.
அவன்: சரி.
அவன்: நான் முதல்ல சொல்றேன். நீ அதைப் பின்னாடி சொல்.
அவன்: அவன் நாம் இருவரும்.
அவன்: அவன் நாம் இருவரும்.
அவன்: இயன்ற வரை குடிக்காமலேயே.
அவன்: இருப்போம்.
அவன்: இருப்போம்.
அவன்: டே, உனக்குப் பொடி மட்டையைத் தெரியுமோல்லியோ?

அவன்: தெரியுமே ஏன்?

அவன்: அவர் சொன்னார் "எனக்கு தலையில்லே"ன்னு.

அவன்: உடனே உனக்குச் சந்தேகம் வந்துடுத்தாக்கும்.

அவன்: எனக்கேன்டா சந்தேகம் வரது.

அவன்: நான் கையாலே தடவிப் பார்தேன். தலை இருந்தது.

அவன்: அவர் அதைச் சொல்லலேடா.

அவன்: பின் எதைச் சொல்லலேடா.

அவன்: பின் எதைச் சொன்னார்.

அவன்: உனக்கு மூளை இல்லைங்கறதைச் சுட்டிக் காட்டினார்.

அவன்: அப்படின்னா பரவாயில்லை.

அவன்: ஏன்டா?

அவன்: நம்பளவா சிவனைப் பத்தி ஒரு கதை சொல்லுவா. தெரியுமா?

அவன்: நீதான் சொல்லேன்.

அவன்: சிவன் தன் கபாலத்தைப் பிச்சைப் பாத்திரமாக்கி ஊர் ஊராப் பிச்சை எடுத்துண்டு அலைஞ்சானாம்.

அவன்: உனக்கு கேசவ மாதவனைத் தெரியுமா?

அவன்: என்னடா எப்பப் பார்த்தாலும் கேசவமாதவன் கேசவ மாதவன்னு கழுத்தை அறுக்கிற. உன் மண்டைக்குள்ளே கேசவமாதவன் இருக்கான்னு தோணறது.

அவன்: என்னடா இப்படிச் சொல்றே. இப்பத்தானே பொடி மட்டை சொன்னார்னு சொன்னே. என் மண்டைக் குள்ளெ ஒண்ணும் இல்லேன்னு.

அவன்: சரி. கேசவமாதவனைத் தெரியும். அப்பறம்.

அவன்: என்னவோ என்னைக் கேக்கற பாவனையிலே சொல்லிண்டு ருந்தான். தனக்கு ஏசுவையும் பைபிளையும் பிடிக்கிற மாதிரி நம் சாமிங்களையும் புராணங்களையும் பிடிக்கலைன்னு.

அவன்: ஏன், அவன் பெரியார் பக்தனோ?

அவன்: சே, அப்படி ஒண்ணுமில்ல.

அவன்: பின்ன ஏன் இப்படி?

அவன்: அவன் எந்த விஷயத்தைப் பற்றியும் தீர ஆலோசித்து ஒரு முடிவுக்கு வருகிறான்.

அவன்: பெரிய ஆளா இருப்பான் போலிருக்கே.

அவன்: அதை ஏன் கேக்கறே. அவன் ஞாபகம் வர போதெல்லாம் என் தலையைத் தடவிப் பாத்துக்கிறேன். தலையில. உள்ளேன்னு சொல்லனம் இல்லையா. ஒண்ணும் இல்லேன்னு எனக்குத் தெரிஞ்சவுடனே எனக்கு அந்தப்

பொடிமட்டைகிட்ட ஒரு கட்டுக்கடங்காத நன்றி உணர்ச்சி கொந்தளிக்கிறது.

அவன்: சரிதாண்டா. விஷயத்துக்கு வா. கேசவமாதவன் ஏன் அப்படிச் சொன்னான்?

அவன்: யேசு ஒரு சுத்த ஆத்மாவாம். ஒரு மனித அனுதாபி. நம்ப கிச்சாமி ஒரு கள்ளப்படவான்னு.

அவன்: (சிரிக்கிறான்)

அவன்: ஏன்டா சிரிக்கறெ

அவன்: பாவம்

அவன்: யார்?

அவன்: கேசவமாதவன்

அவன்: கேசவமாதவனா?

அவன்: போடா, நீ ஒரு மக்கு

அவன்: (தலையைத் தடவிப் பார்க்கிறான்)

அவன்: தலை பத்திரமாத்தாண்டா இருக்கு

அவன்: இருக்கா?

அவன்: இருக்கு.

அவன்: நீ சொன்னாச் சரிதான்.

அவன்: நான் சொல்லாட்டாலும் இருக்கும்.

அவன்: (சிரிக்கிறான்) இருவரும் சிரிக்கிறார்கள்.
டே, எனக்கு நடுவில ஒரு சந்தேகம்.

அவன்: நடுவிலதானே.

அவன்: ஏன்?

அவன்: எனக்கு எல்லாமே சந்தேகமாத்தான் இருக்கு. நானே இருக்கேனாங்கறதுகூடச் சந்தேகமா இருக்கு.

அவன்: அது அப்படித்தான் இருக்கும். உனக்குத்தான் மூளை கிடையாதே!

அவன்: மூளை இருக்கறதனால்தானே சந்தேகம் வரதுங்கறா,

அவன்: அப்ப நீ சொன்னதோ,

அவன்: ஓ, அதுவா? எனக்கு மூளை மாத்திரம் இல்லெ. ஒண்ணுமே இல்லெ (இருவரும் சிரிக்கிறார்கள்)

அவன்: (திடீரென்று) நான்தானே நவீனன்.

அவன்: இல்ல நான்தான்.

அவன்: இல்ல நான்தான்.

அவன்: இல்ல நான்தான் தான் தான்

அவன்: இல்ல நான்தான் தான் தான்

அவன்:	சரிதாண்டா. நானும் தானும் கொஞ்சம் குடிக்கலாமா?
அவன்:	என்னடா எப்பப் பார்த்தாலும் குடிக்கலாமா குடிக்கலாமான்னு. உனக்குக் குடிக்கணம்னா என்னை ஏண்டா இப்படி வதைக்கிற.
அவன்:	அது இல்லடா. உனக்கு ஹரிஹர சுப்ரமண்ய ஐயரைத் தெரியுமே.
அவன்:	தெரியுமே. அவரும் உன்னைப் போலத்தான் குடிக்கலாமா குடிக்கலாமான்னு கழுத்தை அறுத்துடுவார்.
அவன்:	எனக்கு என்னவோ செய்கிறது.
அவன்:	அதிகமாகக் குடித்ததன் விளைவாக இருக்கலாம்.
அவன்:	பின்
அவன்:	நான் யார் என்று எனக்கே தெரியவில்லை
அவன்:	எப்பொழுதும் உன்னைப் பற்றியே நினைத்துக் கொண்டிருந்தாயானால் இப்படியெல்லாம் ஆகிவிடும்.
அவன்:	எனக்குத்தான் தலையில்லையே.
அவன்:	(சிரிக்கிறான்)
அவன்:	ஏன் சிரிக்கிறாய்?
அவன்:	அதற்குள் மறந்துவிட்டாய். எனக்கு அல்லவா தலையில்லை.
அவன்:	(சிரித்துக்கொண்டு) ஆமாம் மறந்துவிட்டேன். ஒரு வேளை தலை இருக்கிறது என்று நினைத்துக் கொண்டிருப்பவனுக்குத்தான் தலை இல்லையோ என்னவோ. யார் கண்டது?
அவன்:	உனக்கு லகரி நன்றாகத் தலையைப் பிடித்துவிட்டது!
அவன்:	வேறு எதையாவது பற்றிப் பேசலாமா?
அவன்:	ஓ பேசலாமே.
அவன்:	எதைப் பற்றி.
அவன்:	எதைப் பற்றியானாலும்.
அவன்:	நாம்ப எதைப் பத்திப் பேசறதுன்னு திட்டம் போட்டோம்.
அவன்:	"திட்டம் விளைந்தது தோட்டம் மறைந்தது."
அவன்:	இது என்ன?
அவன்:	பசுவய்யாவின் கவிதை.
அவன்:	உனக்குப் பசுவய்யாவின் கவிதை பிடிக்குமா என்ன?
அவன்:	(சிரிக்கிறான்)
அவன்:	ஏன் சிரிக்கிறாய்?
அவன்:	உன் கேள்வி
அவன்:	உன் கேள்விக்கு என்ன?
அவன்:	ஒருமுறை நீ உனக்குப் பசுவய்யா கவிதை அவ்வளவாக பிடிக்கவில்லை என்று சொன்ன மாதிரி

நகுலன் ◆ 91

அவன்: இப்பொழுது
அவன்: திட்டம் விளைந்தது தோட்டம் மறைந்தது என்கிறாய்
அவன்: நாம் வேறு எதைப் பற்றியாவது பேசலாமா?
அவன்: பேசலாமே.
அவன்: நாம் டயரியைப் பற்றி இல்லையா பேசிக் கொண்டிருந்தோம்.
அவன்: தமிழில் யார் எல்லாம் டயரி எழுதியிருக்கிறார்கள்.
அவன்: இதை முன்னாலேயே கேட்டாய் இல்லையா?
அவன்: நானா, நீயா?
அவன்: யாருக்குத் தலையில்லை?
அவன்: காலை வெட்டினால்
அவன்: நொண்டி.
அவன்: கண் போனால்.
அவன்: குருடன்.
அவன்: தலை மாத்திரம் இருந்தா.
அவன்: போறாது.
அவன்: ஏன்?
அவன்: அப்ப.
அவன்: நீ.
அவன்: கண் இருந்தும்.
அவன்: குருடன்.
அவன்: கால் இருந்தும்.
அவன்: முடவன்.
அவன்: தலையிருந்தும்.
அவன்: முட்டாள்.
அவன்: ஏன்?
அவன்: தலை ஒரு.
அவன்: உபாதி.
அவன்: தலை தலை இல்லை.
அவன்: உனக்கே நீ என்ன பேசறே என்பது தெரியறதா?
அவன்: அது அவ்வளவு முக்கியமில்லை.
அவன்: தமிழில்.
அவன்: எழுதினதை வைத்தா? படித்ததை வைத்தா?
அவன்: உனக்கென்ன தோன்றது?
அவன்: உன் மண்டைக்குள்ள ஞானக்கூத்தன்!
அவன்: அப்படின்னா.

அவன்: நம்ம மண்டைக்குள்ளே யாரெல்லாமோ இருக்கா.

அவன்: நம்பளைத் தவிர.

அவன்: அது இன்னும் மோசம்.

அவன்: நீ என்ன சொல்ற.

அவன்: நம்ப மண்டைக்குள்ள நாம்ப மாத்திரம் இருக்கிறது.

அவன்: நீதான் மண்டென்னு ஒண்ணு தனியா இல்லன்னியே.

அவன்: அப்படிச் சொன்னேனா.

அவன்: ஏன்?

அவன்: நான்கூட இப்படியெல்லாம் பேசியிருக்கேனா என்று நினைக்கிறபோது

அவன்: நினைக்கிற போது.

அவன்: நிலைமை இன்னும் மோசமாகவில்லைன்னு தோன்றது.

அவன்: நீ எப்படி அதைக் கணக்காக்கிற?

அவன்: அப்படின்னா?

அவன்: அது டயரி இல்லாவிட்டாலும்.

அவன்: அப்படின்னா.

அவன்: கவிதையாக, சிறுகதையாக, நாவலாக, பிரயாண இலக்கிய மாக, கடிதமாக.

அவன்: அப்படின்னா டயரின்னா என்ன?

அவன்: மனச் சிதறல்கள்.

அவன்: 'கருச்சிதைவுகள் சட்டபூர்வமானவை'

அவன்: எங்கேயோ படித்த மாதிரி இருக்கே.

அவன்: நாஞ்சில் நாடன் எழுதிய ஒரு சிறுகதையின் தலைப்பு

அவன்: உனக்கு என்ன சொன்னாலும் தெரியாது.

அவன்: இப்படியெல்லாம் நீ ஒருத்தர் பேரெயும் சொல்லக்கூடாது.

அவன்: (சிரிக்கிறான்)

அவன்: ஏன் சிரிக்கிற.

அவன்: அதை இப்படிச் சொல்.

அவன்: எப்படி?

அவன்: என் பேரைத் தவிர மற்றவர் பேரை.

அவன்: இப்படியெல்லாம் நீ செய்யறபோது நீ என்ன செய்யறே.

அவன்: என்ன செய்றேன்?

அவன்: டமாரம் அடிக்கிற

அவன்: ஏன்?

அவன்: இதோபார். பேரை வச்சுண்டு மாத்திரம் எழுத்தைக் கணக்குப் போட்றபோது.

அவன்:	'தலைகீழான விகிதாம்சங்கள்'
அவன்:	அதனாலேதான்.
அவன்:	நாகப்பனைத் தெரியுமில்லையா?
அவன்:	ஏன்?
அவன்:	ஒரு நாள், அவன் வீட்ல நானும் அவனும் பேசிக் கொண்டிருந்தோம். ரொம்ப உஷ்ணமா என்னிடம்...
அவன்:	என்ன சொன்னான்?
அவன்:	நீ அப்பெல்லாம் என் பேரைச் சொல்லிண்டிருந்தே. இப்ப அப்படிப் பண்றதில்லென்னான்.
அவன்:	நீ என்ன சொன்னே?
அவன்:	நான் சொல்றதும் சொல்லாததும் அவ்வளவு முக்கிய மில்லென்னேன்.
அவன்:	அதுக்கு அவன் என்ன சொன்னான்?
அவன்:	அதெல்லாம் சரி. ராமநாதன் எப்பவும் என் பேரைச் சொல்லிண்டிருக்கிறார் என்பது தெரியுமான்னான்.
அவன்:	நீ என்ன சொன்னே?
அவன்:	அவரே சொல்றப்போ நான் சொல்றதும் சொல்லாததும் அவ்வளவு முக்கியமில்லென்னேன்.
அவன்:	அவன் என்ன சொன்னான்?
அவன்:	கொஞ்சம் சமாதானம் அடைந்தான்னு தோணித்து. பின்னே அவனே சொன்னான். என்னைப் பத்தி நீ சொல்றதும், உன்னைப்பத்தி நான் சொல்றதும் அவ்வளவு முக்கியமில்லை. நம்ப ரண்டு பேரைப் பத்தியும் மூணாவது ஆள் சொல்றதுதான் முக்கியம்னான்.
அவன்:	நீ என்ன சொன்னே?
அவன்:	உனக்குத்தான் தெரியுமே. 'மெத்தப் பயந்தவன் நான்'
அவன்:	தாயுமானவர் இல்லையா?
அவன்:	ஆமாம். அவன் அப்படிச் சொன்னதும் நான் சமாளிச் சுண்டுட்டேன்.
அவன்:	எப்படி?
அவன்:	சரி. நான் மணின்னா, நீ ராஜன் தானே? நம்ப ரண்டு பேரைப் பத்தியும் மூணாவது ஆள் என்ன சொல்றா மணி யார்? ராஜா யார்ன்னுதானே?
அவன்:	அவன் என்ன சொன்னான்?
அவன்:	சாந்தமாய்ட்டான்.
அவன்:	மனுஷா ஏன் இப்படியிருக்கா?
அவன்:	சட்ட பூர்வமான கருச்சிதைவுகள் தலைகீழான விகிதாம் சங்கள்.

அவன்: ஆனால் இதிலொன்னும் மனுஷன் சமாதானமடைய மாட்டான்.

அவன்: ஏன்?

அவன்: தலைன்னு ஒண்ணு இருக்கு இல்லையா? மில்டன்.

அவன்: என்ன சொன்னான்?

அவன்: புகழ். அதுதான் பெரிய மேதைகளுக்குக் கூடக் கடைசி பலவீனமாக இருக்குன்னு.

அவன்: நாம்ப டயரியைப் பற்றித் தொடர்ந்து பேசலாமா?

அவன்: ஓ!

அவன்: எனக்குத் தாகமா இருக்கு.

அவன்: எனக்கும்.

அவன்: என்ன வேணாம்?

அவன்: ஜின் ஜின் ஷெனே!

அவன்: அதுதான் வேணுமா?

அவன்: ஆமாம்னா ஆமாம்.
(இருவரும் சாவதானமாகக் குடிக்கிறார்கள்.)

அவன்: உருவத்திலிருந்து தப்புவதற்கு உருவமில்லாத ஒரு உருவத்தைச் சிருஷ்டிக்கிற முயற்சி.

அவன்: எது?

அவன்: டயரி.

அவன்: உதாரணம்.

அவன்: அடியோடிதான்னு நினைக்கிறேன். ஷீடின் டயரிகள் அவன் நாவல்களை விடச் சிறந்தவை என்று.

அவன்: அவன் டயரியிலிருந்து ஏதாவது ஞாபகமிருக்கா?

அவன்: ராத்திரி வந்துவிட்டால் அவளுடன் இருப்பது என்பதில் ஒரு தனி சந்தோஷம்; பகல் நேரத்தில் அவளிடமிருந்து எப்படித் தப்புவது என்பதைப் போன்ற பிரச்சனை. வேறு எதுவுமில்லை.

அவன்: சுசீலாவைப் பற்றிய வரை உனக்கு நேர்மாறான அனுபவம் இல்லையா?

அவன்: அகமே ஆகமாக
ஏகமே போகமாக
உள்ளமென்ற
பெருங்கோயிலில்
ஆயிரந்தலை
நாகப் பாயல் - மீது
படுத்துறங்கும்
பரமனைக் கண்டு

பதைக்குமே
என் பாவி நெஞ்சு!

அவன்: சரி ஷீட் வேறு ஏதாவது?

அவன்: எழுத்துப் பாரமேற்று
கழுத்து நெரியக்
கண்ணிரண்டும்
பிதுங்க நின்றவனைக்
கண்டு நின்ற குழந்தை
விரல் சூப்பிக்
கண்கொட்டாமல்
பார்த்து நின்றது
என்று சொல்லடி குதம்பாய்!

அவன்: நெஞ்சு விடுதூது.

அவன்: உதாரணம்.

அவன்: ராமலிங்க சுவாமிகள் கடவுளுக்கு ஒரு கடிதம் எழுதியிருந்ததாக நினைவு.

அவன்: எழுத்தாளர்கள் டயரி.

அவன்: ஹென்றி ஜேம்ஸ், ரிக்கெ, டாஸ்டாவஸ்கி, வர்ஜீனியா வுல்ஃப்

அவன்: தமிழில்

அவன்: எனக்குத் தெரிந்தவரை யாருமில்லை. முற்றுப்பெறாத க.நா.சு.வின் கவிதைத் தொடரைத் தவிர்த்து.

அவன்: கடிதங்கள்.

அவன்: ராஜநாராயணன்.

அவன்: உரத்த சிந்தனைகள், பேச்சுகள்

அவன்: ந. முத்துசாமி. அசோகமித்ரன், ஞானக்கூத்தன் பேட்டி.

அவன்: எழுத, எழுத

அவன்: எழுத்து அழிகிறது

அவன்: வாசிக்க, வாசிக்க

அவன்: வாசகன் தொலைகிறான்

அவன்: நீ யார்?

அவன்: ஒரு விரிவுரையாளன், பேராசிரியரில்லை

அவன்: ஏன் இதை இப்படிச் சொல்கிறாய்?

அவன்: உண்மை நாட்டம் உருவப் பிரக்ஞை ஆனது

அவன்: உன்னுடைய ஆசிரியர்கள் யார்?

அவன்: ஒவ்வொருவராகவா? ஒரே மூச்சிலா?

அவன்: ஒவ்வொருவராக.

அவன்: முதலில்

அவன்: ராமநாதன்

அவன்: ஏன்?

அவன்: எழுத்தறிவித்தவன் இறைவன்.

அவன்: இறைவன்?

அவன்: ஒரு பேச்சுக்கு

அவன்: அவரை நீ முதலில் எங்கு சந்தித்தாய்?

அவன்: சிதம்பரத்தில் அதிலும் ஒரு பொருத்தம் இருந்தது.

அவன்: ஏன்?

அவன்: உனக்குச் சொன்னால் தெரியாது.

அவன்: சொல்லக் கூடாதா?

அவன்: வீண் சண்டை எதற்கு?

அவன்: இதை உனக்கு முதலில் சொல்லிக் கொடுத்தது யார்?

அவன்: நடராஜன்

அவன்: அவன் என்ன சொன்னான்?

அவன்: ஒருவன் தன் அபிப்ராயத்தைச் சொல்லும்போது நீ இடைமறித்து 'அது உன் அபிப்ராயம்' என்று சுட்டிக் காட்டக் கூடாது என்று.

அவன்: ஏனாம்?

அவன்: அது என் ஆணவத்தைப் பறையடிக்கிறதாகும் என்று.

அவன்: இதைப் பற்றி நீ என்ன நினைக்கிறாய்?

அவன்: ஒரு வகையில் சரி என்றுதான் எனக்குத் தோன்றியது?

அவன்: ஏன்?

அவன்: ஒரு எழுத்தாளன் என்ற வகையில், பேசுவதை விடப் பேசுவதைக் கேட்பது என்பது எனக்கு முக்கியமாகப் படுகிறது. கற்றிலனாயினும் கேட்க.

அவன்: நீ பேசுவதை உன்னாலேயே கேட்க முடியுமா?

அவன்: கேட்ட பிறகுதான் பேசவேண்டும்.

அவன்: பேசுவதில் நீ எதை - என்பதை - எப்படிப்பட்ட பேச்சு முக்கியம் என்று நினைக்கிறாய்.

அவன்: பேசி முடித்தவுடன் - ஏன்... பேசும்பொழுதே - ஒரு மௌன நிலையைச் சிருஷ்டிப்பதில்தான் பேச்சின் வெற்றி இருக்கிறது.

அவன்: ராமநாதன் எப்படிப் பேசுவார்?

அவன்: அவருக்குப் பெரிய மண்டை, பூதக்கண்ணாடி

அவன்: பின்ன?

அவன்: மேடையில் அவர் பேச்சு எடுக்குமா என்பது எனக்குத் தெரியாது. ஆனால் நான் மணிக்கணக்காக பல நாட்கள் அவருடன் பேசியிருக்கிறேன். அவர் பேசும் பொழுது நான் இருப்பதோ அவர் இருப்பதோ எங்கள் இருவர் பிரக்ஞையிலும் இருந்ததில்லை. ஏதாவது - எதிர்க்கருத்து அது அசம்பாவிதமாக இருந்தாலும் - இருக்கலாம்பா என்று நகர்ந்து விடுவார்.

அவன்: நீ முதல்முதலாக அவரைப் பார்த்ததும் அவர் உன்னிடம் என்ன கேட்டார்?

அவன்: அவர் தன் பெண்ணிடம் (அப்பொழுது அவளுக்கு வயது 10 அல்லது 11 இருக்கலாம்) "மாமாவுக்குக் கல்யாணம் ஆய்விட்டதா?" என்று கேள் என்று கேட்டார்.

அவன்: நீ என்ன சொன்னாய்?

அவன்: என்னிடம் அந்தக் கேள்வி எவ்விதச் சலனத்தையும் ஏற்படுத்தாததால் நான் "இல்லை" என்று ஒரு அசட்டைப் பாவத்துடன் சொன்னேன். இல்லாவிட்டாலும்.

அவன்: இல்லாவிட்டாலும்

அவன்: அந்தக் கட்டத்தில் நான் சுசீலாவைச் சந்தித்ததில்லை.

அவன்: யார் இந்தச் சுசீலா?

அவன்: நாய்த்தோல்

அவன்: என்ன?

அவன்: ஒன்றுமில்லை.

அவன்: பிறகு ராமநாதன் என்ன சொன்னார்?

அவன்: நான் ஹென்றி ஜேம்ஸ் நாவலைப் படிக்க வேண்டு மென்றார்.

அவன்: ஏனாம்?

அவன்: நான் கேட்கவில்லை

அவன்: ஏன்?

அவன்: நான் கேட்டிருக்க வேண்டுமா?

அவன்: (சிரித்துக்கொண்டே) அப்படி ஒன்றுமில்லை.

அவன்: நீ ஏன் சிரித்தாய்?

அவன்: ஒன்றுமில்லை. அது சரி. ராமநாதன் வேறு என்ன சொன்னார்?

அவன்: ஒன்றும் சரியாக ஞாபகமில்லை. ஒருமுறை பேசிக் கொண்டிருக்கும்பொழுது நான் கல்யாணம் பண்ணிக் கொள்ள வேண்டுமென்றார்.

அவன்: ஏனாம்?

அவன்: பொருளாதார அடிப்படையில் அது மிகவும் சிக்கனமான ஏற்பாடு என்றும், அதை வேண்டாம் என்று வைத்தால் வேறு எங்கேயாவது மாட்டிக் கொண்டு விட நேரும் என்றும் சொன்னார்.

அவன்: பிறகு

அவன்: பிரம்மச்சாரியாக இருந்தால் ஒரு முழு எழுத்தாளனாகக் கூட முடியாது என்றார்.

அவன்: நீ என்ன சொன்னாய்?

அவன்: அது எனக்கு அவ்வளவு சரியாகப்படவில்லை. லாம்ப், லியுவிஸ் சுரால் இவர்கள் பேர்தான் அப்பொழுது ஞாபகம் வந்தது. இப்பொழுது ஜேம்ஸ் ஞாபகம் வருகிறது.

அவன்: அவர் என்ன சொன்னார்.

அவன்: எனக்கு இலக்கியத்தில் உள்ள ஈடுபாட்டை நிரூபிக்கக் கூட இந்த மாதிரிப் பொறுப்புகளைச் சுமக்க வேண்டும் என்று சொன்னார்.

அவன்: நீ என்ன சொன்னாய்?

அவன்: அது எனக்குச் சற்று வினோதமாகப் பட்டதால் நான் ஒன்றும் சொல்லவில்லை. இப்பொழுது திரும்பிப் பார்க்கையில், ஒரு பெண்ணுடன் ஒருவன் வைத்துக் கொள்ளும் உறவு மிக முக்கியமானது என்றே எனக்குத் தோன்றுகிறது. என்றாலும் அது ஒன்றைத் தவிர வேறு ஒன்றுமில்லை என்று இன்றுகூட எனக்குச் சொல்லத் தோன்றவில்லை. அதற்காகப் பொறுப்புக்களையோ ஒரு குரிசையோ நான் சுமக்கத் தயாராயில்லை.

அவன்: நீ ஒன்று - ஒரு அசாதாரணமான கோழை அல்லது ஒரு அசாதாரணமான தைரியசாலியாக இருக்க வேண்டும்.

அவன்: நான் இரண்டுமில்லை. அது ராமநாதனுக்கும் தெரியும். மேலும் நாங்கள் இருவரும் - சில விஷயங்களில் ஒரேவிதமான அனுபவத்தைப் பெற்றிருந்தோம். நாங்கள் இருவரும் என்று சொல்லலாம் என்று நினைக்கிறேன். எழுதுவதில் ஒரு சந்தோஷத்தை அனுபவிக்கிறோம். அதன் மூலம் வரும் பேர், பணம், இதெல்லாம் இரண்டாம் பட்சம்தான்.

அவன்: பிறகு?

அவன்: இதையும் சொல்லவேண்டும். எனக்கு அவரிடம் எவ்வளவு மதிப்பு இருந்ததோ அவ்வளவு அன்பு அவருக்கு என்னிட மிருந்தது.

அவன்: அன்பு?

அவன்: நீ என்ன நினைக்கிறாய் என்பது எனக்குத் தெரியும். அவர் அசட்டு உணர்ச்சிகளுக்கு இடம் கொடுப்பவரில்லை என்று சொல்வார்கள். எனக்குத் தெரியும் அன்பினால் அவர் பல சமயங்களில் அசட்டுத்தனமாகச் சில காரியங்களைச் செய்திருக்கிறார். என் விஷயம் உள்பட.

அவன்: உனக்கே நீ என்ன பேசுகிறாய் என்று தெரிகிறதா?

அவன்: இதெல்லாம் புரியவேண்டுமென்று ஒரு அவசியமுமில்லை. பல விஷயங்களை உணர்ச்சி வசப்படாமல் நிதானமாகப் பார்க்க மாத்திரம் நம்மால் நம்மைப் பழக்கிக் கொள்ள முடியுமானால்.

அவன்: உன்னிடம் பேசுவதில் ஒருவித பிரயோஜனமும் இல்லை.

அவன்: நீ ஜே. கிருஷ்ணமூர்த்தியைப் படித்திருக்கிறாயா?

அவன்: ஏன்?

அவன்: இல்லை. சும்மாத்தான்.

அவன்: எல்லாரும்தான் ஜே. கிருஷ்ணமூர்த்தியைப் பற்றிப் பேசுகிறார்கள். நான்கூட ஒருமுறை படித்துப் பார்க்க முயற்சித்தேன். என்னால் முடியவில்லை.

அவன்: ஏன்?

அவன்: அவர் நடை.

அவன்: அதற்கென்ன?

அவன்: வார்த்தைகள் மிக எளிதாக இருந்தாலும், புரிந்து கொள்வதற்குக் கஷ்டமாக இருக்கிறது.

அவன்: தொடர்ந்து பேசலாமா?

அவன்: எனக்கு ஆயாசமாக இருக்கிறது. ராமநாதனைப் பற்றி ஏதாவது சொல்.

அவன்: எந்த விஷயத்தைப் பற்றிப் பேசவோ, சிந்திக்கவோ, எழுதவோ, ஆரம்பித்தால் அதைக் கடைசிவரை கொண்டு போக வேண்டுமென்பார்.

அவன்: இதைப்பற்றி நீ என்ன நினைக்கிறாய்?

அவன்: நான் ஒன்றும் நினைக்கவில்லை. நீ ராமநாதனைப் பற்றி ஏதாவது சொல் என்றதும் இது ஞாபகம் வந்தது - சொன்னேன்.

அவன்: அவர் இன்னும் என்ன சொல்வார்?

அவன்: அவர் ஒரு தடவை என் வீட்டிற்கு வந்திருந்தார். என் புத்தக அலமாரியைப் பார்த்துவிட்டு இந்தப் புத்தகங்களில் எவ்வளவு புத்தகங்களை ஒருமுறைக்கு மேல் படித்திருக் கிறாய் என்று கேட்டார்.

அவன்: இன்னும் ஏதாவது சொன்னார்?

அவன்: எழுத்து விஷயத்தில் எழுதியதைத் திருத்தி இரண்டாவது தடவை எழுதுவது முக்கியம் என்றார்.

அவன்: இன்னும்.

அவன்: தனக்கு ஐரோப்பியக் கவிஞர்களில் - டான்டேயை மிகவும் பிடிக்கும் என்றும், டால்ஸ்டாயை விட டாஸ்டாவஸ்கி சிறந்தவன் என்றும், ராஜமய்யர் ஏ. மாதவையாவை விடச் சிறந்த எழுத்தாளர் என்றும் சொல்வார்.

அவன்: நீ என்ன சொன்னாய்?

அவன்: அன்று நான் அவர் சொன்னதைக் கேட்டுக்கொள்ளும் நிலையில் இருந்தேனே தவிர, கேள்வி கேட்கும் நிலையில் இல்லை.

அவன்: பிறகு

அவன்: மணிக்கணக்காகப் பேசிக் கொண்டிருப்போம். ஏதாவது எழுதுவதைப் பற்றி, படிப்பதைப் பற்றிப் பேசிக் கொண்டிருப் பார். ஒரு நாவல் பற்றி - அவர் எழுதுவதாகச் சொன்ன பல நாவல்களில் ஒன்று. ஒருவன் ஒரு பிணத்தை வண்டியில் வைத்துக்கொண்டு, ஒரு ஊரிலிருந்து மற்ற ஒரு ஊருக்குச் செல்கையில் அவன் அனுபவங்கள் யார் யாரிடம் அது என்று ஞாபகம் வரவில்லை - இப்பொழுது இந்த மாதிரி ஒரு நாவல் எழுதியிருக்கிறார் என்று ஞாபகம் வருகிறது.

அவன்: நீ என்ன சொல்கிறாய்?

அவன்: நீ நினைப்பது தவறு, எழுத்தாளர் உலகமே தனி. சமீபத்தில் ஒரு நண்பர். மிகவும் கெட்டிக்கார மாணவன் அவன். ஆங்கில நாவல் ஒன்று. அது பிரசுரமாகாமலேயே இருந்து விடலாம். அதில் அவன் ஒரு பாத்திரத்தின் தனிமை உணர்ச்சியை விவரிக்க ஸ்டேஷனில் ரயில் போனபின் வரும் உணர்ச்சிபோல் என்று விவரித்திருந்தான். இந்த மாதிரி ஒரு ஜேம்ஸ் நாவலில் ஒரு கட்டம் வருகிறது. நான் சொல்லவும் செய்தேன். அவன் அந்த நாவலைப் படித்த தில்லை என்று சொன்னான்.

அவன்: சொல்.

அவன்: கோவில்களைப் பற்றிக் கேட்டார். நெட்டிலிங்கமரம் என்றுதான் சொன்னார் என்று நினைக்கிறேன். அது காற்றில் அசையும் பொழுது மணம் குலுங்குவது மாதிரி ஓசை கேட்கும் என்றார். டான்டேயிடம் ஈடுபாடுடையவர் என்றேன். ஒருமுறை என்னிடம் நாகத்தின் யதார்த்த சித்திரம் வரையும்படி ஒரு கட்டுரை எழுத வேண்டியிருக் கிறது. எழுதுகிறாயா என்று கேட்டார். சில விஷயங்கள் அவர் மனதை அப்படி வசீகரிக்கின்றன. கன்ஃபுஷியைப்

பற்றிச் சொல்வார் - கடவுள் விவகாரத்தைப் பற்றிச் சொல்லாமலேயே பிரச்சனைகளை அவன் அணுகுகிறான் என்பார். நிறையப் படித்திருக்கிறார். ஆனால் அவருக்கு நம் மண்ணில் நம் ஐதீகங்களில் ஒரு நம்பிக்கையிருந்தது. அவருக்குச் சில விரக்திகளும் இருந்தன. ஆனால் என்றுமே அவர் கசப்பு அடைந்ததை நான் பார்த்ததில்லை.

அவன்: தொடர்...

அவன்: உனக்கு நான் வேதாந்தத்தில் ஈடுபாடுடையவன் என்பது தெரியும். வேதாந்தமோ நாம் பார்க்கும் யதார்த்தத்தை யெல்லாம் 'அழிக்கும்' ஒரு ஏற்பாடு - ஆனால் யதார்த்தம் 'இல்லை' என்றால் நாவல் ஏது என்று கூறிவிட்டு - அவரே சொல்வார்; வாழ்க்கையைச் சாட்சி பூதமாக - ஒரு இசங் களுக்கும் ஈடுபடாமல் - என் வாழ்க்கையைக் கூடப் பார்ப்பதனால்தான் நான் ஒரு எழுத்தாளன் போலும் என்பார். அவருக்கும் டயரி எழுதும் பழக்கமுண்டு.

அவன்: அவர் நாவல்களைப் பற்றி உன் அபிப்பிராயம்.

அவன்: அவை சாசுவதமானதாக நிற்கும். இன்று பிறர் சொல்வதைக் கேட்டுத் தாங்கள் அமர இலக்கியம் படைத்து விட்டதாக நினைத்துக்கொண்டு பிற எழுத்தாளர்கள் தலை எழுத்தைத் தாங்கள் தான் கணிக்கிறோம் என்று மிரளும் பல எழுத்தாளர் களின் படைப்புகளைப்போல் இல்லை அவர் எழுத்து?

அவன்: ஏன் இப்படிச் சொல்கிறாய்?

அவன்: ஒரு படைப்பு இலக்கியத்தில் வாழ்க்கையை வேதாந்தியைப் போல் பார்ப்பது என்பதுதான் என்ன? நண்பா. அவருடைய எழுத்தின் சாயல் என்மீதும் படிந்து விட்டது போல் இருக்கிறது. ராமநாதன் சிருஷ்டி உலகைப் பற்றி நினைக் கையில் இப்படிச் சில ஞாபகங்கள். காசியப்பன் பாஷையில் சொல்வதென்றால் - அனுபவங்கள் ஞாபகங்கள் ஞாபகங்கள் ஞாபகங்களின் ஞாபகங்கள் - ஒரு மித மிஞ்சின குடிகாரன், ஒரு தார்மீக வெறியால் அவஸ்தையுறும் ஒரு உலகம். தெரியாத பக்குவமற்ற கூர்மையான மூளையுள்ளவனால் அநியாயமாகக் குற்றஞ் சாட்டப்பட்டு ஓடும் ரயில்முன் விழுந்து தற்கொலை செய்து கொள்கிறான். அந்த இளைஞ னும் இதன் அதிர்ச்சியால் சாகிறான். அந்த இடத்தில் காலையில் கதிரவன் ஒளி வீழ்கிறது. கட்டங்களில் பணத்தை வழிபடுபவன் அனுபவிக்கும் தனிமை உணர்ச்சி - அவர் எதைத் தேடிக்கொண்டு பண்டரிபுரத்திற்குப் போனார்? "ஒரு பெண் நாய்க்குட்டி வால் அறுபட்டு அகாலமாகக்

கருவுற்று அது சாவது ஏன்? ஒரு மகத்தான அனுபவமாகக் கணிக்கப்பட வேண்டும்? கடைசியில் மிஞ்சுவதென்ன? ஒவ்வொரு எழுத்தாளனும் தன் அனுபவங்களைப் பிரத்யட்சத்தின் ஒட்டுப் படங்களாக ஒட்டுகின்றானோ என்னவோ? கடைசியில் மிஞ்சுவது தான் என்ன?

அவன்: 'கற்பனவும் இனி அமையும்"
அவன்: தாயுமானவர் இல்லையா?
அவன்: ஆமாம்.
அவன்: இதற்கெல்லாம் ராமநாதன் என்ன சொல்வார்?
அவன்: கையை விரிப்பார். எதையாவது உள்ளே யோசித்துக் கொண்டு தலையை மெதுவாக அசைப்பார்.
அவன்: அப்படியென்றால்?
அவன்: உனக்குத் தெரியுமா?
அவன்: இதென்னடா, பெரிய அவஸ்தையாகப் போய்விட்டதே
அவன்: என்ன?
அவன்: நீ எதையாவது நினைத்துக்கொண்டு - உனக்குத் தெரியுமா என்றால் நான் என்ன சொல்வது?
அவன்: எனக்குத் தெரியுமா?
அவன்: அது இன்னும் விசேஷமாக இருக்கிறது!
அவன்: எது?
அவன்: நீ பேசுவதற்கு முன் நீ என்ன பேசப் போகிறாய் என்பது எனக்கு எப்படித் தெரியும். உனக்கே நீ என்ன பேசப் போகிறாய் என்று தெரியுமா என்று நீ கேட்கையில்
அவன்: நீ இட்ரீஸ்ஷாவின் சிந்தனைகளைப் படித்திருக்கிறாயா?
அவன்: என் கையில் நீ அடி வாங்கப் போகிறாய்?
அவன்: (சிரிக்கிறான்) உன் ஒரு அடிக்கு நான் தாங்கமாட்டேன். உனக்குத் தெரியுமா, தெரியுமா உனக்கு.
அவன்: இது வேறு அவஸ்தை. ஏன் இப்படி வார்த்தைகளை வைத்துக் கொண்டு செப்படிவித்தை செய்கிறாய். ஏன் இப்படி வார்த்தைகளை உருட்டுகிறாய்?
அவன்: உன்னை ஏன் சொல்லவேண்டும். "நாய்கள்" என்ற நாவலை நீ படித்திருக்கிறாயா?
அவன்: யார், அந்தப் பைத்தியம் நகுலன் எழுதினது தானே?
அவன்: பைத்தியம் இல்லை, முட்டாள்
அவன்: முட்டாளா... ஏன்?

அவன்: அந்த நாவலை நீ மிகவும் அக்கறையுடன் புரட்டிப் பார்த்தாயானால் தெரியும்.

அவன்: என்ன தெரியும்?

அவன்: அதில் இல்லாததெல்லாம் உன் கண்ணில் தெரியும்.

அவன்: இது என்னடா, ரொம்ப விசித்திரமாக இருக்கே. ஒரு புஸ்தகத்தில் உள்ளதை விட்டுவிட்டு இல்லாததை யெல்லாம் தேடுவது.

அவன்: பின் விமர்சகன் எதற்கு?

அவன்: அதில் அப்படி என்ன இல்லை.

அவன்: அரசியல்.

அவன்: பிறகு.

அவன்: மனிதன் மனிதனுடன் வைத்துக் கொள்ளும் உறவு.

அவன்: இல்லையா என்ன?

அவன்: அப்படி என்று அவர் சொல்கிறார்.

அவன்: நீ என்ன நினைக்கிறாய்?

அவன்: நான் என்றுமே வேறொருவர் இப்படித்தான் நினைக்க வேண்டும் என்று சொல்வதில்லை.

அவன்: ஆமாம். நீ சொன்னாப் போல நாம் எதைப் பற்றிப் பேசிக் கொண்டிருந்தோம்?

அவன்: என்னடா நான் சொல்வதையே நீ சொல்கிறாய்?

அவன்: அல்லது நீ சொன்னதை நான் சொல்கிறேனா?

அவன்: எப்படியானால் என்ன?

அவன்: ஏன்டா?

அவன்: நான் என்றால் என்ன, நீ என்றால் என்ன, இந்தப் பாகு பாடே ஒரு சௌகரியத்திற்குத்தானே?

அவன்: அது சரி. இப்பொழுது எனக்கு ஞாபகம் வந்துடுத்து.

அவன்: எனக்கும்.

அவன்: என்ன?

அவன்: வார்த்தைகளை வைத்துக்கொண்டு செப்பிடு வித்தை செய்வது.

அவன்: பிறகு 'நாய்கள்'.

அவன்: ஒருவர் என்னிடம் கேட்டார். "மரா, மரா, மரா, ராம, ராம" நண்பா, நீ தாயுமானவர் படித்திருக்கிறாயா தாயுமானவர் நீ நண்பா படித்திருக்கிறாயா? நண்பா, தாயுமானவர் படித்திருக்கிறாயா நீ? தாயும் ஆனவர் நண்பா உனக்குத் தெரியுமா நண்பா?"

அவன்: என்னடா இதெல்லாம் விளையாட்டு அடிக்கிறாயா?

அவன்: என்ன, என்ன, விளையாட்டு அடிக்கிறாயா?

அவன்: இல்லேடா நீ வேகவேகமாக மரா, மரா என்று சொல்லிக் கொண்டே போ.

அவன்: எனக்கு இன்னும் தெரியல்லையேடா?

அவன்: பின் நீ ஆராய்ச்சி செய்ய வேண்டும் என் நாவல்களைப் பற்றி

அவன்: பற்றி இலக்கியம்.

அவன்: இதையும் கேள். என் தம்பியின் கடைசிப் பெண். பூமா என்று பேர் என் நினைக்கிறேன். நிச்சயமாகத் தெரியாது. அப்படித்தான் இருக்க வேண்டும். வயது 5 ஓ 6ஓ இருக்கும்.

அவன்: நீ பைத்தியம்தான்

அவன்: முட்டாள்

அவன்: முட்டாளும்தான்

அவன்: அவளுக்கு என்னைப் பிடிக்கும். வேறொன்றுமில்லை. ஏதாவது வாங்கிக் கொடுப்பேன். இந்த வயதில் என்னடா. ஒரு சின்னக் குழந்தையைச் சந்தோஷப்படுத்த. அதுகளுக்குப் பிடிக்கிறத தின்றதுக்கு ஏதாவது வாங்கிக் கொடுத்தாப் போதும்.

அவன்: பின்னாடியும் அப்படித்தான்.

அவன்: அவ ஒரு நாள் சொன்னா "மணிப் பெரிப்பா நமோஸ்துதே"

அவன்: அவ்வளவுக்கு உயர்ந்துட்டயாக்கும்.

அவன்: அப்படி இல்லேடா. வார்த்தைகள் என்னை வசீகரிக்கின்றன.

அவன்: நாம் எதைப் பற்றிப் பேசிக் கொண்டிருக்கின்றோம்.

அவன்: டயரி.

அவன்: டயரி என்றால் என்ன?

அவன்: மனச்சிதறல்கள்.

அவன்: வார்த்தைகளின் கண்ணாமூச்சி விளையாட்டு.

அவன்: வரம்புகளின் அவசியம்.

அவன்: வார்த்தைகளின் கைக்குப் பிடி கொடுக்காமல் ஓடிப் போகும் சிந்தனைகள்; இல்லை உணர்வுகள், இல்லை அனுபவங்கள்.

அவன்: சாவு பூதம்.

அவன்: ஏகரூபம்.

அவன்: நமோஸ்துதே!

அவன்: பேசுடா பேசு!

அவன்: என் தலைக்குள்ளே யாருடா இருக்கா?

அவன்: பசுவய்யா, கேசவமாதவன், ஞானக்கூத்தன்.

அவன்: இல்லேடா.

அவன்: பின்னெ.

அவன்: யோசிச்சுப்பார்.

அவன்: சிவன், நடராஜன், ஹரிஹர சுப்ரமண்ய ஐயர்.

அவன்: யோசிச்சுப் பார்.

அவன்: சுசீல சுலோசனா - மகாயக்ஞும் - செத்தே போயினும் சுசீல சுலோசனா - ஸர்வ விக்னோப சாந்தயே - யமவந்தனம்.

அவன்: டேய், எனக்கு உன்னை முத்தமிட்டாத் தேவலன்னு இருக்கு.

அவன்: போடா, நீ ஒரு பைத்தியம்.

அவன்: என்றாலும்

அவன்: என்றாலும்

அவன்: என்றாலும்

அவன்: பொடிமட்டை சொன்னதுதாண்டா சரி

அவன்: அவர் என்ன சொன்னார்.

அவன்: என் தலையில ஒன்னும் இல்லேன்னு

அவன்: அப்படின்னா?

அவன்: ஒருத்தர் தலையிலும் ஒண்ணும் இல்லேன்னு

அவன்: இது ரமணர் மனிதனுடைய ஹிருதயம் வலப்பக்கம் இருக்குன்னு சொன்ன மாதிரி.

அவன்: ஏனாம்.

அவன்: ஏன்னா நாம்ப நான்னு சொல்றப்போ நெஞ்சுடைய வலது பக்கத்தைச் சுட்டித்தான் பேசறோம்னு.

அவன்: டேய், உனக்கு ஒண்ணு தெரியுமா?

அவன்: ஒரு காலத்திலெ யாரெல்லாம் என்னைச் சுத்திச் சுத்தி வந்தாளோ அவாள்லாம் என்னைக் கண்டா இப்ப எட்டி எட்டிப் போறா.

அவன்: நான் செத்துட்டேன்னு அவா நினைக்கிறாப் போலத் தோணுறது.

அவன்: செத்தா மசானத்து வரைகூட இல்லையா வருவா.

அவன்: சம்பந்தப்பட்டவா.

அவன்: மத்தவா.

அவன்: சும்மா அஞ்சு நிமிஷம் பேச்சை நிறுத்தி விட்டுப் பிறகு தங்க ஜோலியைப் பாத்துண்டு போவா.

அவன்: அதுவும் சரிதான்.

அவன்: ஏன்டா.

அவன்: நான் எங்கேயோ போனப்போ ஏன் என் பாடையில (செத்தப்றம் கூட என் பாடைன்னு சொல்றேன் பாரு.) கிடப்பது என் கட்டை தானேடா.
அவன்: இப்பொழுது நீ சொல்றதுக்கும் நீ முன்னே சொன்ன துக்கும் என்ன சம்பந்தம்?
அவன்: ஒரு காலத்தில் நான் ஒரு பொம்மையா இருந்திருக்கேன்.
அவன்: நீ சொல்றது எனக்குப் புரியல்லையேடா.
அவன்: அதுனால என்னடா? அதுக்கு ஏண்டா இவ்வளவு கஷ்டப்படறே. புரியல்லேன்னா விளக்கிச் சொல்றேன்.
அவன்: நிசம்மா.
அவன்: நிசம்மா.
அவன்: அவா ஏதாவது படிக்க ஏதாவது அவா எழுதினதைக் காமிச்சா.
அவன்: அவான்னு யாரு.
அவன்: எல்லாருந்தான்னு வச்சுக்கோ.
அவன்: அப்படின்னா.
அவன்: நான் நீ.
அவன்: சரி.
அவன்: நான் கேட்டுட்டு எனக்கும் பிடிச்சதுங்கறதனாலே.
அவன்: உம்.
அவன்: குதிப்பேன்.
அவன்: அவா.
அவன்: அதிசயமாப் பாத்திண்டிருப்பா.
அவன்: ஏன்?
அவன்: அவாளுக்கு நான் ஒரு பொம்மை மாதிரித் தோணி யிருக்கும்.
அவன்: பொம்மையா.
அவன்: இல்லாட்டாலும்
அவன்: இல்லாட்டாலும்
அவன்: இதிலெல்லாம் அதிசயப்படறதுக்கு என்ன இருக்குன்னு.
அவன்: ஏன்?
அவன்: அவா எழுதினாப் பின்னே எப்படியிருக்கும்?
அவன்: அப்படின்டு அவா சொன்னாளாக்கும்.
அவன்: பின்னே பொம்மைன்னு சொன்னேயே?
அவன்: சொன்னேனா?
அவன்: சொன்னே.
அவன்: எப்படி?

அவன்:	சில பொம்மைகளைப் பார்த்திருப்பே. சாவி கொடுத்துட்டா குதி குதின்னு குதிக்கும்.
அவன்:	அது மாதிரி.
அவன்:	அவா எழுத்தைப் படிச்சவுடனே நான் குதிச்சேன்.
அவன்:	அப்படித்தானே.
அவன்:	ஆமாம். இல்லேன்னு வச்சுக்கோயேன்.
அவன்:	அப்படின்னா.
அவன்:	எப்பப் பார்த்தாலும் எனக்கு இந்தச் சுபாவம் இருந்திருக்கு.
அவன்:	என்ன சுபாவம்.
அவன்:	நல்ல எழுத்தைப் பாத்தா குதிகுதின்னு.
அவன்:	அதுகூட
அவன்:	அதுகூட
அவன்:	இப்பச் சரியான்னு கேட்கத் தோன்றது.
அவன்:	ஏன்?
அவன்:	அவா எப்படி எழுதினாலும் குதிகுதின்னு குதிக்கணும்.
அவன்:	குதிக்கறதுதானே.
அவன்:	நான் பொம்மைன்னாலும் மனுஷன்தானே.
அவன்:	அதுனாலே.
அவன்:	அவா சாவியை முடுக்கிண்டே இருந்தா.
அவன்:	அதனாலே.
அவன்:	எனக்குக் கழுத்துச் சுளுக்கிண்டுடுத்து.
அவன்:	அட, அசடே, அப்பன்னா நீ குதிக்கலையா?
அவன்:	பின்னே.
அவன்:	தலையை மாத்திரம் அசைச்சேன்.
அவன்:	எப்படி மேலேயும் கீழேயுமா இல்லாட்டா தலையை இந்தப் பக்கத்திலேயிருந்து அந்தப் பக்கத்திலேயும் அந்தப் பக்கத்திலேருந்த இந்தப் பக்கத்திலேயுமா?
அவன்:	மேலேயும் கீழேயும்தான்.
அவன்:	பின்ன என்ன?
அவன்:	பின்ன என்னவாம்?
அவன்:	அது போறதுன்னு
அவன்:	பின்ன என்ன செய்யனுமாம்?
அவன்:	சாமி வந்தமாதிரி குதிகுதின்னு குதிச்சுண்டு அவா பேரைச் சொல்லிக் கொண்டு "நமோஸ்துதே நமோஸ்துதே" எங்கணமாம்.
அவன்:	ஏனாம்?

அவன்:	அப்பவும் அவா எழுதினான்னா இப்பவும் அவாதானே எழுதறான்னு.
அவன்:	நீ என்ன சொன்னே?
அவன்:	இன்னமே ஒரு போதும் குதிக்காமலேயே இருக்கேன்னு.
அவன்:	அதுக்கு அவா என்ன சொன்னா?
அவன்:	அது உங்களிஷ்டம். அன்னிக்கு எங்களை வைச்சுண்டு நீங்க குதிகுதின்னு குதிச்சுட்டு. நீங்க இன்னிக்கு குதிக்க மாட்டேன்னா அது எங்களுக்குப் புரிய மாட்டேங்க றதுன்னா.
அவன்:	நீ என்ன சொன்னே?
அவன்:	நீங்கள்ளாம் பெரியவர். நான் வெறும் பொம்மை தானேன்னேன்.
அவன்:	அவா என்ன சொன்னா?
அவன்:	அவாளுக்கு ரொம்ப சந்தோஷம்
அவன்:	ஏன்?
அவன்:	எனக்குத் தெரியலே. உடைஞ்சுபோன பொம்மையாலே யாருக்கு என்ன லாபம்.
அவன்:	(சிரிக்கிறான்)
அவன்:	(சிரிக்கிறான்)
அவன்:	இல்லாட்டாலும்
அவன்:	இல்லாட்டாலும்
அவன்:	மனுஷன் எதையெல்லாமோ தேடிண்டிருக்கான்.
அவன்:	எதையெல்லாம்?
அவன்:	அரசியல், சகமனிதன், இசங்கள், தத்துவங்கள்.
அவன்:	ஏன்?
அவன்:	பிரச்சனைகளிலிருந்து விடுபட?
அவன்:	அதிலென்ன தப்பு?
அவன்:	பிரச்சனைகள் வெளியில் இருப்பதாக நினைக்கிறான்.
அவன்:	பின்னே இல்லையா?
அவன்:	இல்ல. உனக்கு நீதான் பிரச்சனையென்றால் பரிகாரமும் நீதான்.
அவன்:	இது ரொம்பப் பழக்கப்பட்ட மாதிரி தோன்றதே.
அவன்:	ஜே. கிருஷ்ணமூர்த்தி
அவன்:	கிருஷ்ணமூர்த்தி புரியலேன்னையே?
அவன்:	இல்ல. என் ஒரு கால மாணவன் கிருஷ்ணமூர்த்தி - அவனும் கிருஷ்ணமூர்த்தியைப் படித்திருக்கிறான். உடன்

கிருஷ்ணமூர்த்தியைப் பற்றிப் பேசினதும் எனக்கு ஒரு தெளிவு பிறந்தது.

அவன்: இந்தக் கிருஷ்ணமூர்த்தி யார்ன்னு சொன்னே?
அவன்: என்னைப் போல் இன்னொரு பொம்மை.
அவன்: அடே, ஒரு பாட்டப் பாடறேன் கேக்கறயா?
அவன்: நீ பாடினா நான் ஏன்டா கேக்காமலயா போறேன்.
அவன்: (பாடறான்)

அது ஒரு பொம்மை
கண்ணிரண்டு
காலிரண்டு
ரெண்டு காதுமுண்டு
அந்தப் பொம்மைக்கு
உண்டுண்டு
ஒரு மண்டையுமுண்டு
அதுக்கு
கண்ணைச் சிமிட்டும்
அந்தப் பொம்மை
கையையாட்டும்
அந்தப் பொம்மை
காலாலே நடக்கும்
அந்தப் பொம்மை
அது சிரிக்கும்
அந்தப் பொம்மை
அது அழவும்செய்யும்
மண்டையாலே
சிந்திக்கும்
அந்தப் பொம்மை
மனசாலே கொக்கரிக்கும்
அந்தப் பொம்மை
கட்டித் தழுவி
முத்தமிட்டு
பல்லையிளித்துச்
சிரி சிரி என்று சிரித்து
இது காதலாக்கும்
என்று சொல்லும் அந்தப் பொம்மை
ஆட்டிவிட்டால் ஆடும்
அந்தப் பொம்மை
தஞ்சாவூர் தலையாட்டிப் பொம்மை
அதன் மீசை மிகப்பெரிது

தொந்தியும் மோசமில்லை

என்றாலும்
சாவு என்று சொன்னால்
போதும்
வெடவெடவென்று
பயந்து சாகும்
அந்தப் பொம்மை

அவன்: நான் ஒரு பாட்டுப் பாடட்டுமாடா?

அவன்: சும்மாப் பாடுடா.

அவன்: யாப்புத் தெரியாதேடா.

அவன்: அப்பச் சும்மா இரு.

அவன்: பாடணம் போல இருக்கு.

அவன்: பின்னெப் பாடு.

அவன்: நீயும் என்னோடே சேர்த்துண்டு

அவன்: ஆள்பலம் சேக்கறயாக்கும்.

அவன்: இல்லேடா.

அவன்: பரவாயில்ல... பாடு.

அவன்: நீ?

அவன்: நானும் பாடறேன்.

அவன்: கண்டதுண்டோ.
கண்ணம்மா?

அவன்: கண்ணன் உருவம்
முழுவதும் நீ கண்டதுண்டோ?

அவன்: கற்றதுண்டோ
நீ கண்ணம்மா?

அவன்: பாழான மனங்குவிய
ஒரு தந்திரம் நீ கற்றதுண்டோ?

அவன்: கேட்டதுண்டோ
நீ கண்ணம்மா?

அவன்: கண்ணன் என்று
சொன்னால்

அவன்: என்னப்பன்
என்னய்யன்
என்று சொல்லும்
என் மனம்.

அவன்: கண்ணம்மா
என்று சொன்னால்.

அவன்: "என்னம்மா?"
என்று கேட்பேன்.
அவன்: மாயன் என்று சொன்னால்.
அவன்: மதுசூதனன் என்பேன்.
அவன்: கண்ணன் நிறம்.
அவன்: கறுப்பு.
அவன்: அவன் விரும்பிப் பழகுவது.
அவன்: பெண்களுடன்.
அவன்: அவன் மந்தரம்.
அவன்: அவன் தந்தரம்.
அவன்: என்றாலும்.
அவன்: அவன் கடவுள்.
அவன்: ஏன்?
அவன்: கரந்து நிற்பவன்
கடந்து நிற்பவன்
அவன்: சர்வ பூதம்
அவன்: நமோஸ்துதே

இருவரும் சிறிது நேரம் பேசாமல் இருக்கின்றனர்.
அவன் தான் மறுபடியும் பேச்சைத் தொடங்குகிறான்.
"டேய்"
"என்ன?"
"யாராவது நம்ப மாதிரி இப்படிக் கோர்வையாப் பேசு, பேசுன்னு பேசிண்டிருப்பாளா?"
"நாம்பக் கோர்வையாப் பேசறோமா என்ன?"
"பின்ன இல்லாமே.
"அதிருக்கட்டும். நாம்ப இருவரும் டயரியைப் பத்தி இல்லையாப் பேசறதுன்னு."
"ஆமாம்"
"அப்ப நான் என்னவெல்லாமோ நினைச்சேன்."
"அப்படின்னா?"
"ஷீட் டயரியைப் பத்தி"
வுல்ஃப் டயரியைப் பத்தி
காஃப்கா டயரியைப் பத்தி
தமிழில் ஆனந்தரங்கம் பிள்ளை டயரி

(இதை எனக்கு ஆங்கில மொழிபெயர்ப்பில் - அதுவும் ஒரு நண்பர் உதவியினால்தான் - படிக்க முடிந்தது) என்னவெல்லாமோ பேசணு மென்றிருந்தேன். ஆனா ஒன்றும் முடியவில்லை. ஏன்?"

"அப்படின்னா?"

"ஏன்ங்கறேன்"

"இதென்னடா பெரிய வம்பாயிருக்கே. உனக்கு ஒன்றும் முடியல்லேன்னா, அதுக்கு என்மேலே ஏன் தாவறே?"

"இல்லாவிட்டாலும் நீ இப்படித்தான்"

"எப்படித்தான்?"

"என்னிக்குத்தான் நீ பிறத்தியாருக்கு உதவியாயிருந்திருக்கே?"

"ஓ அதுவா?"

"என்ன ஓ அதுவா, என்ன ரொம்பத் தெரிஞ்சவன் மாதிரியே பேசற."

"ஒன்னுமில்ல"

"உன் தலை. சொல்றதைச் சுத்தி வளைச்சுச் சொல்லாமெ நேராச் சொல்லித் தொலை."

"பேசித்தொலை"

"இது என்னடா, எஞ்சாமி"

"இது ராமநாதன் ஒருவாட்டி ஃபோன் இல்ல ஃபோன் அதைத் தமிழ்ல தொலைப்பேசி என்பதைவிடப் பேசித் தொலைன்னு பேர் வைச்சாப் பொருத்தமாயிருக்கும்னு சொன்னார்."

"ஆமாம் போ. எப்பப் பார்த்தாலும் ராமநாதன், இல்லாட்டா சிவன், இல்லாட்டா கேசவமாதவன், இல்லாட்டா இருக்கவே இருக்கா சுசீலா. லாலா லாலா"

"டேய், டேய்"

"என்ன?"

"ஏன் இப்படி?"

"என்ன?"

"நீ என்னவோ சொன்னியே அது அப்படித்தான் ஒன்னு கூடச் சேத்துக்கோ"

"என்ன "க்கோ?"

"ஏன்டா?"

"ஏன்டா தமிழை இப்படிக் கொலை செய்யற? அதுவும் இப்பத் தமிழ் நவீன - லட்சியம் - பெரிய இடத்திலே போய்ச் சேர்ந்திருக்குல்ல?"

"சரிதான், சமாதி கட்டியாச்சுன்னு சொல்லு."

"புரியல்லே."

"இது வேற கண்ணறாவி. எப்பப் பார்த்தாலும் புரியல்லே புரியல்லேன்னு - என்ன புரியல்லே?"

"சமாதின்னியே. அது என்னவாங்காட்டியும்?"

"முதல்ல நீ சமாதியாயிட்றே. பின்னே சமாதி கட்ற."

"ஆ. அதுவா? மேலே போ."

"அப்பன்னா, பழைய இடத்துக்குப் போறேன். நீ சொன்னேன்லே நான் எழுதினா எப்பப் பார்த்தாலும் ராமநாதன், சிவன், கேசவமாதவன், இவாளைப் பத்தியே எழுதறேன்னு."

"பின்ன இல்லையா?"

"அடிக்க வராதேடா ராஜா."

"சரி சொல்லு."

"மாத்திரமில்லை. நான் என்னப் பத்தியும்தான் எழுதிண்டே இருக்கேன்."

"அதுதான் எல்லாரும் சொல்றாளே."

"ஆனா இதெல்லாம் இல்ல விஷயம். தெரிஞ்சவங்களைப் பத்தித் தெரியாத விஷயங்களையும், இல்லாமல் போல் என்றும் இருந்து கொண்டே இருக்கும் விஷயங்களைப் பத்தியும், பழகப் பழகப் பழகப் பழைய விஷயங்களெல்லாம் புதுசு புதுசாத் தெரியறதும் - டேய் ஒண்ணு - கேக்கறயா?"

"சொல்லுடா"

(இருவரும் பாடுகின்றனர்.)

"ஊருக்கு மத்தியிலே ஒருவருக்கும் தெரியாமலே
பாருக்குள்ளே பதுங்கியிருக்குது ஒரு பூதம்"

"அண்ணாந்து பாத்தாலே ஆகாயத்துக்கு மத்தியிலே
ஒரு சந்திரன் சந்திரன் ஒரு சந்தி சிரிக்கும் சந்திரன்"

"நானொரு"

"தொட்டாவாடி"

"நீயொரு"

"பட்டுப்பூச்சி"

"எங்கு சென்றாலும்"

"யாருமில்லை"

"வீட்டுக்குள்ளே"

"ஒரு நடைபாதை"
"யார் அங்கே என்றால்"
"நீ எங்கே என்று பதில் வரும்"
"இன்னும் ஏதாவது சொல்லு. நைனா"
"நாக்குக்குள்ளே நாக்கு உள் நாக்கு"
"சுவர்கள் நமக்கு முக்கியமாகிவிட்டன"
"நம் புத்தகங்களே நமக்கு எதிரிகளாகி விட்டன"
"சுவர்கள் மோசமில்லை யென்றாலும்"
"மோசமென்றாலும்"
"புத்தகங்கள் எதிரிகளில்லையென்றாலும்"
"எதிரிகள் என்றாலும்"
"அந்தக் குழந்தை (7 வயது)"
"என்னிடம் வந்து பெரியப்பா"
"பெங்களூர் சித்தி அக்காகிட்டெ (வயது 10) நான்"
"ஒரு அம்மாப் பூச்சின்னா"
"எனக்கு அவனிடமிருந்து"

ஒரு கடிதம் வந்தது - சாதாரணமாக
அதிகமாக அவன் கடிதம் எழுதும் வழக்கமில்லை
எழுதியிருந்தான். எனக்கு ஒரே பயம்
போன தடவை மாதிரி வந்துவிடக் கூடாதேன்னு

"போன தடவை என்ன நடந்தது?"

"ஒரு பெயர் தெரியாத வியாதி. பார்த்தவர்கள் கூடப் பயப்பட்டார்கள். ஆனால் அந்தக் கட்டத்தில் அவன் பிழைத்து விட்டான்."

"நீ டயரிகளைப் பற்றி என்னவோ - ஷீட், வுல்ஃப், ஸைமன்வில், காஃப்கா என்று அடுக்கினாயே."

"ஆமாம், என் ப்ரியமான சுசீலா, ஆமாம்."

"டேய், என்ன - எங்கே இருக்கே?"

"மன்னித்துக்கொள் - என்ன செய்தாலும் அவளை மறக்க முடியவில்லை."

"அவளை ஏன் மறக்க வேண்டும்?"

"அது சரி. நீ என்ன கேட்டாய்?"

"இவ்வளவு டயரிகளைப் படித்தும்கூட"

நகுலன் ◆ 115

“இப்ப ஒண்ணும் எழுத வரலைன்னா?”

“ராமநாதன் என்ன சொன்னார்?”

“ஆமாம், சொன்னார். சாமிக்குள்ளே பூதம் இருக்குன்னார்.”

“காப்பி குடிக்கிற மாதிரி இல்லை புஸ்தகத்தைப் படிக்கிறது.”

“பின்ன என்ன நைனா?”

“சிந்தனை.”

“அப்படின்னா?”

“உனக்குத்தான் தலையில்லையே”

“ரொம்ப பேரைக் கேட்டேன்”

“பதில் தெரியல்லை இல்லையா?”

“தகவல்களை மொழிமூலம் ஞாபகப்படுத்திக் கொண்டு சுபாவத்தைச் சிந்தனையென்று சொல்லிக் கொண்டு விஷயங்களைத் தொடர்வது”

“அதெல்லாம் சரிதாம்பா... பின்ன கேள்விகள்?”

“கேள்விகள் முக்கியம்”

“சரி”

“காஃப்கா?”

“காஃப்காவிலிருந்து எதை எடுத்துச் சொல்வது என்பதுதான் பிரச்சனையாக இருக்கிறது.”

“ஏன்?”

“நீ அப்படிக் கேட்கும்பொழுது அதற்கு இப்படிச் சொல்லணும் என்று நினைக்கிறேன். ஒரு எழுத்தாளன் தரமானவன் என்று ஏற்றுக்கொள்ளப்படுகிறான் என்பதே அவன் ஒவ்வொரு வாசகனுக்கும் அவன் வகையில் ஏதோ ஒன்றைக் கொடுக்கிறான் என்பதுதான் போலும் - அந்த ஒன்றும் அவன் - இல்லாத வகையில் இருக்கலாம் போலும்.”

“ஆனால் அதே சமயம்?”

“எழுத்தாளன் அங்கிருந்து வந்து கொண்டிருக்கையில் இவன் இங்கிருந்து போகிறான் என்பதால்தான் போல் இருவருக்கும் இருவர் முகங்கள் புலப்படுகின்றன போல.”

“புரிகிறது.”

“சந்தோஷம்?”

“காஃப்கா.”

“டயரியிலிருந்துதானே.”

“ஆமாம்.”

சரி. கேள். "1913 - கல்யாணம் செய்து கொள்ள வேண்டும் வேண்டாம் - காரணங்கள் - கீழே நான் சொல்வது நேரடியான வார்த்தைக்கு - வார்த்தை - மொழிபெயர்ப்பில்லை.

1. தனியாக வாழ்க்கையை நடத்திக் கொண்டு போவது என்பது - சள்ளைகள் - நாள் ஆக ஆக வயசுக் காலத்தில் எப்பொழுதும் எழுது - எழுது என்று உருத்தெரியாத ஒரு ஆசை - ராத்திரித் தூக்கம் வரதில்லை. பைத்தியம் பிடித்து விடுமோ என்று - இதையெல்லாம் சகிக்க முடியவில்லை. அதே சமயம் ஒரு வேளை தோன்றுகிறது - என்று சேர்ந்துகொள்கிறேன். காஃப்காவுடன் பிணைப்பு இதை யெல்லாம் ஈடு கொடுக்க எனக்குத் தெம்பு அளிக்கும்.

2. எதுவும் என்னை யோசிக்கச் செய்கிறது. பத்திரிகைகளில் காணும் விகடத்துணுக்குகள், ஃப்ளாபேர் கில்லிப்ராஸ் பற்றிய நினைவுகள், பெற்றோர்கள் இரவுச் சட்டைகளை அவர்கள் படுக்கைகளில் பார்க்கையில், மாக்ளின் திருமணம், நேற்று என் சகோதரி சொன்னாள்; எங்களுக்குத் தெரிந்த திருமணமான தம்பதிகள் எல்லோரும் சந்தோஷமாக இருக்கிறார்கள். எனக்கு இது புரியவில்லை. இது என்னை மீண்டும் நினைக்கச் செய்தது. எனக்கு மீண்டும் பயமாக இருக்கிறது.

3. நான் நிச்சயமாக அதிக நேரம் தனிமையாக இருக்க வேண்டும். என் சாதனையெல்லாம் நான் தனியாக இருந்ததால் ஏற்பட்ட விளைவு.

4. இலக்கியத்துடன் சம்பந்தப்படாத எதையும் நான் வெறுக்கிறேன். சம்பாஷணைகளில் எனக்கு அலுப்புத் தட்டுகிறது (இலக்கியத்தைப் பற்றியதாக இருந்தாலும்) - தெரிந்தவர்களைச் சென்று பார்ப்பதும் - உறவினர்களால் துக்கமும் சந்தோஷமும் அடிப்படை உண்மைகள், விஷயங்களின் அவசியத்தன்மைகள் - இவை எல்லாவற்றையும் சம்பாஷணைகள் தொலைத்துவிடுகின்றன.

கடைசியாக எழுதுகிறான். பிறருடன் இருப்பதே தன்னைத் தொலைத்து விடுகிறது. கல்யாணம் பண்ணிக் கொண்டு எழுத முடியும் என்று தோன்றவில்லை.

அவன்: சரி, இதைப்பற்றியெல்லாம் நீ என்ன நினைக்கிறாய்?

அவன்: தெரியவில்லை. என்னிலிருந்து நான் விடுபட விரும்பு கையில் எழுத்தும் ஒரு இடையூறுதான். ஆனால் நமது ஐதீகப்படி நாம் எப்போதுமே விடுதலை அடைந்திருக்கி றோம். இருந்தாலும் அவன் ஒரு எழுத்தாளனுடைய சுய நிர்ப்பந்தங்களை ஒரு அளவு சரியாகச் சொல்லியிருக்கிறான் என்றே தோன்றுகிறது.

அவன்: சரி ஷீட்

அவன்: நமது மூதாதையர்கள் சொன்னதுதான் சரியோ என்னவோ?

அவன்: என்ன?

அவன்: ராமநாதன் சொன்னது - நானாகவே யோசித்துத் தெரிந்துகொண்டது - எல்லாவற்றின் வித்துக்களும் நமது பரம்பரை ஞானத்தில் இருக்கின்றன. கட்டாயத்தின் அவசியம் - படிப்பது என்பதைவிட - உடன் - வாழ பாராயணம் - சுசீலா எந்தக் காரியத்தைச் செய்தாலும் ஒழுங்காகத்தான் செய்வாள்.

அவன்: ஷீட்

அவன்: ஷீட் - நான் படித்த நாவல்களில் ஒரு வகை நாவல் எழுத்து எழுதுவதில் சிறந்தவன். இவர்கள் எழுதுவது என்பதையே விஷயமாக வைத்துக் கொண்டு தங்கள் நாவல்களை எழுதி விடுகிறார்கள். மற்றப்படி வாழ்க்கையிலிருக்கும் வாழ்க் கையை ஒரு வரையறைக்குள் அடைப்பதற்கு ஏற்படும் நிர்ப்பந்தத்தால் விளையும் ஒரு நிலையைப் பற்றி விவரிக் கின்றான் என நினைக்கிறேன். அது எப்படியாவது போகட்டும். அவன் டயரியிலிருந்தும் சில குறிப்புகள் 1. எழுதும் பொழுது ஒன்றையும் படிக்கக் கூடாது - இது ஒரு கட்டாய விதி. 2. ஒரு கலைப்படைப்பின் முன் அதன் 'கருத்து' இதன் பின் வெகு காலத்திற்குப் பின் அதன் உருவ முயற்சி - உருவமும் தானாக உருவாகிறது. பொருத்தமற்ற தகவல்கள் தவிர்க்கப்பட வேண்டும். 3. இந்த ஓவியத்தின் முன் வேறு ஒன்றும் நிற்பதில்லை. இதன் இத்தன்மையே ஒவ்வொரு சிறந்த படைப்பின் லட்சணமாக இருக்கிறது. இப்பொழுது இவ்வளவு போதுமென்று நினைக்கிறேன்.

அவன்: ஸைமன் வீல்.

அவன்: எனக்குப் பிடித்த பிரஞ்சு ஆசிரியை.

அவன்: ஏன்?

அவன்: முதலில் நாவல் எழுதவில்லை. இரண்டாவதாக நவீன இயக்கங்களில் அதிகமாகப் பேசப்படாத ஒரு ஆசிரியை. ஆனால் அடிப்படை விஷயங்களை மிக நுணுக்கமாகவும். ஆம், கலாபூர்வமாகவும் ஆராய்ந்திருக்கிறாள். முக்கியமாக இரு டயரிகள்.

அவன்: சரி. குறிப்புகள்.

அவன்: ஆவரணம் - சில விஷயங்கள் யதார்த்தம் என்பது இங்கு மறுக்கப்படவில்லை. ஒரு வகையில் அவை இருக்கின்றன.

ஆனால் அவை அதி முக்கியமானவை என்பதில்தான் அவையின் போலித்தன்மை அல்லது யதார்த்தமின்மை.

அவன்: அர்ஜுனன் கர்மத்தில் ஈடுபடுமுன் யோசனையில் ஈடுபடுகிறான். அதனால்தான் அவன் செய்கை சத்கர்மம் ஆகிறது. மாறி நின்று சிந்திப்பது தயக்கம் இல்லை.

அவன்: வுல்ஃப்.

அவன்: ஷீட் மாதிரி ஒரு வகையில் ஒரு லளிதத் தன்மை.

அவன்: குறிப்பு

அவன்: கலை என்பது பிரச்சாரத்தை அறவே ஒதுக்குவது இருப்பவை இருக்கும் நிலையில் - வாக்கியம் வாக்கியமாக இருக்கையில் அதற்கு ஒரு அழகு - விசாலமான விதவிதமான சாகரம் - பறவைகள் தைரியமாக வருமுன் மலரும் பூக்கள்.

அவன்: நீ ஆனந்தரங்கம்பிள்ளை டயரியைப் பற்றி ஒன்றும் சொல்லவில்லையே, ஏனோ?

அவன்: தமிழில் அவர் எழுதியபடி படிக்க வேண்டுமென்றிருந்தேன். பிறகு நண்பர் ஒருவர் உதவியால் அதன் ஆங்கிலமொழி பெயர்ப்பில் - கவர்ன்மெண்ட் உத்திரவால் மொழி பெயர்க்கப்பட்டு (யார் மொழி பெயர்த்தது என்று தெரியவில்லை) ப்ரடெரிக் ப்ரைஸ், ஐ.ஸி.எஸ்., ஆல் எடிட் செய்யப்பட்டது. ஆங்கிலத்திலேயே தொடர்வதென்றால், அஸிஸ்டெட் பை ரெங்காச்சாசரி.

அவன்: புரிகிறது - தொடர்.

அவன்: மொழிபெயர்ப்பு நன்றாகவே இருக்கிறது.

அவன்: அரசியல், சரித்திர, சமூக சொந்தக்குறிப்புகள்.

அவன்: பிறகு?

அவன்: வெள்ளைக்காரனுடைய தொடர்பாக இருக்கலாம் தகவல்களைக் கிளிப்தமாக யதார்த்த பூர்வமாமகக் குறிப்பிடுகிறார். அவர் டயரியில் நம்முன் விரியும் உலகம் - பாண்டிச்சேரியில் - தினசரி என்று சொல்லலாம் - எல்லாம் எல்லாம் அதன் ஏற்றத்திலும் அழிவிலும் ஒரு தோரணை உடையதாக இருக்கிறது. இன்னும் ஆச்சரியம் என்னவென்றால்?

அவன்: தொடர்

அவன்: பார்க்கும் விதம், சொல்லும் நடை, பாத்திரங்களை நம் முன் தோற்றமுறச் செய்வதில்.

அவன்: தொடர்.

அவன்: ஒரு கலாபூர்வத்தன்மை டயரியாக இருந்தாலும் - இன்று உத்திபூர்வமாகச் செய்வதை - அவர் டயரியில் செய்திருக்கிறார். அவருடைய தன்மைகளைக்கூட அவர் விலகி நின்று பார்க்கிறார். அரசியல், சமூகத் தகவல்கள் இருக்கட்டும். அவர் கனகராய முதலியின் சாவுக்குப் பின் அவர் தம்பி (சின்ன முதலி), மனைவி இவர்களுக்கிடையே நிகழ்ந்த பாகப்பிரிவினை பற்றி.

அவன்: ஏன் தயங்குகிறாய்?

அவன்: எழுதிய பகுதி இதே விஷயத்தை வைத்துக்கொண்டு சமீபத்தில் எழுதப்பட்ட ஒரு நாவலைவிட. மெலோட்ராமா, மிகைப்படுத்திப் பேசுதல் இவைகளின்றி - வெகு திறமையாக சிருஷ்டி பூர்வமாக இருக்கிறது.

அவன்: எந்த நாவல்?

அவன்: அவசியமில்லை. சொன்னால் சண்டைக்கு வருவார்கள்.

அவன்: முடிவாக.

அவன்: இந்த டயரியை முழுமையாகத் தமிழில் படிக்க முடியவில்லையே என்பது ஒரு குறையாகவே இருக்கிறது. இதிலிருந்து நமது எழுத்தாளர்கள் கற்றுக்கொள்ள - எழுதுவதைப் பற்றி - நிறையவே இருக்கிறது.

அவன்: மீண்டும்.

அவன்: மிகவும் பேசிவிட்டோம்.

அவன்: மீண்டும் சந்திப்போம்

இருவரும் இல்லாமல் போகின்றார்கள்.

III

நவீனன் டயரி

அவன் அறையில் அவனிருந்தான். அவன் மேஜை மீது நவீனனின் ஐந்து டயரிகள்.

சந்தானகோபால - ராமன்

கோபாலசந்தான ராமன்

ராமகோபால சந்தானம்

வழக்கம்போல் அவன் வாய் முணுமுணுத்தது. அவனுக்கென்ன டயரிகளை இவனிடம் கொடுத்துவிட்டுப் போய்விட்டான். அவன் அந்த டயரிகளை ஒரு முறை படித்துப் பார்த்துவிட்டான். சில பக்கங்கள் ஆங்கிலத்திலும், சில பக்கங்கள் தமிழிலும், எழுதப் பட்டிருந்தன. இடையே இடையே எழுதப்படாத பக்கங்கள். பல பக்கங்களில் அவன் வாசித்த புத்தகங்களிலிருந்து நகல் செய்யப்பட்ட பகுதிகள், சுருக்கமான குறிப்புகள். சில பகுதிகளில் தேதிகள் குறிக்கப்பட்டிருந்தன - சில படங்கள் வரைந்திருந்தான். சில பக்கங்களில் தான் பழகும் - பழக்கப்பட்ட மனிதர்களைப் பற்றிய குறிப்புகள் - ஒவ்வொரு பக்கத்தின்மேல் - நடுவில் - ஒரு கோடு. அதன் கீழ் ஒரு சின்னம் (கண் உருவில்) - அதன் கீழ் சி என்று எழுதப் பட்டிருந்தது. ஒரு முறை அவன் இதைப்பற்றி அவனிடம் கேட்ட போது அவன் சொன்னது. "என் அர்ப்பண மனோபாவம்" ஞாபகம் வந்தது. பிரசுரிக்கப்படாத கதைகள், கவிதைகள் - சில பக்கங்களில் அவன் அந்தரங்க வாழ்க்கை பற்றி அவன் பிரத்யேக பாஷையில் எழுதப்பட்ட குறிப்புகள் - சில பக்கங்களில் வெறும் வார்த்தை - வரிசைகள் - சில பக்கங்களில் அவன் சுசீலாவுக்கு எழுதிய கடிதங்கள் - சிலவற்றில் அவள் எழுதிய பதில் கடிதங்கள் - இவையெல்லாம் வெறும்பாவனை என்று தெரியவந்தது. அப்பொழுது அவனுக்குச் சந்தான கோபாலராமன் சொன்னது ஞாபகம் வந்தது - "சார், என் தம்பி ஒருமாதிரி". சில பக்கங்களில் வருஷமில்லாமல் நாளும் மாதமும்

மாத்திரம் கொடுக்கப்பட்டிருந்தன. சில பக்கங்களில் வார்த்தைகள் திருப்பி எழுதப்பட்டிருந்தன. ஏன், என்று தெரியவில்லை. சில பக்கங்களில் கேள்விகள் பதில்களும், சில பக்கங்களில் பதில்கள் மாத்திரமும் கொடுக்கப்பட்டிருந்தன. சில பக்கங்களில் யாதொரு அர்த்தமுமில்லாமலேயே பல வாக்கியங்கள் எழுதப்பட்டிருந்தன. டயரிகளைப் படித்தவுடன் அவன் முதல் அனுபவம், ஒரு குழப்பம் என்று சொன்னால் அது மிகையாகாது. பிறகு அந்த டயரிகளை அவை எழுதப்பட்ட மாதிரிப் பிரசுரிக்க முடியாது என்பதும் அவனுக்குச் சர்வ நிச்சயமானது. மேலும் அவன் பொருளாதார நிலையிலும் இந்த டயரியை முழுவதும் பிரசுரிப்பது என்பது இயலாத காரியம். அவ்வளவு பொருளாதார வசதியும் அவனுக்கில்லை. எது என்னவானாலும் ஒரு பிரசுராலயமும் இதைக் கை கொண்டு கூடத் தீண்டமாட்டார்கள் - என்றாலும் நவீனன் தனது உற்ற நண்பர்களில் ஒருவனாக இருந்ததால், எழுத்தைப் பற்றிப் பல விஷயங்களை அவனிடமிருந்து அவன் தெரிந்து கொண்டதால் அந்த டயரிகளின் சில பகுதிகளை ஒரு டயரியாகத் தன் சொந்தச் செலவில் அவன் பிரசுரிப்பதாக அவன் முடிவு செய்தான். இனி நவீனனின் டயரி.

நவீனன் டயரி

'நகுலன்' ஒரு முறையில்லாத முறையால் - அந்த டயரியிலிருந்து ஒரு சில பகுதிகள் இங்கு கொடுக்கப்படுகின்றன.

நகுலன் எழுதிய "நிழல்கள்" முதல் அத்தியாயத்தின் முகப்பிலிருந்து.

"சாரதி சொன்னது: நான் அனுபவத்தைக் கண்டு அதனுள் நுழையும்பொழுது நான் ஏதோ ஒன்றின் பிரதிபலிப்பு என்பதை உணர்கின்றேன். ஆனால் எனக்கு ஒரு ஸ்வரூபம் இருப்பதாகவும் உள்ள ஒரு பிரக்ஞை என்னிடமிருந்து எப்பொழுதும் விலகுவ தில்லை."

13.4.65 நவீனன் டயரியிலிருந்து

5.2.59 - கம்பராமாயணம், ஆரணியகாண்டம்

சீதை பொன்மானுக்கு விழைதல், சரவங்கன்? ராமனைக் கண்ட பிறகு உயிர் நீத்தல்.

ராவணன் சூர்ப்பனகை இவர்களின் காம உணர்ச்சி.

விராதன் காமத்தினால் அரக்கனாதல்

சீதையைப் பிரிந்த துயரத்தில் ராமன் தற்கொலை

செய்து கொள்ள நினைத்தல்

சீதை இலக்குவன் ராமனைத் தேடாவிட்டால்

தீப்புகுவேன் என்று சொல்லுதல்

மாரீசன் இராவணனுக்குக் கூறும் அறவுரை

தர்மம் கொல்லும்: அரக்கர், தீவினைப் பயன். சீதை என்கிறான்.

சவரியும் நெடுநாட்கள் நோற்றபின் ராமனைக் கண்டதும் உயிர்விடு கின்றாள்.

நதி கவிதை

நதி உருகிச் செல்லும் புண்ணிய வெள்ளம். ராமன் இலக்குவனை - அவன் அவன் சொல்லாமல் சூர்ப்பனகையை அங்கபங்கம் செய்ததற் காகப் புகழ்கின்றான்.

தர்மம் வெல்லும்

தர்மம் கொல்லும்

இது முதலில் படித்தபின் இரண்டாவதாக அதைப் படித்த பிறகு வேறு.

கவந்தனது புகழுரை.

தீயவரும் மறையும் தருணத்தில் இராகவனைப் புகழ்கின்றார்.

கடவுளைப் பற்றிக் கூறுகையில்,

"ஆண்பாலோ? பெண்பாலோ? எப்பாலோ?"

"இன்றுதான் என் புண்ணியம் பூத்தது" (சவரி)

6.2.59 கிட்கிந்தைப் படலம்

நட்புக் கோட் படலத்தில் "தம்பிக்குத் தன் அரசு உரிமைப் பாரம் ஈந்தவன்", "பிரிவு இலன், ஒருவன் தன் இளையோன் தாரம் வெளவினவன்" என்பதைத் தரிப்பானா என்றவாறு.

"அவர்க்கும் முன்பு தோன்றலை

அறிவதற்கு முடிவு என்ன?" என்று இயம்ப

"அன்பு சான்று"

என உரைத்தனன்.

துந்துபியின் பிரேதம் கிடந்து நாறிக் கொண்டிருந்தது. அதை இராமன் வந்தபிறகு அவன் ஏவலால் இலக்குவன் நீக்கினான்.

கலன் காண் படலத்தில்

"நல்குவது ஏன் இனி?" நங்கை கொங்கையைப்
புல்கிய பூணும், அக்கொங்கை போன்றன"
அல்குலின் அணிகளும், அல்குல் ஆயின
பலகலன் பிறவும், அப்படிவம் ஆனவே

என்ற வரிகளும்

மோந்திட, நறுமலர் ஆன; மொய்ம்பினில்
ஏந்திட, உத்தரியத்தை ஏய்ந்தன;
சாந்தமும் ஆய், ஒளி தழுவ,
போர்த்தலால்
பூந்துகில் ஆய, அப்பூவைப் பூண்களே,
"பெருமையோர் ஆயினும் பெருமை பேசலார்;
வேறு ஓர் வாலி கொலாம், விளிந்துளான்"

- வாலி மனைவி தாரை

"மங்கையர் பொருட்டல் எய்தும் மாந்தர்க்கு மரணம்"

தீயன வந்தபோது, சுடுதியால் தீமையோரை

- இராமன்

அறத்தினது இறுதி, வாழ்நாட்கு இறுதி

- இராமன்

நீலவானத்திற்கு உவமை

அஞ்சன நயனத்தின், அவிழ்ந்த கூந்தலின்

இராவண கோபம் நிற்க, இந்திர கோபம் என்னோ?

- இராமன்

வேதனைக்கு இடம் ஆதல் வீரதை அன்று

- இலக்குவன்

அந்தணர்க்கு ஆம் அறம்; அரக்கர்க்கு ஆகுமோ?

- இலக்குவன்

மாயமான் ஆயினன் மாய மான் ஆயினன்

- அனுமன்

இலக்கியத்தில் ஈடுபாடு உடையவர்கள் அதிகமில்லை. அதிக அலைச்சலும் அபிப்ராயம் கேட்பதும் கூடாது.

பலபேர்கள் - அதிகமாக ஒன்றும் விஷயம் இல்லாதவர்கள் தான். படிப்பதும் சிந்திப்பதும் அதிகமாவும், பேச்சுக் குறையவும் வேண்டும்.

நண்பர் ஒருவர் -

படிக்கும் பொழுது ஓசையும் உச்சரிப்பும் நிற்கும் இடத்தில் வரி நிற்க வேண்டும்.

1.12.50 - நாட்கள் (1)

வீட்டில் வறுமையை வேண்டிய மட்டும் அனுபவித்திருக்கிறேன். உப்பில்லாமல், கறியில்லாமல், குழப்பமில்லாமல் செம்பா அரிசி

(செம்பா அரிசி எனக்குப் பிடிக்காது) சாப்பிட்ட நாளும் உண்டு. அண்ணா இந்தச் சீரில் படித்து வந்தான். ஆனால் பூர்வ ஜன்ம புண்ய பலத்தினால் எவ்வளவோ இடையூறுகளையும் தாண்டி விட்டேன். நானும் காலேஜில் சேர்ந்து படித்தேன்.

3.5.49

அண்ணா பழையபடி இல்லை. சண்டையில் சேர்ந்தபின் ஆளும் தடித்துவிட்டதும் அல்லாமல், உருவிலும் சற்று விகாரம் அடைந்த தாகத் தோன்றுகிறது. முகத்தில் இளமை குன்றிவிட்டது. பேச்சில், செயலில், உலகானுபவத்தின் கறை படிந்துவிட்டது. இப்பொழுது அவனுக்குப் பெரிய வேலை. தன்னைப்போல் வெற்றி கொள்ள வில்லை என்பதால் சீனுவிடம் அவன் சில சமயம் மோசமாக நடந்து கொள்கிறான். ஆனால் மூத்த அண்ணன் எப்பொழுதுமே ஒரு மாதிரி. பணம், பொறுப்பு கண்காணிப்பு எல்லாம் உண்டு. ஆனால் அன்பைக் காசு பணம் கொடுத்து வாங்க முடியுமா?

2.1.48

வீட்டில் இன்றும் சமைக்க ஒன்றும் இல்லை. அப்பா வெறும் சாதம் உடலுக்கு வலிவு என்று எதையும் சாப்பிட்டுக் கொண்டிருக் கிறார். அதற்கு மேல் ஒரு காலத்தில் வேலை இழந்துவிட்ட பிறகு இப்பொழுது அவர் குறைந்தவேலைக்குப் போவதை விரும்பவில்லை. மேலும் பையனும் இரண்டொரு வருஷத்தில் படிப்பை முடித்து விடுவான். தந்தை மகனுக்கு ஆற்றிய கடமை என்று சொன்னால் அது நிஷ்காம்யமாகச் செய்ததா? இது அவருடைய போக்கு.

அண்ணா வந்தான், பேசாமல் சாப்பிட்டுப் படுக்கப் போய் விட்டான். சின்னவன் சற்றுப் படுத்தினான். அம்மா சாப்பிடாமல் தூங்கப் போய்விட்டாள். அவளும் அவள் அப்பாவுக்குச் செல்லப் பெண்ணாகத்தான் இருந்திருந்தாள். ஆனால் அதெல்லாம் - கடந்த நாட்களெல்லாம் பழங்கனவுகள். கனவு நனவைப் பாதிக்குமா? அதாவது கனவால் நனவை அழிக்க முடியாது.

3.1.35

அம்மா சொல்வாள். இரவு ஒரு மணி இரண்டு மணி இருக்கும். மாடியில் மாமனார் தனது இரண்டாம் தாரத்துடன் சயன அறைக்குப் போய்விடுவார். கீழே பாட்டி வயதானதால் ஏதாவது பிதற்றிக் கொண்டிருப்பாள். தெருவில் ஒரு சந்தடி கூட இருக்காது. பேய்தான் நடமாடும். இந்த அழகில் அவர் வருகிற வரையில் அம்மா சாப்பிடக் கூடாது. அநேகமாக அவர் இரண்டு சகாக்களுடன் 2 மணிக்கு வந்து அம்மாவை ஏறிட்டுப் பார்க்காமல்கூடத் தன் அறைக்குச் சென்று

பீரோவைத் திறந்து பையை நிறைத்துக் கொண்டு, மறுபடியும் கூட்டாளிகளுடன் போய்விடுவார். மறுநாள் காலை பத்து மணிக்கு வந்தால் பகல் இரண்டு மணி வரையில் உறங்குவார்.

3.3.49

சென்ற வாழ்வு மீண்டும் குறுக்கிடுவதை நான் விரும்பவில்லை. எவ்வளவோ நடந்தது. அப்பாவையோ அம்மாவையோ நான் குறை கூறவில்லை. குறைகளைப் பற்றியே பேசிக்கொண்டிருப்பவன் வாழத் தெரியாதவன். இன்றைக்கு அண்ணாவுக்குக் கல்யாணம். தான் விரும்பிய பெண்ணைக் கல்யாணம் பண்ணிக்கொண்டான்.

1.1.49

இன்று வருஷத்தில் முதல்நாள். ஆனால் நாள் என்பதுதான் என்ன? காலத்தை மனிதன் வரையறுத்ததின் ஒரு சிறு அளவுதான். ஏனெனில் காலம், பரப்பு, என்பவைகளை மனிதன் தன்னளவுக்குப் பகுத்துக்கொண்டாலன்றி அவனுக்கு வாழ்வது சாத்தியமில்லை. ஏனெனில் சிறு மனிதனுக்கும், மிகப் பரந்த எல்லைக்கும் மன எல்லையைக் கடந்த கால தத்துவத்துக்கும் இடையே கிடக்கும் வெளி பெருவெளிதான். இந்தத் தத்துவம் வெறும் பாழ் இல்லை.

ஆசிரியர் டால்ஸ்டாய் எழுதிய "சண்டையும் சமாதானமும்" என்ற நாவலிலிருந்து ஒரு வரி நினைவுக்கு வருகிறது. மனிதன், விரிந்து கிடக்கும் எட்டாத ககன வெளியை நோக்குகையில், மனிதர்களில் மிகப் பெரியவரும் அவர்களது லட்சயங்களும் சாரமற்றவை என்றுதான் தோன்றுகிறது.

3.1.49

மனிதனுக்கு ஏன் பைத்தியம் பிடிக்கிறது? எனக்குத் தெரிந்த ஒரு கேள்வி.

"வீட்டில் என் தம்பி. என் தகப்பனார் முதுகில் பிளவு புறப்பட்டு அவஸ்தைப்பட்டுக் கொண்டு கிடந்தார். இரவு வரை பொறுக்க முடியாமல் அங்கும் இங்கும் ஓடுவார். திடீரென்று கடவுள் பெயரை அடிக்கடி மனனம் பண்ணுவார். கேவலம், சரீர அவஸ்தையால் மனிதன் பலவித சிறுமைகளை அடைகிறான்.

நேற்றைய வரை வேதாந்தம் பேசியவன், சாவு முக்காடு போட்டுக் கொண்டு, தன் அருகில் வந்து உட்கார்ந்துகொண்டு நயமாக, "தம்பி, பேசாமல் வா, என்னை நீ மீற முடியாது" என்று கூறுகையில் மனிதன் அழுது தீர்த்துவிடுகிறான். சாவின் குளிர்ந்த ஸ்பரிசத்திலிருந்து அவன் விடுபடத்தான் முயற்சிக்கிறான்.

ஆம், தந்தையைப் பற்றிப் பேசினேன். வேதனையும் மரணபயமும் மனிதனை மிகவும் கேவலமாக்கிவிடுகின்றன. கடைப்பட்ட நிலைக்குத் தாழ்த்தி விடுகின்றன. தந்தை இரண்டு மூன்று வாரங்களாக ஒரே கிடப்பில் கிடந்தார். அம்மா ராப்பகல் தூக்கமின்றி, பழைய பதிவிரதைகள் மாதிரி, அவருக்கு வேண்டியன செய்து கொண்டிருந் தாள். என் தம்பியும் அவர் பக்கத்திலேயே உட்கார்ந்திருந்தான். நாங்கள், ஆம், நாங்கள் தான், பெற்றெடுத்த பிள்ளைகள் பெரிய டாக்டரைத்தான் வைத்திருந்தோம்.

இருந்தாலும் மனதினுடைய விசித்திரப் போக்கைப் பாருங்கள். வலியுடன் அரற்றுகையில் தாயிடம் தந்தை இது மாதிரி சொன்னார். "நான் இப்படி புழுப்போல் துடிக்கையில் உனக்கு எதுக்காக இந்த வைர நகைகள் எல்லாம்? இவைகளை விற்று எனக்குச் செலவு செய். விற்பாயா மாட்டாயா?" எங்களிடம் போதுமான அளவுக்குப் பணம் இருந்தும் ஏன் இப்படிச் சொல்ல வேண்டும்? மனைவி கணவனின் உடமை, அவளுக்குச் சிறந்த தர்மம் கணவனிடம் அர்த்தமில்லாத அடிமை பூணுவதே என்னும் குல தர்மமாக வந்த மூடக்கொள்கையே இத்தகைய அசம்பாவிதமான செயல்களுக்குக் காரணம் என நினைக்கிறேன்.

"நான்கு நாட்களாகத் தூக்கமின்றி தந்தை பக்கத்திலேயே உட்கார்ந்திருந்த என் தம்பிக்கு இன்று இரவு பைத்தியம் பிடித்து விட்டது. தந்தையைக் கொல்ல வேண்டும் என்ற ஒரே சித்தத்துடன் அவன் இருந்தான். அவனை அன்று பைத்திய ஆஸ்பத்திரியில் அடைத்தது எனக்கு வாழ்நாள் உள்ள அளவும் மறக்க முடியாது. ஆம், ஒரு ஆங்கிலக் கவிஞன் சொன்னமாதிரி இந்த அகில உலக அழகு அனைத்தையும் ஒரு பைத்திய ஆஸ்பத்திரி கெடுத்து விடுகிறது. கடவுளின் விசித்திர லீலைகளில் மனிதன் சித்தம் மயங்கிப் போவது என்பதும் ஒன்று.

என் தம்பி ஒருவிதப் பைத்தியம். வீட்டில் வைத்திருக்கையில் மணிக்கணக்காக (ஏன், யுகக்கணக்காக என்று அருகில் இருப்பவர் களுக்குத் தோன்றும்) இரவுச் சந்திரனை நோக்கி வெறித்து இருப்பான். கண்கள் மனிதனை நோக்கும் சக்தியை இழந்து விட்டன. வட்டமிட்டு மதிமயங்கிக் குழம்பின.

பிறகு வீட்டில் இருக்கையில் அற்றம் பார்த்து அவன் கைகள் ஒரு குரல் வளையைத் திருகத் துடித்தன என்பதும் நான் அறிந்தது. இதன் பிறகுதான் இவனை ஆஸ்பத்திரியில் அடைத்தது."

24.12.50

இன்று ஒரு புரியாத வியாகுலம். கலித்தொகையில் - குறிஞ்சிக் கலியில் கடைசிப் பாட்டைப் பார்த்துக் கூறுகையில் அதில் வரும்

'முடமுது பார்ப்பான்' அன்று மட்டுமில்லை இன்றும் என்றும் உள்ளவன் தான் என ஒரு ஆசிரியர் கூறுகிறார். அந்த முடமுது பார்ப்பான் செய்கைதான் என்ன? கருங்குட்டத்தால் தீரக்குறைந்த முடமுது பார்ப்பான் தன்னை ஆண் பேயாகவும், உருவு(?) மிகுதி பெற்ற தலைவி தன் காதலனை நோக்கிச் செல்கையில், அவனைப் பெண் பேயாகவும் கூறி அவளைத் தழுவச் சொல்வதேயாம்.

ஆம், ஊன்றி நோக்குகையில் படைப்பு நியதியில் நன்மையும் சாசுவதம். ஆனால் தீமையும் சாசுவதம், சந்தேகமின்றி நிச்சயமாகச் சாசுவதம் என்றே சொல்லத் தோன்றுகிறது.

25.12.50

'நாட்கள் 3,' கிழமை திங்கள் இன்று காலை, இந்தத் தலைப்பில் எழுதிய கட்டுரை திரும்பி வந்தது. இன்று தபால் ஆபீஸ் விடுமுறை. கிருஸ்துமஸ் பண்டிகை. சிதம்பரத்தில் ஆருத்ரா தரிசனம். இலங்கையிலிருந்து பலர் வந்திருப்பதாகக் கேள்வி. இந்த நூற்றாண்டிலும் கோவிலுக்குக்குப் போகும் ஒரு கூட்டம் இல்லாமல் இல்லை. எதற்காகப் போகிறார்கள்? இதற்குப் பதில் பலவிதமாக வரும் என்பதால் இதை 'அது வேறு விஷயம்' என்று விட்டு விடுவதுதான் உத்தமம்?

திங்கள்

இது திங்களைத் தாண்டிய திங்கள், எனக்கு என் தங்கையிடமிருந்து ஒரு கடிதம் வந்தது. அதில் சமீபத்தில் ஏற்பட்ட பூகம்பத்தில் பணக்கார நண்பர் ஒருவர் இறந்து விட்டதாக எழுதியிருந்தாள். வயது 25. வலிமை. வைரம் பாய்ந்த உடல், நான்கு கம்பெனிகளுக்கு மானேஜிங் டைரக்டர். படித்த மனைவி, புத்திசாலிக் குழந்தைகள். ஊரில் உள்ள பெரிய மனிதர்கள் அனைவரும் சிநேகிதர்கள். சிப்பந்திகளும் குமாஸ்தாக்களும் ஒரு மாதிரிப் பேசினாலும்; சமீபத்தில் கோவிலுக்கு யானைக்குட்டி ஒன்றைத் தானமாக வழங்கினார். இந்த மனிதன் வடக்கே வியாபார நிமித்தமாகப் போன இடத்தில் எதிர்பாராதவிதமாகப் பலியானதாக.

இது சாதாரண விஷயம். நாம் தினசரிப் பத்திரிகைகளில் அடிக்கடி பார்க்கும் விஷயம். இருந்தாலும் என் நண்பர் இறந்ததும் எனக்கு மேல்நாட்டு வேதாந்தி ஒருவன் எழுதினது நினைவிற்கு வந்தது. பணம், வெற்றி, என்ற இந்த யுகத்தின் லட்சியப்பட்ட காரியவயமான உலகம் ஒன்று. இதற்கு அப்பால் சிந்தனை, நன்மை, தீமை என்று இலட்சியவயப்பட்ட உலகம் ஒன்று. ஆனால் காரியார்த்தமான உலகமே மனிதனைக் கவ்விப் பிடித்துக் கொண்டிருக்கிறது. அதுவே அவனது வாழ்க்கையின் அர்த்தமின்மை என முடிக்கிறான். வாஸ்தவம் தானா? பணத்திற்கும் பிணத்திற்கும் என்ன உறவு?

சனி

தமிழன் என்ற முறையில் தமிழ் இலக்கியத்தை அறிய ஒரு முயற்சி. க.சு. பிள்ளை தன் 'இலக்கிய வரலா'ற்றில் 'திருமந்திர'த்தின் சிறப்புக்குக் காரணம் வருமாறு கூறுகிறார். (அவரது வார்த்தைகளிலேயே கொடுக்கப்படவில்லை)

1. சித்தரைப் பற்றிக் கூறும் நூல்

2. சைவ சித்தாந்தம் என்ற சொல் காணப்படுகிறது.

3. சைவ சித்தாந்த சாத்திரம் பதினான்கும் எழுதுவதற்கு முன் நம் சமயம் முழுமுதல் நூல்.

4. திருமூலர் தமது அனுபவச் சிறப்பை இதனுள் கூறுவதால் இது சிறந்த ஆகமமாகச் சைவரால் போற்றற் பாலது.

ஆம். அந்த நாலாவது காரணத்தால் அது சிறந்த இலக்கியமும் ஆகும்.

ஆண்டு 50

நாள். என்றும்போல் ஒரு நாள். விஷயம் "நண்பர்கள் நச்சை வாயில் ஊட்டுகையில் நகைப்பதுதான் நனி நாகரீகம்" என்ற வாக்கியம். ஆம். கைவல்யத்தில் சொல்வதுபோல் இது ஒரு மகாவாக்கியம். நட்பு என்பதைப் பற்றிச் சிந்திக்கிறேன். வள்ளுவர் ஒரு புறமிருக்க, நட்பு எதனால் உண்டாகிறது?

என்னைப் பொறுத்தவரையில் தேகவாக்கு, முகவெட்டு, பேச்சு சாதுரியம், சக விருப்பு வெறுப்புகள் முதலியவற்றால் என்பேன். இருந்தும் சிலரை விரும்புகிறோம். சிலரை வெறுக்கிறோம்.

வீட்டில் என் தாய்வழி மாமன் ஒருவர் 40 வருடங்களில் 30 வருடங்கள் குடித்துக் கழித்தவர். பின்பு இந்தக் குடிமயக்கத்தில் ஒரு சந்தர்ப்பத்தில் வேலையை இழந்தார். பிறகு 'நல்லவரானார்' 'கண்ணால் குடி'யை எட்டிக்கூடப் பார்ப்பதில்லை. இருந்தும் பழைய சகா ஒருவர் வேலை ஆரம்பத்தில் ஒரு நாள் வீட்டிற்கு வந்து இவரை வெளியே அழைத்துப் போனார். அன்று இரவு 12 மணிக்கு வந்தார். அப்பொழுதுதான் நட்பும் பழக்க வாசனையும் கொடிது எனத் தெரிந்தது.

ஆண்டு, 49 ஒருநாள்

இன்று நவராத்திரி, வீட்டில் பூஜை மும்முரம், பூஜை அறை கோவில் தோற்றுவிடும். பூஜை அலமாரியில் அம்மா அம்மனுக்கு வேண்டிக்கொண்டு ஒரு ஐந்து ரூபாய் நோட்டை முடிந்து வைத்திருந் தாள். சாயங்காலம் பெண்களும் குழந்தைகளும் வந்தார்கள். மங்குவின்

ஏழு வயதுப் பெண்ணும் வந்தாள். அம்மாவுக்கு மங்குவின் பெண்ணைக் கண்டால் பயம் - அதற்கு அவ்வளவு சாமர்த்தியமும் துணிச்சலும். என்னிடம்தான் அங்குமிங்கும் போய்க் கொண்டிருக்கையில் மங்குவின் பெண் பூஜை அலமாரியை அண்டாமல் பார்த்துக் கொள்ளச் சொன்னாள். நான் அப்பொழுது கல்லூரியில் படித்துக் கொண்டிருந்தேன். கொஞ்சம் லட்சியவாதி. எனவே, அம்மாவைப் பரிகாசம் பண்ணிவிட்டு சும்மா இருந்துவிட்டேன்.

இரவு படுக்கப் போகுமுன் அம்மா பூஜை அலமாரியைப் பார்த்தபோது ஐந்து ரூபாய் நோட்டுக்குப் பதில் ஒரு எட்டணா இருந்தது. அம்மாவுக்குச் சந்தேகமில்லை. நான் அசடன்தான் என ஒப்புக்கொண்டேன்.

ஆண்டு 43

மறக்க முடியாத ஒரு நாள். அம்மா அடிக்கடி பெருமைப்பட்டுக் கொள்வாள் - தனக்கு வேறு விஷயத்தில் வேறு ஒன்றும் இல்லா விட்டாலும் தன் குழந்தைகள் எல்லாம் இருக்கின்றன என்று - ஆம், அப்பொழுதெல்லாம் எனக்குக் கவி தேசிக வினாயகம் பிள்ளை எழுதிய புத்தர் பாடல் ஞாபகம் வரும். இறந்த குழந்தையை உயிர்ப்பிக்கப் பகவான் புத்தர் தாயிடம், ஒரு சிசுவும் இறக்காத தாயிடமிருந்து பிட்சை வாங்கிக் கொண்டும் வந்தால் குழந்தையை உயிர்ப்பிப்பதாக வாக்களித்தார். பிட்சைக்குப் போனவள் ஞானம் பெறுகிறாள். இது நிற்க.

நேற்று மாலை என் கடைசித் தம்பிக்கு - வயது 3 - உடல் நிலை மோசம். அதற்கு முன்பு நன்றாகவே இருந்தவன் வர வர இளைத்து விசை ஓய்ந்த பம்பரம் போல் ஆகிவிட்டான். இருந்தும் டாக்டர் நேற்று பயப்பட ஒன்றும் இல்லை என்று விட்டார். இரவு விழித்திருந்த என் சித்த சுவாதீனமில்லாத தம்பி இவன் சக்கரம்போல் புரண்டதைக் கண்டதாகச் சொல்கிறான். காலையில் அம்மா பல் தேய்த்துவிட்டுக் குழந்தைக்கு ஒன்றும் இல்லாமல் இருக்க வேண்டுமென்று அம்மன் படத்தில் 2 புஷ்பத்தை வைத்துவிட்டு, குழந்தையை எடுக்க வந்தாள். குழந்தை ஒரே கனமாக இருந்தது. விரல்கள் சூம்பிவிட்டன.

பல் தேய்க்கையில் நான் குழந்தை ஒரு வேளை பிழைக்கலாமோ என்று என் சகோதரனிடம் கேட்டது இன்னும் ஞாபகம் இருக்கிறது. அவன் வாயில் பிரஷ்ஷை வைத்துக்கொண்டு, துக்கமாகத் தலையை அசைத்ததும் ஞாபகம் இருக்கிறது.

பிறகு நான் சாஸ்திரி வீட்டிற்குப் போனதும், அப்பா அழுது கொண்டே சிசுவின் சடலத்தைக் கொண்டு போனதும், அவனை எரிக்காமல் புதைத்ததும் இக்கதையின் எஞ்சிய பகுதிகள்.

அன்று மாலை அனைவரும் விளக்கிடாமல் இருட்டில் சோகமும் பயமும் சூழ எங்கள் குடும்பத்தில் முதல் முதலாக மரணத்தின் அனுபவத்தை ஏற்றுக் கொண்டது இன்னும் என் நினைவில் வருகிறது.

"புறநானூறில்" ஒரு பாட்டில் "சாவதும் புதுவதன்றே" என்ற ஒரு வரி. ஆனால் தனி மனிதன் வாழ்வில், பிறப்பு, மணம், சாவு என்ற மூன்று அழியாத பழமைகளும் மாறாத புதுமைகளாகவே இருக்கின்றன.

29.12.50

ஆண்டு' 50 நாள் - பிற்பகல் - இடம் - கல்லூரி ஹாஸ்டல்.

நண்பன் அறைக்குப் போனேன். இப்பொழுது அவன் வேறு ஒருவனுடன் இருந்தான். அந்த நபர் அப்பொழுது அறையில் இல்லை. இருந்தாலும் அந்த அறையில் உள்ள ஒவ்வொரு வஸ்துவும் அந்த ஆள், வேறு ஒரு ஆள் இருக்கிறான் என்பதைப் பறை அடித்தது. ஆனால் முன்பாக நான் அந்த ஆளைப் பார்த்ததும் உண்டு.

சிறு அறை. பாதி அவருக்குச் சொந்தம். சுவரில் பதித்த மூன்று அலமாரிகள். அதில் அவர் - அவர் அவசியத்திற்கு இரண்டு. ஒரு அலமாரி எப்பொழுதும் பூட்டிய வண்ணம் இருக்கும். ஒரு அலமாரி எப்பொழுதுமே திறந்திருக்கும். கான்வாஸ் கட்டில். கித்தான் வேய்ந்த மடக்கு நாற்காலி. இரண்டு மேஜைகள். மேஜை மீது வெள்ளைக்கரை - வேஷ்டி விரித்திருந்தது. அடுக்கிய புத்தகங்கள், மடக்கு நாற்காலியில் வைத்திருந்த ஒரு எழுது பலகை. ஒரு மூலையில் சுத்தியல். சுவரில் கொடி, தோய்த்த வேஷ்டிகள். வரிசையாக வண்ணானிடமிருந்து வந்த சலவை செய்யப்பட்ட கால்சராய்கள், கட்டிலுக்கு அடியில் பழையகால பிரம்புப் பெட்டி.

திறந்த அலமாரியில் 'கோவில்' கண்ணாடி. சிறிய கண்ணாடி மஞ்சள் சட்டம். வாசனைத் தைலம். வரிசையாக அடுக்கிய நோட் புஸ்தகங்கள். கீழே வரிசை குலையாமல் அடுக்கப்பட்ட ஹிந்துப் பத்திரிகை. அவைகளுக்கு மேல் இரவல் என்பதை அறிவிக்கும் ஓரிரண்டு 'கலைமகள்' போன்ற தமிழ்ப் பத்திரிகைகள்.

அடுத்த நாள் காலை

என் அறையில் நான். நேற்றுப் பார்த்த அறையைப் பற்றியே என் மனம் சிந்தித்த வண்ணம் இருக்கிறது.

அந்த நபருக்கு ஒரு காலேஜ் வாத்தியார் உத்யோகம் எனத் தெரிந்தது.

நான் அவரைப் பார்த்திருக்கிறேன்.

நன்றாக ஆடை அணிந்து கொள்வார். சற்று குள்ளம். சிவப்பு நிறம். கீச்சுத் தொண்டை. பரபரப்பான நடை. எப்பொழுதும்

கால்சராயில்தான் காணப்படுவார். வாரத்துக்கு ஒரு தடவை வீட்டிலிருந்து கடிதம். மனம் ஆகவில்லை. என் நண்பருடன் பேசவில்லை. பேசுவது கிடையாது. உதாசீனம் இல்லை. ஆனால் உலகம் எப்பொழுதுமே இரு வகுப்பு உடையது என்னும் நினைவு.

புதன் மாலை

மணி நான்கு. இன்று மறுபடியும் அசட்டுச் சிந்தனை.

மணி 6.30. எனக்கு நாலு அறை தாண்டி. ஒரு பணக்கார மாணவன். அவன்அறை வேறு விதம். ஆசாமியும் வேறு விதம்.

ஒரு மாணவன் அறையில் ஓவல்டின், ஹார்லிக்ஸ், சினிமா நட்சத்திரங்கள் படங்கள், ஸ்டவ், பூவேலை செய்த மெத்தை விரிப்பு. கதவில் கார்ட்டன் - இவைகளே இருந்தால் என்ன? போனமாதம் ரேடியோகூட வைத்திருந்ததாகக் கேள்வி.

இரவு 9 மணி, நாலாவது ரூம் ஆசாமி அஞ்சாவது ரூம் ஆசாமியுடன் வந்து விட்டான். இன்னும் சற்று நேரம் கழித்தால் ஒரே கலகலப்பாக இருக்கும்.

ஆடையே மனிதன் என்றால் பார்க்க வேண்டும். ஒழுங்காக வாரிவிடப்பட்ட தலைகள், சுருக்கம் விழாத சட்டைகள், சிலர் ஜரிகை வேஷ்டிக்காரர்கள். சிலர் கால்சராய்க்காரர்கள். வாயில் அலட்சிய மாகப் புகைந்து கொண்டிருக்கும் சிகரெட்.

நாலாவது ரூம் ஆசாமிதான் தலைவன். ஆளைப் பார்த்தால் நோஞ்சல் மாதிரி இருக்கும். அவனைச் சுற்றி ஒரு கூட்டம். பணம் இருப்பதாகக் கேள்வி.

இவர்கள் என் நண்பர்கள். எனக்கு இவர்களைக் கண்டால் மரியாதை. ஆனால் இவர்கள் ஒரு விஷயத்தைப் பற்றிப் பேசுவ தைத்தான் நான் அறவே வெறுக்கிறேன். ஏனெனில் எந்த விஷயத்தைப் பற்றிப் பேச ஆரம்பித்தாலும் உடனே என்னால் அவர்களுக்கு மரியாதை கொடுக்க முடியவில்லை. ஆடையளவில் அதனால் ஏற்பட்ட கௌரவத்தின் அளவில்தான் அவர்கள் மனிதர்கள்.

மணி 10. இப்பொழுது ஆச்சரியத்திலும் ஆச்சரியம். எனது மற்ற நண்பரின் அறைவாசி - கோவில் - கண்ணாடி ஆசாமி இவர்களுடன் ஒரு மணி நேரம் இருந்து பேசிவிட்டுப் போவான். எனக்கு ஆச்சரியம்தான்.

இரவு 11.30 மணி நாலாவது அறை. ஆசாமி இப்பொழுது ஆடை அணிந்து கொள்வது நேத்ரானந்தமாக இருக்கும். திரும்பி வருகையில் இரவு 3 மணி இருக்கும். காப்பி போடும் ஓசை. காலை 8 மணிக்கு எழுந்திருப்பான்.

வியாழன்

மூளையில் வெறும் சூன்யம். ஒன்றிலும் பிடிப்பில்லை.

1951

இன்று புது வருஷம். காலையில் எழுந்ததும் மனச் சோர்வு. உடல் சோர்வு. தபாலில் பதினோராயிரந்தரமாக நிராகரிப்புக் கடிதம். 'பத்மாவதி சரித்திரத்தில்' பத்மாவதி "இ தினமே சுதினமு" எனப் பாடியது நினைவிற்கு வந்தது.

திங்கள்

நாட்கள் ஒன்றன்பின் ஒன்றாகச் செல்கின்றன. நாட்கள் செல்லச் செல்ல இந்தப் பண்டு பூத்த அண்டம் பழைய மேனியாகவே இருக்கிறது. நான் ஒரு தம்பியாயிருந்தேன். எனக்கு அண்ணன் ஒருவன். ஆனால் இந்த இரண்டு உறவுகளுக்கும் இடைமுரண்பாடு ஏன் உண்டாக வேண்டும்? பண உதவி மனித உறவைக் கெடுக்கிறதா? அந்தஸ்தால் பாசம் தொலைந்து விடுகிறதா? படித்த அமெரிக்கன் நாவல் நினைவிற்கு வருகிறது. பணக்காரப் புருஷன். மனைவி பணத்தை வரிக்கிறாள். மனைவியையும் அவன் மனமாரக் காதலிக்கிறான். ஆனால் கணவன் ஏழையானதும் மனைவிக்கு அவனைக் காதலிக்க இயலவில்லை. பணத்தால் ஏற்பட்ட சௌகரியங்களைத் துய்த்தவள். ஆதலினால் செயலற்ற தலைவனை அவள் வெறுப்புக் கலந்த துக்கத்துடன் பார்க்கிறாள். பிறகு இவளுக்குப் பைத்தியம் பிடித்துவிடுகிறது. பணம் என்பது ஒரு கெட்ட வழக்கமாகிவிட்டது நம்மிடையே. சுபாவத்துடன் ஒட்டிவிட்டது. இதற்குக் கணக்கிறந்த எழுத்தாளர்கள் ஜவாப்தாரி.

செவ்வாய்

சுவாமிநாத ஐயரை எனக்குத் தெரியும். வீட்டில் தனது சாய்வு நாற்காலியிலிருந்து கொண்டு ஜகம் முழுவதையும் மறந்துவிடும். திறமை அவருக்கு உண்டு. சிறிது பூர்வீகச் சொத்து. மனைவி, பிள்ளை பெண்கள் பிள்ளைகள் உண்டு. பெண் சம்பாதித்துக் கொண்டிருந் தாள். குடும்பத்தைத் தாங்கி வந்தாள். ஐயர் ஒரு சமயம் தன் பெண் (வயது 20தான்) வேலையை விட்டு விட்டுக் கல்யாணம் பண்ணிக் கொள்வதற்கு விரும்புவதைக் குறிப்பாகத் தன்னிடம் தன் மனைவி உணர்த்தியதைப் பற்றி குறைபட்டுக் கொண்டார். இது எனக்கு அதிசயத்தை விளைவித்தது. விதவை விவாகத்திலிருந்து கன்னிக்கு மணம் மறுக்கும் - அளவு நாம் முன்னேறி விட்டோமா? அன்று பாரதி எழுதினான் ஏற்றத்தாழ்வான மணத்தைப் பற்றி, "ஒட்டகத்திற்கு

ஓரிடத்திலா கோணல்; தமிழகத்தில் ஓரிடத்திலா கோளாறு" என்று. பழையன கழிதலும் புதியன புகுதலும் என்பதைப் போல் பழைய பிரச்சனைகள் மாறிப் புதிய பிரச்சனைகள் தலையெடுக்கின்றன.

புதன்

நமது நாகரீகத்தைப் பற்றி நினைக்கையில் எனக்குச் சிரிப்பு வருகிறது. கடந்த நாட்கள் நினைவில் வருகின்றன. அப்பொழுது வீட்டில் ஒரு அழகிய நாய்க் குட்டியை வளர்த்துக் கொண்டிருந்தோம். வெளுப்பும் மூக்குப் பொடிக்கலரும் கலந்த நிறம். பார்க்க நன்றாக இருந்தது. ஆனால் வீட்டில் அண்ணன் அதன் நாகரீகத்தின் சின்னமாக வாலை நறுக்க வேண்டும் என்றான். மிருக ஆஸ்பத்திரிக்குக் கொண்டு போய் - மருந்து வைத்துப் பக்குவமாகத் தான் வாலை வெட்டினோம்.

ஆனால் இதன் விபரீத விளைவு பின் தெரிய வந்தது. நாய் சற்று இளம்பிராயம்; அதுவும் பெண்குலம். எனவே, அது பருவத்திற்கு முன்பே கருவுற்றுவிட்டது. ஆனால் இயற்கையின் நியதியை மீறியதற்குத் தண்டனையாகத் தாயும் சேயும் இறந்தன.

இந்தச் சாவு எனக்கு என்னவோ மிகவும் உருக்கமானதாகத்தான் இருந்தது. மிருகங்களுக்கு 'அறிவில்லாவிட்டாலும்' மனிதனை அண்டின நாயின் கண்ணில் ஆண்டவன் அளவில்லாத அனுதாபத்தையும் அன்பைக் காட்டும் சக்தியையும் வைத்திருக்கிறான் என்பதை மறக்க முடியாது.

வியாழன்

மீண்டும் நமது தோழர்களைப் பற்றியே மனம் சிந்திக்கிறது. நாயும் பூனையும், கோழியும், குருவியும், பன்றியும் ஆடும் நமது வாழ்வை அழகுபடுத்துகின்றன. இதை, இந்தச் சர்வ சாதாரணமான அடிப்படையை நமக்கு முதலில் எடுத்துக் கூறியவன் பாரதி. ஆங்கில ஆசிரியன் ஒருவன், 'சாதாரண பறவைகளும் பூச்சிகளும் மறைந்து விடுமானால் உலகம் வெறிச்சென்று விடும்' என்று எங்கேயோ எழுதியதாக நினைவு. தெருவில் ஓடும் நாய் பேசா விட்டாலும் நமக்கு வேண்டியவன் தான். இது நிற்க.

வீட்டில் 'ஜலதாரை'யில் நடந்த விஷயம். சில ஊர்களில் இப்பொழுதும் இந்தப் பழக்கம் இல்லாமல் போகவில்லை. அதாவது கொல்லையில் நீண்ட ஆழமான குழியெடுத்துக் கட்டிவிடுகிறது. இதுவே நமது நித்திய காலைக் கடனைக் கழிக்கும் ஸ்தலமாக மாறிவிடுகிறது. இது சுகாதாரத்துக்குட்பட்டதுதானா என்பது

எனக்குத் தெரியாது. ஆனால் என் வாழ்நாள் முழுவதும் செல்லும் திசையெல்லாம் அந்த ஒலி என்னைப் பின் தொடர்கிறது. இந்த இடத்தில் சுண்ணாம்பைக் கரைத்துக் கொட்டிவிட்டால் சுகாதாரத்தின் பொறுப்பு முடிந்துவிட்டதாகச் சொல்லுகிறார்கள்.

எது எப்படியிருந்தாலும் என்ன? பூனை என்றாலும் இந்த நரகக் குழியில் விழுந்தா சாக வேண்டும்? உலகில் மனிதன் அடையும் துன்பங்கள் யாவிலும் இதை நினைத்துப் பார்க்கவும் எனக்குச் சக்தியில்லை.

வெள்ளி

இந்த மனோகரமான காலையில் புஸ்தகத்தைப் படிப்பதும் எழுதுவதும் குற்றம் என்றே நினைக்கிறேன். தன்னை மறந்த இன்பத்தில் லயித்தேன்.

4.1.51

வியாழன் - இன்று மாலை வெளியே ஜன்னல் வழியாக எட்டிப் பார்த்தேன். வீடு சற்று கச்சிதமான வீடு; அதுவும் என் அறை தெருவை நோக்கி அமைந்திருந்தது. வீட்டின் சுற்றுப் புறமும் துப்புரவான இடம். வீட்டுக்கு வீடு சற்று விஸ்தாரமான இடைவெளி.

தெரு அமைதியாக இருந்தது. இருந்தாலும் இந்தச் சந்தியா வேளை சோகமான எண்ணங்களை எழுப்பின. ஆம், ஐயர் பாரதியைப் பற்றி எழுதியது நினைவில் வட்டமிட்டது. சாந்தி மயமான சாயங்கால வேளையில் அன்று சென்னைக் கடற்கரையில் சிருஷ்டி கர்வத்துடன் கவி பாரதி பாடித் தள்ளினான் என்று எழுதியிருந்தார். பாரதி மறைந்துவிட்டான். எஞ்சி நிற்பன இந்த மாயமான மாலை நேரமும் அவன் கவிதைகளும்தான். பிறகு சமீபத்தில் இறந்த மேல் நாட்டு ஆசிரியன் ஷாவின் நினைவு வந்தது. ஷா நூறாண்டு வாழ விரும்பினான். ஆனால் இறப்பதற்கு முன் ஒரு நாள் தோட்டத்தில் உட்கார்ந்து கொண்டு காலை அழகில் ஈடுபட்டிருந்தானாம். தனது சிருஷ்டித்திறன் ஓய்ந்துவிட்டது என்ற வருத்தத்துடன். ஆனால் ஒருவிதச் சாந்தியுடன்தான் மௌனமாய் அமர்ந்திருந்தானாம். இது பத்திரிகைச் செய்தி. ஷாவும் போய்விட்டான்? மிஞ்சின யாவை? அவனது மிளிரும் மொழிகளும், சிரிப்பும்தான். விநோதமான இந்த இயற்கைச் சௌந்தர்யம்தான்.

மறுபடியும் ஆங்கிலக் கவிஞன் ஒருவன் எழுதின வரி மனதில் ரீங்காரமிட்டது. வாழ்வை ஏமாற்றிவிடலாம். ஆனால் சாவின் பிடி யிலிருந்து ஒருவரும் மீளமுடியாது என்பதே அந்த வரி.

திங்கள் காலை

படுக்கையிலிருந்து எழுந்திருக்க வேண்டும். பல் துலக்கினதும் காபி. பிறகு, அன்று பாரதி எழுதினான். உப்புக்கும் சோறுக்கும் நான் கவலைப்பட்டால் என்ன செய்ய முடியும் என்று - இது சக்தியிடம் முறையீடு. வேற்றுமையை இறைவன் ஏற்படுத்தினால் அவன் விரைந்து கெடுக என்று வள்ளுவன் சபித்தான். கவிஞர்கள் இல்லாவிட்டாலும் நம்மையும் வறுமை வருத்துகிறது.

காபி ஆனதும் விறகு இருக்காது. அரிசி போதாமல் இருக்கும். மிளகாய் இருக்காது. குழந்தை குட்டிகள் இருப்பார்கள். விஷயங்கள் தெரிந்த குழந்தைகள், தெரியாத குழந்தைகள், பிறகு தம்பதிகளின் இடையே சண்டை. பிறகு பூலோக நரகம்.

வறுமை உண்மையாகவே கொடியது. சாதாரணமான ஆசைகளை அடக்கிக்கொள் என்று சொல்வது தவறு.

புதன்

எனது கித்தான் மடக்கு நாற்காலியில் புஸ்தகத்தை வைத்து ஆலோசித்துக் கொண்டிருந்தேன். காலை இளவெயில் மேலே அடித்துக் கொண்டிருந்தது. தங்கை வந்து வெயில் மேலே படாதபடி ஜன்னல் கதவைச் சாத்தினாள்.

12.1.51

வெள்ளி மாலை - மணி *5.30*. இன்று பூராவும் தலைவலி, ஜலதோஷம், கண் எரிச்சல், பசியின்மை, பித்தக் கிறுகிறுப்பு. இப்படியாக இப்படியாக. இந்தச் சமயத்தில் எதைப் படிக்க, எதை எழுத, என்னதான் சிந்திக்க. சும்மாவும் இருப்பது என்பதுதான் முடிகிறதா?

வியாதி பற்றிப் பரிமேலழகர். "பழவினை யானும் காரணங் களானும் மக்கட்கு வாத முதலிய பிணிகள் வரும். அவற்றுள் பழவினையான் வருவன அதன் கழிவின் கண் அல்லது தீராமையின் அவையொழித்து ஏனைக் காரணங்களால் வருவனவற்றைத் தீர்க்கும் மருந்தின் திறங் கூறுகின்றார். காரணங்களான உணவு செயல்கள் தொவ்வாமையாகலின், பிணிகளும் காரணத்தான் வருவனவாயின."

13.1.51

பேரில்லாத ஒருநாள். உச்சி வேளை. மணி 12. இன்று எங்கள் வீட்டுக் கொல்லைப் பக்கத்தில் இருந்த மாதாகோவிலில் உற்சவம். திரளான ஜனங்கள், பச்சையும் கறுப்புமாக ஆடையும் மேனியும் ஒளிர்ந்த வண்ணம் போய்க் கொண்டிருந்தார்கள். இவர்கள் "திருநாளைப் போவார்கள்."

எனக்கு உடனே என் மாமன் ஞாபகம் வந்தது. கடவுள், கோயில், பழையகாலம், பெண்டாட்டி, சொத்து இவைகளில் பரம நம்பிக்கை உடையவர். ஆள் வற்றலாக இருப்பார். ஆனால் அந்த நோஞ்சலான தேகத்தில் என்ன சக்தி! இதைப் படிக்கும் நண்பர் எப்படியோ! ஆனால் என்னளவில் நான் இந்தக் கடவுள் விவகாரத்தைப் பற்றி அடிக்கடி சிந்தித்தது உண்டு. பதி பசு பாசம் என்ன, வாழ்க்கைச் சக்தி என்ன, உலகின் மூலகாரணம் என்ன, சக்திக் குழம்பு என்ன - இப்படி அலை அலையாகக் கடவுளைப் பற்றிய சிந்தனைகளைப் படித்திருக்கிறேன். ஆனால் பொய்யான இப்பிரபஞ்சத்தில், பிரம்மத்தின் சாயலான இப்பூமியில் கடவுளும் எளிதில் தப்பிவிட வில்லை.

மாமனைப் பற்றி நினைக்கையில் இவ்வளவு எழுத வேண்டியிருக்கு. அவர் என்னவோ நல்லவர்தான். நன்மையே தீமையாகிவிடும் நிலையும் உண்டு. அவர் வீடே கோவில். காலையில் பூஜை. திருவிழாக் களில் பிராம்மணர்களுக்குச் சம்பிரமான சாப்பாடு. அவர்கள் சாப்பிட்டுவிட்டு இவரை வாயார வாழ்த்தி விட்டுப் போவார்கள். அதில் ஒரு கௌரவம். நன்றாக உழைப்பார். ஆனால் வேலை உயர்வுக்குக் காரணம் கடவுள் அருள் என்பது அவரது தீவிர நம்பிக்கை. அவருக்கு ஏராளமான பெண்கள். அது கடவுளின் சோதனை.

வீட்டில் மிகவும் கட்டுப்பாடு. பெண்கள் சினிமாவுக்குப் போகக் கூடாது. ஒரு வயதிற்கு மேல் கன்னியாயிருந்தால் தன் பெண்ணைத் தானே சபிக்கும் நிலை. வரவர இந்தப் பக்தி வெறியாக மாறிவிட்டது. இவர் புகழ் பரவிற்று. இப்படி இருக்கையில் ஒரு கிழவரை முனிவராக ஏற்றுக் கொண்டு அவருக்குக் காலை 5மணிக்குத் தன் பத்னி சகிதமாக சிச்ரூஷை செய்து வந்தார். ஈரம் தோய்ந்த ஆடையுடன் இருவரும் அவருக்கு ஒரு மாதம் பூஜை செய்தார்கள். பிறகு அவர் இவர்களை ஆசீர்வதித்து விட்டுப்போனார்.

அந்த அம்மாளுக்கு வரவர வீடே வெறுப்புக்கிடமாயிற்று. பக்தி நன்று. சம்பாதிக்கும் கணவன் நல்லவன். கெட்டிக்கார குழந்தைகள் இருப்பது ஆனந்தம், படித்த பணக்கார மாப்பிள்ளைகள் வாய்த்ததும் ஆனந்தம். மனைவி கணவனின் உடைமை, வாஸ்தவம், "பெண்கள் உடல் நலன்களைத் தம் கணவருக்காகவே தாங்கி நிற்பர். இவனுக்காகத் தாங்கிய வனப்பு நிறை "தசைப்பொதி." உண்மையினும் உண்மை; தசைப்பொதி என்பதைத்தான் மறுக்க முடியாது. என்பு? தோல் போர்த்த உடலை, அன்பு காமத்தின் உருவமாக வந்து பேயாக ஆண்டால் விஷயம் வேறு. வீட்டில் காமவெளி என்பது ஓரளவுதான். உரிமையில் ஆதிக்கம் அளவு மீறினால் அமிர்தமும் நஞ்சு. ஒவ்வொரு பிரசவமும் பிறப்புக்கும் மரணத்துக்கும் போட்டியாகிப் பிறப்பே வென்றாலும் போர்க்களம் ஆட்டம் கண்டு விடும். தாம்பத்ய உறவு

டாக்டர் சொன்ன அளவில் நின்று விடுவதில்லை. வரம்பு மீறினான். அவள் ஒரு பக்தை. கணவனுக்கு உழைத்து உழைத்து அவள் உடல் ஓடானாள். நரம்பு குலைந்தாள். நடமாடும் சக்தி குறைந்தாள். விபூதி பூசிக்கொண்டாள். பூஜைகள் செய்தாள். பஜனைகளில் கலந்து கொண்டாள். அவள் அப்படி.

ஒருநாள் மாமாவுடன் பேசிக்கொண்டிருந்தேன். விளையாட்டாகத்தான் சொன்னார். "இப்பவும் நாங்கள் தம்பதிகள் வெகு அந்நியோந்நியம்" என்று. ஆனால் இதையெல்லாம் பற்றி நினைக்கவோ எழுதவோ நான் யார்? அந்தக் குடும்பம் வீடாகிய நரகத்தில், இன்பமாகிய சேற்றில் இன்றும் நன்றாகத்தான் இருக்கிறது.

பேரில்லாத மற்றொரு நாள்

மாமா வீட்டிலிருந்து மஞ்சள் தடவிய கார்டு. வழவழ, வழவழ அவர்களுக்கு 15 ஆவது பிள்ளை பிறந்திருக்கிறது என்றும், தாயின் நிலை சற்றுக் கவலைக்கிடமாயிருக்கிறது என்றும் எழுதியிருந்தார்கள். ஆனால் அதில் எனக்குப் பயம் இல்லை. தாயும் பிழைத்து - இன்னும் தன் பெயரை நிலை நாட்டுவாள் என்பதில் எனக்கு நம்பிக்கை உண்டு.

24.1.51

இன்று மாலை. நான்கு மணி சுமாருக்கு நண்பர் வீட்டுக்குப் போயிருந்தேன். நண்பர் வீட்டில் இல்லை. அவர் தகப்பனார் இருந்தார். அவருக்கு வயது 74. என் வயது 28. என் நண்பர் எழுத்தாளர். நான் வாசக - நண்பன். எனவே இத்தொடர்பு. தகப்பனாருடன் பேசிக் கொண்டிருந்தேன். கிழவர் பழைய காலத்து மனுஷர். கடவுளைப் பற்றிக் கேள்வி கேட்காத காலத்தில் பிறந்தவர். அவருக்குச் சாவதைப் பற்றி வருத்தம் இல்லை. ஜாதகம் பார்த்து வைத்திருந்தார். இன்னும் இரண்டு மாதங்களில் தன் மகனுக்குக் கர்மத்திற்கு அதிகாரம் இருப்பதால் தான் இறப்பது திண்ணம் என்றார். தனது 40 வது வயதில் தாரத்தை இழந்ததும், ஏகபத்னி விரதம் அனுஷ்டித்ததைப் பற்றிப் பெருமையாகச் சொல்லிக் கொண்டார். அவருக்கு ஒரே வருத்தம். அதாவது தன் மகன் மூளையிருந்தும் ஒரு மந்திரியாகப் போகாமல் எழுத்தாளனாகப் போனதுதான். தான் இறந்ததும் தன் மகன் கஷ்டப்படுவான் என்றார். அவர் அதனால் துக்கமோ ஏக்கமோ அடையவில்லை. அது ஜாதக பலன். இரண்டு மாதம் கழிந்தபின் தன் மகனுக்கு நல்ல காலமாம். இப்படியாக இப்படியாகப் பேசிக்கொண்டே போனார்.

ஒரு விதத்தில் கிழவர்களுடன் பேசுவதில் ஒரு இன்பம் இருக்கிறது. அனுபவத்தால் தன் மீது நம்பிக்கையற்றும், வாழ்வை ஓரளவு புரிந்து கொண்ட அளவும் பேசுகிறார்கள். எனது கிழவரும் இன்னும் இரண்டு

மாதத்தில் போய்விடுவார் என்றே நினைக்கிறேன். ஏனெனில் பழைய சந்ததிகளில் பலர் குறித்த காலத்தில் சாவடைந்ததை நான் கண்டிருக்கிறேன்.

வெள்ளி மாலை

எனது பேனா இன்று விசித்திரமாக எழுத மறுப்பதால் எனது சிந்தனையும் அறுந்துவிட்டது. எனவே இன்றைய 'நாட்கள்' அரைகுறையாகவே முடிகிறது.

30.1.51

மௌனம்
மௌனம்
மௌனம்

ஞானம் மோன வரம்பு
கலக நாஸ்தி

சகிப்பு
துன்பம்
இன்பத்தின் மறுபுறம்
துன்பம்
இன்பத்தின் எல்லை
துன்பம்
இன்பத்திற்கு வழி
இன்பம்
சாவின் மறுபுறம்
சாவு
மரணத்தின் உயர்ச்சி
மரணம்
ஒன்று, இரண்டு, மூன்று

முயற்சி
முயற்சி
துன்பத்தின் மறுபெயர்
அன்றொருநாள்
அயர்ச்சி
துன்பம்
களைப்பு
விழிப்பு
உறக்கம்

களைப்பு
விழிப்பு
உறக்கம்
களிப்பு
மயக்கம்
முயக்கம்
தயக்கம்
இயக்கம்
சாழலோ சாழல்

வருவது ஒன்றுண்டு
ரோஜா
ரோஜா
ரோஜாவே நீ மலர்வதேன்?
சிரிப்பதேன்
முல்லையே நீயும் பூத்தாயோ?
கற்பு முல்லை
கதம்பம்
புகை
அகில்
சந்தனம்
வத்தி
ஒரு பிடி சாம்பல் மணந்தது
இரவு
மலர்களின் ஆட்சி
மங்கையரின் பூரிப்பு.

கலவி, புலவி
சயனக்ருஹம்
இருட்டு

இன்பம்
வேதனை
மயக்கம்

கனவு
அவஸ்தை
கண்ணால் காணக் காணேன்

மென்மை
மென்மை
ஒயில்

அசைந்தாடி வரும் பூங்கொடி
முறுவல் முல்லை
கார்பெற்ற தோகை

மென்மை
இனிமை
பவளச் சிகப்பு
முத்தன்ன முறுவல்
சோழி
வலம்புரிச் சங்கு
வளைவு
சௌந்தர்ய வளைவு

விழி
கருவிழி
வட்டச் சூரியனூடு மிளிரும் விழி
கன்னிக் - கொலை புரியும் விழி
தத்தி நீந்திடும் மீன் குஞ்சுகள்
சின்னஞ்சிறு மீன்கள்

இடை
அற்ற இடை
ஓவியப் பாவை

நடை
வண்ணச் சீறடி மண்மகள் அறிந்திலள்
சிவக்க நடந்த சீறடி
கற்பகப் பூங்கொம்போ?
காமன் பெற்ற பெருவாழ்வோ?
கவிஞன் பெற்ற கனவோ?
இன்பத்தின் எக்களிப்போ?

நடை
எட்டி நடந்தாள்
என்னை விட்டு நடந்தாள்

கனவும் கலைந்தது
நனவும் வந்தது
இன்பமும் தொலைந்தது
துன்பமும் வந்தது

விழித்தேன்
சுவரும் இளித்தது
இளித்தது சுவரே.

12.2.51

இன்று உடல் வேதனை, உள்ளத்தின் களைப்பு, மனிதனுக்கு முதல் சாவு அவனது தன் முனைப்பும், தன் நம்பிக்கையும், தன் மகிழ்ச்சியும். உடல் குலைந்து விட்டது - உள்ளம் குலைந்து விட்டது. யாதிலும் ருசி இருப்பதாகத் தெரியவில்லை. ஆனால் எந்த ஆண்டிப்பண்டாரம் இதை வேண்டிப்பெற்றான்?

15.2.51

சில சமயங்களில் எனக்கு மிகச் சாதாரண விஷயங்கள் கூடப் புரிவதில்லை. வெறும் மந்தனாயிருந்திருக்கின்றேன். முயற்சி நமக்குப் பூஜ்யம். எதிலும் ஈடுபாடிருப்பதாகத் தெரியவில்லை. ஒரு காலத்தில் ஆசைகள் இருந்தன. அதைச் செய்ய வேண்டும். இதைச் செய்ய வேண்டும், படிக்க வேண்டும், அனுபவிக்க வேண்டும் என்று. இப்படியும் அப்படியும் தாறுமாறாக மனம் ஓடிக்கொண்டே இருந்தது. நேற்றுப் பகல் பன்னிரண்டு மணிக்குச் சிதம்பரம் நகரிலிருந்து திரும்பி வந்து கொண்டிருந்தேன். கடைத்தெரு ஒரே கூட்டமும் நாற்றமுமாக இருந்தது. சற்று அப்பால் திரும்பி வருகையில் தெரு ஒரே அசுத்தமாக இருந்தது. தெரு நிசப்தமாக இருந்தது. யாரோ ஒரு மூப்பு முதிர்ந்த கிழவனுடன் வேறொரு வண்டிக்காரன் என்னவோ பேசிக் கொண்டிருந்தான். வியாபாரத்தைப் பற்றி என்று நினைக்கிறேன். கிழவனுக்குத் தொந்தி சரிந்து குடமாய் இருந்தது. அவன் வெற்றிலை போட்டுக் கொண்டு என்னவோ நிர் விஜாரமாய் பதில் சொன்னான். அவன் கண்கள் கீழே சதை பருத்துச் சுருங்கியிருந்தது. என்னை மறுபடியும் வாழ்வின் அர்த்தமின்மை கவ்விப் பிடித்துக்கொண்டது.

· · · ·

தனி அறையில் கட்டிலில் படுத்த வண்ணம் இருந்தேன். பரீட்சைக்குப் படிப்பு ஓடவில்லை. ஜன்னல் வழியாக ஒரு சிட்டுக் குருவி பறந்து கதவின் மேல் சட்டத்தில் உட்கார்ந்தது. நல்ல உளிபோன்ற மூக்கு. அதனால் அது "டகடக்" என்று எதையோ கொத்திக் கொண்டிருந்தது. நல்ல வன்மை என்றும், கச்சிதமாகச் செய்யப்பட்டிருக்கிறது என்றும் நினைத்தேன். சற்று நேரம் கழித்து இன்னொரு குருவி வந்தது. பிறகு இரண்டும் சேர்ந்து பறந்து திரிந்து காச்சுமூச்சென்று கத்திக் கொண்டிருந்தன. கவலைகளை மறக்கக் குருவியாகப் பிறந்துவிட்டால். அப்படி பாரதி எழுதினான். அன்று ஒரு சந்தர்ப்பத்தில். ஆனால் 'சிவப்ரகாசத்தில்' மனிதன் அதை விட உயிர் என்று சொல்வது பொருத்தமாக இருக்கும். செய்த வினைக் கேற்பத் தாவரம், மிருகம், மனிதன் என்ற முறையில், பிறவி எடுக்கின்றான் என்று படித்ததும் நினைவில் வந்தது. இது நிற்க.

ஏனெனில் முக்கால் வாசி மனிதர்களும் குருவியைப் பார்த்துப் பெருமையோ பொறாமையோ அடைவதில்லை! "காக்கை குருவி எங்கள் ஜாதி, நீள் கடலும் மலையும் எங்கள் கூட்டம்" என்று நம் பரிசாக உணர்ச்சியைக் கிளப்பாமல் பாராட்டும்படி எழுத ஒரு கவிஞனாலேயே முடியும். அது சிருஷ்டி ரகசியம்.

2.3.51

சிநேகிதர் விசித்திரமான பிராணிகள். நம்மைப் பற்றி ஏதாவது நினைத்துக் கொண்டிருப்பார்கள். தமிழில் சில வார்த்தைகள்: இருமனப் பெண்டிர், அகராதிப் பதம், செந்தாமரைப் பொகுட்டில் செம்மாந்து வீற்றிருக்கும்.

5.3.51

ஒருநாள் மாலை நானும் என் நண்பனும் வெளியில் உலாவப் போனோம். நான் இப்பொழுதெல்லாம் என் நண்பனுடன் தனிமையை விரும்பினேன். மனிதர்களற்ற வயற்காட்டிலும், உருத் தெரியாத இரவு நேரத்திலும், அவனுடன் உடனிருப்பதை விரும்பினேன்.

இருவரும் ஏதாவது பேசிக் கொண்டே இருப்போம். மனதைத் திறவாமலேயே, பேச்சு மூலமாக அன்றியே நான் சில விஷயங்களை அவனிடம் சொல்லி வந்தேன். பிறகு பேச்சு மூலம் அறிவிக்க லானேன். நட்பு ஒரு எல்லையைத் தாண்டிவிட்டால் பிறகு உள்ளம் மாறிப் புகவேண்டியதுதானே. யார் எது சொன்னாலும், இந்த நாட்களில் நான் ஒரு உண்மையைக் கண்டுபிடித்தேன். குறிப்பிட்ட பருவத்தில், இருவரை ஒருவராக்குவது, நட்புக்கு அர்த்தம் கொடுப்பது, அதை ஓங்கச் செய்வது, மனதில் சுழித்துச் செல்லும் பாசம் என்பேன். இந்தக் காயம் ஒரு அற்புத சிருஷ்டி.

மனித உறவெல்லாம் ஒரு கட்டத்தில் முடிவுறும். நட்பு அடிக்கடி முறிவடைகிறது. சிலர் முறிந்த புண்ணை ஆற்றி விடுகிறார்கள். என் நண்பனை நான் மனப்பூர்வமாக நேசித்தேன். விதவிதமாக விபரீதமாகவெல்லாம் பேசியிருப்பேன்! அவனும் எல்லாவற்றிற்கும் செவிசாய்த்திருப்பான். பாரதி 'கண்ணம்மா - என் தாய்' என்ற கவிதையில் கதைகளைப் பற்றி விவரிக்கிறார். நானும் கதைகதையாகச் சொன்னேன். கலைஞனுக்கு அழகு மோகினிப் பிசாசாக வந்து ஆட்டி வைப்பது எவ்வண்ணம் என்றும், அநேகமாக எல்லாக் கலைஞர்களும் எப்படி மாபோகிகளாக வாழ்க்கையைத் துய்த்தார்கள் என்றும், சில சமயங்கள் எப்படி அவர் வாழ்வே ஒரு பயங்கரமான அழகைப் பெறுகிறது என்றும் சொன்னேன்.

என்றாலும் இன்று நாங்கள் இருவரும் இருவேறு துருவங்களில் இருக்கிறோம். எங்கள் உறவும் சுவடு தெரியாமல் போய்விட்டது என்றுதான் சொல்ல வேண்டும்.

ஆசை முகம் மறந்துபோய் வெகுநாளாகி விட்டது. மறைந்தும் விட்டது.

6.3.51

மனித உறவை நான் .... எந்த மனிதனிடமும் எனக்கு.... தனியாக வாழவும் .... இதற்கு நான் என்ன செய்வது? மனிதன் வியாதிக்கு மருந்துண்டா? உள்ளத்தை வெளுக்க வகையுண்டா?

இனி ஒரு விதிசெய்வோம்
அதை எந்நாளும் காப்போம்
ஏகாந்தத்தை நாடுவோம்
ஏகாந்த சித்தர்களாயிருப்போம்
நெருங்கிப் பழக மாட்டோம்
நீங்கிப் போகமாட்டோம்
என்றும் நீங்கியே இருப்போம்
மனதின் நிர்மல வெளியில்...

10.3.51

ஒருவர் இன்னொருவருடன் பேசிக் கொண்டிருந்தார்.

அவருக்கு 15 வருஷ அனுபவம் இருக்கிறதென்றால் இவர் எனக்கு ஸ்கூட்டர் இருக்கிறது என்பார். அவர் பருமனாக இருக்கிறார் என்றால் இவர் நான் அவரைவிட ஜோராக இருக்கிறேன் என்பார்!

இ: என்பவரின் அபிப்ராயங்கள்: சாதாரண மனிதனுக்கும் கலாபோதம் இருக்கிறது. கலாபோதம் கலைஞன் சிருஷ்டி என்பது தவறு.

ஒரு மனிதனுடன் மன முறிவு ஏற்பட்டதும் அவனுக்கு நம்மைப் பார்க்கும் பொழுது முதலில் இதுதான் ஞாபகம். கிலேச நிலையும் ஏறக்குறைய இப்படித்தான்.

உங்களிடம் பழகிய பிறகு எழுதுவதற்கு முன் நேர்மையான அனுபவம் எவ்வாறு தேவை என்பதின் அவசியத்தை உணர்கிறேன்.

ஒரு வாலிபால் மாட்ச் பார்க்கச் சென்றிருந்தேன். பந்தை மாத்திரம்தான் கவனித்துக் கொண்டிருந்தேன். இரு கட்சிகளும் சமபலத்துடன் இருக்கும் பொழுதுதான் பந்து மிகவும் அல்லலுறுகிறது.

சிவனுக்கு ஏலாத இரக்கம்.

அதாவது கஷ்டப்படுபவர்களைக் கண்டு அவர்கள் எதிரிகள் மீது சீற்றங் கொள்வதை ஒரு பழக்கமாக வளர்த்து வருகிறது. இதனால் அவர் மிகவும் தொல்லைப்பட்டிருக்கிறார்.

• • • •

ஒரு சொந்தக் குறிப்பு.

என்னையே அழித்துக்கொள்வதில்தான் ஆனந்தத்தை எய்துகிறேன்.

ஐக்கியம் இரண்டற.

இடைவெளியில்தான் பிரம்மம் பிரகாசிக்கிறது. அதனுடன் இருப்பது மிகவும் சோர்வு கொடுக்கும். உயிரை உறிஞ்சும் ஒரு அனுபவம்.

26.8.72

அம்மா சொன்னது: டீ அடிக்கடி குடிக்க வேண்டியிருக்கு. செத்துப் போனாளே (வயது 2 சாகையில்) அவன் காபியே குடிக்கமாட்டான். டீதான் குடிப்பான். எங்கே போய்ப் பிறந்திருக்கானோ.

27.8.72

"பி" என்பவர் பையன் பெயர் ஸ்டெல்ஸர்பாய். அப்படின்னா?

2.9.72

அம்மா: வெயிலில் துவண்டு போய்விட்டாய். எனக்கோ பாவி உடம்பு பாட்லெ போட்டுவிட்டது.

3.9.72

நான்: அம்மா, உன் காக்கா வந்து விட்டது.

அம்மா: 8.30 மணி ஆயிடுத்தோல்லியோ, எனக்கு மருந்து குடிப்பது போல அதுக்கு சாதம் சாப்பிடணம்.

சிவன் சொன்னது: ஹாஸ்டலுக்குப்போன பிறகுதான்... நா.பி. தான் (அங்குள்ள ஒரு ப்யூன்) அவனைக் குற்றம் சொல்ல மாட்டேன். கடைதோறும் திரும்பத் திரும்பக் குடிக்கிற பழக்கத்தை ஏற்படுத்தியது. இப்ப அது விடமாட்டேன்கறது.

"நீங்க சொல்றது சரிதான் - உடம்பு - மனசு - எது எதை ஆள்றது?"

ஹரிஹர சுப்ரமண்ய ஐயரைச் சந்தித்தது - மைதானத்தில 8.30 வரைப் பேசினது - ஆகாயத்தின் எதிரில் மரத்தில் கறுத்த காட்சி.... அவர் சபரியைப் பத்தி என்னவோ சொல்லிக் கொண்டிருக்கிறார். அபர்ணா - இலையைக் கூடத் தின்னாதவள் ... அவர் பேச்சில் சமாதி என்ற வார்த்தை எழுதுவதைப் பற்றிப் பேசுகையில் அடிபடுவது .... தி. ஜானகிராமன் கூட இந்த வார்த்தையைத்தான் உபயோகப் படுத்துகிறார். எழுதுவதைப் பற்றி நினைக்கிறேன்.

5.9.72

அம்மா: *8.30* மணிக்கு இவனுக்கு காலேஜ் போக வேண்டும். அதுக்கு (காக்காய்) சாப்பிடணும்.

பாவம்: தோசை வார்க்கிற மணம் கேட்டு இந்தப் பக்கம் (தம்பி வீட்டுக் கன்னுக்குட்டி) வந்து விட்டது.

அவன் பெண் (*8* வயது) புதுச்செருப்பைத் தலைமாட்டில் வச்சுண்டுதான் தூங்கறாளாம்.

7.9.72

மேட்டுக் கடைத் தெருவில் ஜோஸஃப் கடையில் - ராத்திரி *9* மணி. அவன் சிவனிடம் பேசிக்கொண்டிருந்தான். “ராஜன் குடிச்சுக் கடைசியில ஆபீஸுக்குப் போக மாட்டேன்னுட்டான். நாங்கதான் அவனைப் பலவந்தமாக அழைச்சுண்டு போனோம்.” என்னிடம் “நீங்களும் யேசுவும்தான் குடிக்காதது” நான் என்னுள் “யேசு குடிக்கலையா?” - தொம்மன் (சிவனுடைய நெடுநாளைய சிநேகிதன்) கடையைச் சுற்றிப் பற்றி நின்றது - சிவன் என்னிடம் ரகசியமா, “கடனுக்குக் குடித்தாலொழிய போக மாட்டான்” ஜோஸஃபிடம், “நான் இனி இந்தப் பக்கமில்லெ” ஜோஸஃப் என்னிடம், “தினம் இப்படித்தான் சொல்லிண்டிருக்கார்.” சிவன் இரண்டாவது தடவை குடித்தது - என்னிடம் “நா.பி. விடமாட்டேங்கறான் - அவனை ஏன் சொல்லணும் - உங்கள் அண்ணாவுக்குப் பெர்ஸனாலிட்டி உண்டு.”

நல்லவனாயிருந்து தோல்வியுறுவது கெட்டவனாயிருந்து ஜெயிப் பதைவிட மேல். சச்சிதானந்தம் பிள்ளை என்ன சொல்வார்?

9.9.72

கேசவன் கடைக்குப் போயிருந்தேன். வழியில் நடராஜனைச் சந்தித்தேன். இருவரும் ஒன்றாகப் போனோம். நடராஜன் கேசவனிடம், “இருவரையும் ஒன்றாகப் பார்ப்பது அதிசயமாக இருக்கிறது. இல்லையா?” என்றார். கேசவன் பதில் ஒன்றும் சொல்லவில்லை. அப்பொழுது ஆறுமுகம் வந்தார். மூஞ்சி முழுக்க அம்மைத் தழும்பு. சீட்டு விளையாட்டைப் பற்றி பேச்சு திரும்பியது. ஆரம்பித்தவர் ஆறுமுகம் - ரம்மி, *28*, *55* இவைகளைப் பற்றி பேசினார். நடராஜன்: *28* பிள்ளைகள் விளையாட்டு என்றார். நான் ஆறுமுகத்தினிடம் - பணத்திற்கா? என்றேன். அவர் சொன்னார்: அது மாத்திரமில்லை. வெள்ளிக்கிழமை ராத்திரி ஆரம்பிச்சா சனிக்கிழமை ஞாயிறு வரையில் போகும் என்றார். பங்காரு நாயுடு தெருவில அந்தக் கிளப்ல *500*, *1000* வச்சு விளையாடித் தோத்தவன் காருக்குள்ளே பையை எறிஞ்சுட்டுக் காருக்குள்ள ஏறவே மாட்டான் என்றார். அப்பொழுது தான் அந்த விளையாட்டுப் பேச்சு வந்தது. ஆறுமுகம் கேசவனிடம் - உங்கள் பக்கம் பயங்க அஞ்சு நிமிஷம் சும்மா இருக்கமாட்டாங்களே.

கிணு கிணுன்னு சீட்டைக் கலைச்சு விளையாட ஆரம்பிச்சுடு வாங்களே. பின்ன, உங்க தெருவில சிலவங்க காசைப் பரப்பி வச்சிண்டு எந்தக் காசு மேலே எந்த ஈச்செ(ஈ) வந்து உட்காற்றதுன்னு பாத்துக்கிட்டு, கொண்டு மேலே ஈச்ச வந்து உக்காந்தா காசு பூரா எடுத்துக்குவாங்க இல்லென்னார். இப்படிச் சம்பாதிக்கறதை ஈச்சைக் காசும்பாங்க என்றார் கேசவன். நடராஜன் திரும்பிப் போகும்போது என்னிடம் சொன்னார். "எனக்குத்தான் ரசனை மழுங்கிப் போச்சோ என்னவோ இப்பப்ப வர கவிதை யொன்னும் மண்டையில ஏற மாட்டேங்கறது." ஏன் அப்படி நினைக்கிறார்? புதுசா இன்னொரு வீடு கட்டப்போவதாகப் பேச்சு. கவர்ன்மெண்ட்லயிருந்து இவருக்குக் கடன் கொடுப்பதனால் மாமனார் இவர் பேர்ல ஒரு கார் வாங்கலாம்னு. அவர் ஆசையுந்தான் கெடுப்பானேன். தாடியை எடுத்துவிட்டார் - அப்பா செத்து ஒரு வருஷம் ஆகிவிட்டதென்பதால்.

திரும்பி வரும்பொழுது சிவன் ஞாபகம்.

13.9.72

இன்று மறுபடியும் சிவன் நன்றாகக் குடித்தது - குடித்துவிட்டு நான்கு சகாக்களுடன் போட்டோ எடுத்துக்கொண்டது - சிவன் என்னிடம் "படத்தைப் பார்த்தால் தெரியும் - அவர்கள் குடித் திருந்தார்கள் என்று ஒருவருக்கும் கண்ணில்லை. (இதெல்லாம் இப்படித்தானா?) எனக்குக் கள்வாங்கித் தர என்பதை விட - என்னைக் கள் குடிக்கச் செய்யும் முயற்சி - பாளையம் வழியாக நடந்துபோகும்போது சிவன் என்னிடம் "நாளைக்கு ஞாயிறுதானே 9 மணி வாக்கில உங்க வீட்டுக்கு வரேன். ஐஸக் (ஆபீஸ் ப்யூன்) கையும் அழைச்சுண்டு வரேன்" "ஊம்" (ஏன் என்ற பாவனையில் தலையை அசைக்கிறேன்.)

"அவன் வீட்ல வச்சு வாட்டின ஒன்னாந்தரம் கள்ளு இருக்குன்னு"

"நான் இல்லை"

சிவன் ஒண்ணும் சொல்லவில்லை. ஏமாற்றமென்றாலும் ஜனவாக்கு. குடிகாரன் இன்னொருவனைக் குடிக்கச் சொல்வான், யத்தனிப்பான். இன்னொருநாள் குடிக்க யாருமில்லை. கையில காசுமில்ல. (ஒரு ரண்டு ரூபா இருந்தாத் தாருங்கோ நாளைக்குக் கொடுக்கறேன் - கொடுப்பேன்) சொன்னபடி தந்துடுவான் - இது அடிக்கடி நடக்கும். தெருவிலெ நடந்து போறப்போதான் கவிதை எழுதறேன். என்னவானாலும் குழந்தைகள்தான் முக்கியம் இல்லையா? வீட்ல அநேகமா இருப்பதில்லைங்கறதாலே என்னை அவை விடாது. நான் சாவேன் - ஆபீஸ் வேலை பிடிக்கல - ஆனாக் கீதையில சொல்லியிருக்கிற மாதிரி கடன் இழவேன்னு தான் வேலையைச் செய்யறேன். உங்க எழுத்துக்கு என்னைப் பயன்படுத்திக் கொள்ளுங்

கள். என்னாலே முடியல - நீங்கதான் என்னைக் காப்பாத்தனும் - மாசம் 200 ரூபாய்க்குக் குடிக்கறேன். வேலை உயர்வு வந்ததும் பணக்காரன்கிற போதைலே எனது பொருளாதார சக்திக்கு மீறி குடிக்கறேன் - மார்ச்ல தான் வேலை உசந்தது. ஆபீஸ்ல ஒரு பயலும் வேலை செய்யமாட்டேங்கறான். நான் பல விஷயங்கள்ல நல்லவன். இந்த ஒரு விஷயத்தை தவிர அவன் ஏன் உங்களைக் கிழவன்ங்கறான்? நாம்ப ரெண்டுபேரும் இப்படி ஒன்னு சேர்ந்து போவது பத்திப் பலர் பேசுகிறார்கள். (எந்த உறவும் பந்தமாப் பிணைக்கத்தான் செய்கிறது - அட்டை மாதிரி ஒட்டிக்கிறாங்க) இன்னிக்குக் கள்ளுக் கடையில தான் சாப்பாடு (சிவனை பாத்தா ஜோஸஃபுக்கு ஒரே சந்தோஷம். மாசம் ரூ 200க்கு குடி, பின்ன அவன் ஷாப்லெ கிடைக்கும் மற்ற இனங்கள் வாங்கறான் என்பதாலே) நான் ஏன் குடிக்கிறேன்? என்னால ஒன்னும் எழுத முடியல்ல - அடுத்த ஞாயிற்றுக்கிழமை சாயங்காலம் இங்க வருவேளா?

18.9.72

நேற்று சிவன் என்னுடன் சண்டை போட்டது - அதாவது நான் ஆதிமூலத்தைத் தாக்கி எழுதியது அவர் என் நாவலைத் தாக்கியதி லிருந்து என்று - இனி என்னிடம் பேசவேண்டாமென்று. நல்லது. ஆனால் நான் நன்றி மறக்க மாட்டேன் என்று எல்லாமே நல்லது என்றுதான் சொல்லவேண்டும் - என்று - எந்த உறவும் பந்தமாகத் தான் பிணைக்கிறது. பாவம் சிவன். உண்மை என நம்பி அவஸ்தையுறு கிறான் - இந்த அவஸ்தை அவ்வளவாக, ஆம், அவ்வளவாக நடராஜனுக்குக் கிடையாது. என்னை விட்டு நா.பி.யுடன் போனான்.

ஜோஸஃபின் கோபம் - அவன் கடை மூடியிருந்ததால் சிவன் வேறு கடையில் குடிக்கக் கூடாதென்று. ஏன்தான் இந்த மனிதன் (சிவன்தான் இந்த மனிதன்) என் கடை சாத்தியிருந்தது என்று தெரிந்தவுடன் அந்தக் கடைக்குப் போகவேண்டும். என் கடையில் இந்த ஏற்பாடு இல்லை. என்ன ஆனாலும் நான் இந்தச் சட்டையைக் கழற்றி வைப்பேனே அன்றி அந்தக் கடைக்குப் போகமாட்டேன்னு - எல்லா உறவுகளும் பந்தமாகத்தான் பிணைக்கிறது. நீங்க என்னைப் பற்றி எழுதினதைவிட அவனைப் பற்றி எழுதினது நன்றாக இருக்கிறது. என்னைப் பற்றி எழுதினது நன்றாக இல்லை என்று சொல்ல முடியாவிட்டாலும் - சிவன் ஏன் இப்படி அவஸ்தைப்படு கிறான்? - இதை மாத்திரம் அவன் தன்னைத்தானே கேட்டுக்கொள்ள முடியுமென்றால்?

26.9.72

நேற்று சிவன் என்னிடம்: நேற்றும் சரி, இன்றும் சரி குடிக்க வில்லை. குடிக்கவில்லை. அதனால் மாலை நேரம் என் முகத்தை

நீங்கள் பார்த்தால் குடித்த மாதிரியே செவெசெவன்னு வீங்கியிருக்கும். குடித்தால்தான் பழைய நிலைக்கு வரும்.

சாந்தி நிலையத்திற்குப் போய் இருந்தேன். கைரேகையைப் பாத்து, நம்பர் சொல்லச் சொல்லி, யதேச்சையாக ஏதாவது நடந்தால் அதை வைத்துக்கொண்டு சொன்னான். "எனக்கும் என் மனைவிக்கும் அவ்வளவு பொருத்தமில்லை என்று, பொருத்தமிருந்தால் அந்த வேளையில் மாத்திரம் நல்ல சுகமாக இருப்போமென்று, குழந்தைகள் 4 என்று, இரண்டு நன்றாகப் படிக்குமென்று, ஒருவன் ஃபாரின் போவான் என்று. இன்னொருவன் நல்ல பதவியில் வருவான் என்று, இந்த வேலை எனக்குப் பிடிக்கவில்லையென்று, ஆனால் இந்த வேலையிலிருந்து விடுபட முடியாதென்று, நிறைய வருமானவரி கொடுப்பேன் என்று. இதெல்லாம் ரிடையரான பிறகு என்று, வயிற்றில் ஆபரேஷன் ஆன பிறகென்று.... எனக்கு எழுத்திலுள்ள ஈடுபாடு, அதைப் பற்றி அவன் ஏதாவது சொல்வான் என்று எதிர்பார்த்தேன். அவன் ஒன்றும் சொல்லவில்லை."

இவர்கள் சோதிடம் சொல்வதும் வேடிக்கையாகத்தான் இருக்கிறது. நான் போனபொழுது அவன் யாருக்கோ கடிதம் எழுதிக் கொண்டிருந் தான். நான் ஒரு பெரிய மனிதனுடன் கடிதத் தொடர்பு கொள்வேன் என்று - வேறொரு ஸ்திரீயுடன் தொடர்புண்டென்று. நான் போன சமயத்தில் ஒரு பூனையும் இன்னொரு பூனையும் சண்டை போட்டுக் கொண்டதிலிருந்து நானும் என் மனைவியும் அப்படியென்று. எங்கள் பொது நண்பர் அடியோடியிடம் சிவன் - ஒரு கதை (அதை எழுத வில்லை) அது உங்கள் நாவல் மாதிரி - உங்கள் நாவல் மாதிரி ஒரு நாவல் எழுதவேண்டும். (எழுதமாட்டான்) அந்தச் சோதிடனுக்கு 5 ரூபாய் கொடுத்தேன்.

13.10.72

கொஞ்ச நாட்களாக இந்த நோட்டுக் எழுதவில்லை. இப்பொழுது மறுபடியும் தொடர்கிறேன். நேற்று சிவன் ஜோஸஃபைப் பற்றி - நேவியில் ஜோஸஃப் இருந்தபோது ரேடியோ மெஸ்ஸேஜ் 8993 - ஒருவன் இல்லாததால் ஜோஸஃப் புட்பால் டீமில் சேர்ந்தது - அவனுக்கு அப்பொழுது ராஜயோகம் - நன்றாக விளையாடியிருக் கிறான். அதனால் எதிர்க்கட்சி வேண்டுமென்றே இவனைக் கீழே தள்ளிக் காலில் நன்றாக அடித்தது - அத்துடன் ஜோஸஃப் இந்த வேலைக்கு சலாம் வைத்தது. சிவன் என்னிடம் - இதை ஜோஸஃப் எப்பொழுதும் என்னிடம் - சொல்லிக் கொண்டிருப்பான்.

சிவன் சொன்ன ஒரு வார்த்தை மறந்துவிட்டது. அவன் பெயர் விஜயன். 18 வயது இருக்கும். தினம் 4 கஞ்சாப் பீடி குடிப்பான் - இவன் மாணிக்கம் கடையைச் சுற்றிப் பற்றி நிற்கும் பையன்களில்

ஒருவன் - இந்தத் தகவலும் சிவன் சொன்னதுதான். இவன் பெயர் போஸ் (இவனும் மாணிக்கம் கடையைச் சுற்றி நிற்கும் ஒருவர்களில் ஒருவன்) நாயைப் போல ஒரு தலைதெறித்த சுபாவம்.

இப்படி யாரோ சொன்னது - உபத்திரக்கறவர்கள் நன்றாக உபத்திரவித்தாலொழிய வாழமுடியாது.

13.10.72

அம்மா சொன்னது. கல்கத்தாவில் அண்ணனுடன் சில நாட்கள் இருந்து வந்தபின். வடக்கில் கோயில்களுக்குச் சென்றிருக்கிறாள். சொன்னாள் "தக்ஷிண தோலா, தரிசன் தோலா" தட்சிணையைக் கொடுத்துவிட்டுத்தான்.

தரிசனம்

செய்ய வேண்டும்.

29.10.72

நேற்று சிவனுடன் வி.ராமுவின் வீட்டிற்குச் சென்றிருந்தேன். வீடு நல்ல, அடக்கமான வீடு. ராமுவின் தந்தை வழிப் பாட்டனார் ஒரு சிறந்த பிரபலமான நாவலாசிரியர். இவர்களுக்கு அவர் படைப்புகளின் காபிரைட் 50 வருஷத்திற்கு - இது முடிய இன்னும் ஒரு வருஷம் - ராமுவின் தகப்பனாருக்கு உடல் - மனநிலை சரியாக இல்லை. "ஏன்?" - ராமு, "என்ன, சார் சொல்வது?" - அந்த வீடு, அதன் பச்சை சுவர்கள் - என்னிடம் ராமு தாத்தாவின் அந்த நாவல் - மொழிபெயர்ப்பு வந்து விட்டது - ஒரு பிரஸ், ஒரு ரப்பர் எஸ்டேட். பாட்டிக்கும் காப்பிரைட்டில் உரிமையுண்டு. தாத்தாவின் சொத்தில் உரிமையுண்டு என்பதால் - திரும்பி வந்ததும் மனம் ஒரு மாதிரி இருக்கிறது. அந்த வீடும் அந்த மனிதனும் - அந்த மனிதன் தலைக்குள் அவன் அப்பன். இப்படித்தான் ஒவ்வொருத்தன் தலைக்குள் ஒவ்வொண்ணு (சிவன் தலையில என்ன இருக்கு?) ஏன் அவனுக்கு இந்த மன வியாதி? வெயில் காலத்தில கூடுதலாயிடுமாம் - ராமு சொன்னான். எதனால்? - நான் ஏன் அந்த வீட்டைப் பற்றிச் சிந்திக்க வேண்டும்? அங்கு ஒரு பூனை இல்லை, ரண்டு ஸெட்டிகள். சில படங்கள். எங்கும் அவர் படமில்லை. திரும்பி வரும்பொழுது சிவனிடம் ஏன் இப்படி இருக்கிறான் என்றதற்கு, ரஸ்ஸல் சொல்ற மாதிரி, பைரானிக் அன்ஹாப்பினஸ் - உங்களுக்கும் அது உண்டுன்னான்.

மனிதனுடைய வக்ரங்களைத் தடுக்க வேண்டும். இந்தக் கோபம், தாபம் இதெற்கெல்லாம் அர்த்தமுண்டா? ஆனால் இதையெல்லாம் மீறுவதென்றால் மனிதன் வெறும் மரக்கட்டையா என்று கேசவமாதவன் கேட்பானாயிருக்கும்.

1.11.72

அப்பாவுக்கு இப்பொழுது வயது 80. என்னிடம் வந்து உனக்கு மது (இந்த ஊரில் ஸப் - இன்ஸ்பெக்டர்) வைத் தெரியுமா? இப்பொழுது நேபாளத்தில் லெஃப்டினன்ட் கர்னலாயிருக்கான்.

நேற்று இவ்வாறு - வயிற்றில் மலம் கட்டியிருக்கிறது. உடன் டாக்டர் சர்மாவிடம் போகவேண்டும். சிவன் சொன்னதின் பேரில் - நான் அவரிடம் - தனியாக நான் போய்விடுவேன். அவர், இதுதான் உன் கடைசி வார்த்தையா? - இரண்டு நாள் பேசவில்லை. நான் அன்றே அவரிடம் பின்னர் டாக்டர் சர்மா ஊரில் இல்லையாம். நான் வைத்தியம் செய்ததால் (3 நாள் கழித்து என்னிடம்) மலம் முழுவதும் வெளியில் வந்து விட்டதென்று - எதையோ நினைத்துக் கொண்டு என்னிடம், ரொம்ப அழகான பெண் கையில் சக்கரம் - அவளைப் பாக்கத்தான் சாரதா (என் தங்கை) போய் இருக்கிறாள் - ஆனால் உண்மை என்ன? சாரதா கனடாவில் இருக்கிறாள்.

2.11.72

அம்மாவின் நம்பிக்கை - டேபிள் ஃபானில் தலைமயிர் சிக்கி விட்டது. கீழே விழுந்தது - அவரைப் பலமுறை கூப்பிட்டும் அவர் சாவதானமாகவே வந்தார். நான் சொல்லியும் தயக்கத்துடன் தலைமயிரைக் கத்திரியால் அறுத்தார். இளையவன் வாங்கித் தந்தது - அவனுக்கு என்னிடம் பிரியமுண்டு. அதனால்தான் நான் சாகவில்லை. வயிறு எரிந்து கொண்டு வாங்கித் தந்திருந்தாள். ஆனால் காரியம் வேறு மாதிரி ஆகியிருக்கும்.

5.11.72

அம்மா சொன்னது - அம்மா வேம்பு. அப்பா பாம்பு. பெண்ணைக் கொடுத்தவன் கண்ணைக் கொடுத்தவன். இது எனக்கு ஒரு பிச்சைக்காரன் சொன்னது. இந்தப் பிச்சைக்காரன் சொன்னது - இந்தப் பிச்சைக்காரன் ரெஃபரன்ஸ் அடிக்கடி அம்மா பேச்சில் வருகிறது.

20.11.72

நேற்று அம்மா ரா. வைப்பற்றிப் பேசுகையில். இவளும் மா:வும் ஒரு போல - ஒரு உதாரணம் "நானும் அவளும் காசிக்குப் போய்க்கொண்டிருக்கையில் ரயிலில் நாங்கள் சாப்பிட்டுக் கொண்டிருக்கையில் உலர்ந்த ரொட்டியைப் பார்த்த பிச்சைக்காரன் ஒருவன் அதைக் கேட்க மா: அவன் மீது பச்சைத் தண்ணீரைக்

கொட்டினாள். அவமரியாதையாம்." "அப்படிச் செய்தாளா?" "ஆமாம்."

. . . .

விவேகம்தான் ஆனந்தம்.

. . . .

அம்மா சொன்னது - சி. அத்தையின் புருஷன் விக்டோரியா என்ற ஒருத்தியுடன் தொடர்பு கொண்டிருந்தார். அத்தை குளிக்கச் செல்கையில் ஜனங்கள் "விக்டோரியா, விக்டோரியா" ன்னு கத்துவா. அம்மா ஏன் இதை நினைவில் வைத்துக் கொண்டிருக்கிறாள்?

25.11.72.

சிவன் பாஷையில் வேதாந்தம் என்ன என்பதைப் பற்றி:

அது ரொம்பக் கஷ்டம்.

தன்னையறிதல்.

இப்பொழுது குடிக்காமலிருக்க மறுபடியும் மாலை போட்டுக் கொண்டிருக்கிறான் - சபரி மலை போவதற்கு - சிவன் இப்படித்தான்.

27.11.72

அம்மா சொன்னது: பாழான ஜென்மம். இளையவன் பெண் சொல்றது - தன் அப்பாவும் உன்னை மாதிரிக் கல்யாணம் பண்ணிக் கொண்டிருக்கக் கூடாதுன்னு -

பேச்சுத்தமிழ் என்பது என்ன? தமிழ் பேசுகிறவர்கள் தமிழை ஒரு முறையில் நகல் எடுப்பதுதானே? குறுக்கில் எது நிற்கிறது?

29.11.72

அம்மா சொன்னது. என்ன வயது? எட்டுக்காலி போல் தத்துபித்துன்னு நடந்துகொண்டு.

30.11.72

அவர் (அப்பா) கிட்ட வந்தால் நாறுகிறேன் என்கிறார். நான் நல்லவள் என்பதாலே எவ்வளவு இக்கட்டான நிலைகளுக்கு அகப்பட்டுக் கொள்ள வேண்டியிருக்கு.

5.12.72

அம்மாவின் பேச்சு: என்ன வயசு - வலது கண் எது இடது கண் எதுண்டு தெரியவில்லை.

பிற்பகலில். பார். இரண்டு புறா. மாடப்புறா, மணிப்புறா. கோவிலில்தான் கூட்டம் கூட்டமாக இருக்கும்.

என் நினைவு. கடிகாரம் போல். ஆனால் எவ்வளவு அழகு சிவப்புக் கால்கள். சில இடங்களில் காக்கைக் கறுப்பு.

7.12.72

அம்மா சொன்னது. யானைத் தும்பிக்கையா மழை பெய்யறது.

9.12.72

அம்மாவின் பேச்சு: ஒன்னும் ஒருத்தருக்கும் கொடுக்க மாட்டா, தானும் உபயோகிக்க மாட்டா. (சிரிக்கிறாள்)

14.12.72

இவர் (அப்பா) எப்பொழுதும் அந்தக் குழந்தைகளிடம் (தம்பியின்) ஆங்கிலத்தில் இரண்டு கேள்விகள்தான் கேட்பார். நேருவின் மனைவியின் பெயர். பெண் பெயர்.

இவர் அம்மாவிடம்: எனக்கு இரத்தமே இல்லை, அம்மா வயதான பின்ன என்ன?

4.1.73

நினைவுப்பாதை
இன்றும் பூதங்கள் சிரிக்கின்றன
ஓடிக்கொண்டே இருக்கின்றேன்
ஓட ஓடத்
துரத்தப்படுகின்றேன்
துரிதமாக
இன்னும் இன்னும்
துரிதமாக துரிதமாக
துரிதங் குறைய
இன்னும் நிதானமாக
ஓடிக்கொண்டே இருக்கிறேன்
எல்லாம் தொடர்ந்த
இடத்தில் வந்து சேர
இன்னும் ஓடிக்கொண்டே
இருக்கின்றேன்
இறுதி தொடக்கத்துடன்
இணைய வேண்டும்
என்ற இந்த ஆசையை
என்னவென்று சொல்ல
நண்பரே,
எனக்கு ஓடத்தான் தெரியும்

தப்புவதற்கு வழி
நிற்காமல் ஓடுவதுதான்
இந்த உடல் ஓடாகும் வரை
கண்கள் காறி உமிழ்ந்தாலும்
நான் ஓடிக்கொண்டேதான்
இருக்கின்றேன் / இருப்பேன்.

6.1.73

தெருவில் அவர்கள் கத்திக்கொண்டு போனார்கள்.
கப்பையும் (மரக்கிழங்கு)
அரியும் (அரிசியும்)
மார்க்ஸிஸ்டானோ?
ஷர்ட்டும் முண்டும் (வேஷ்டியும்) மார்க்ஸிஸ்டானோ (பேச்சு மலையாளம்)

8.1.73

நேற்று பெரிய செட்டியாருடன் (மளிகை மொத்த வியாபாரம்) பேசிக்கொண்டிருந்தேன். அவர் சொல்லிக் கொண்டிருந்தார், நேற்றுக் கடையில் நல்ல கூட்டம். ஒருவன் பஞ்சாபிகளுடன் வருவான். கொஞ்சம் பொறு. கூட்டம் என்றேன். ஒரு நூறுரூபாய் நோட்டைக் காட்டினான். பிறகு எண்ணெய் டின்களைக் காட்டி, இதுவேண்டும், அதுவேண்டும் என்றான். "அது இல்லை" என்றான். "பிறகு நோட்டைத் திருப்பித்தாரும்" என்றான். "எப்படியிருக்கு கதை?" "அவன் நோட்டைக் கொடுக்கவே இல்லை?"

9.1.73

கோபாலகிருஷ்ண பாரதியின் நந்தன் சரித்திரத்திலிருந்து: "ஆட்டுக் காலைப் பிடித்தால்தான் இந்த மாட்டு ஜன்மம் போகும்."

11.1.73

நேற்று கடைத் தெருவில் கேசவனுடன் பேசிக் கொண்டிருந்தேன். அந்த நடிகர் பற்றிப் பேச்சுத் திரும்பியது. கேசவன் சொல்லிக் கொண்டிருந்தான் - அவருக்கு 16 வயதுப் பெண்தான் வேண்டும். அதைத் தொடுவது, சீண்டுவது போன்றதில்தான் நாட்டம். மற்றதில்விட தோளில், கன்னத்தில், பிறகு எங்கெங்கெல்லாமோ - சுமட்டுக்காரன்கள் தான்அவுங்க. அவங்கன்னு அந்தப் பெண் நான் இனி ஐயாவுடன் அவர் 'வண்டியில்' போகமாட்டேன்னு - அவர் என்னை ஆனாலும் ரொம்பத் தொந்தரவு செய்யறார். கூட வேலை செய்கிறவர்களுக்கு அவரைப் பிடிக்காது.

அம்மாவின் பேச்சு: வச்சுச் சதைச்சுட்டான்.

நடராஜன் சொன்னது: செக்ஸ் விஷயத்தில் அனுபவிக்க இருபாலாரிடம் கவர்ச்சி வேண்டுமென்று.

. . . .

பல இடங்களில் பேசாமல் இருக்கவேண்டிய அவசியத்தை உணர்கிறேன். ஆனால் முடியவில்லை.

31.1.73

அம்மா: வாயாலே பாயசம் வைக்கிறான். மனசிலே ஓடிண்டேதான் இருக்கு.

1.2.73

ஹரிஹர சுப்ரமண்ய ஐயர் உடன் சங்கர சுப்ரமண்யத்தைப் பார்க்கப் போயிருந்தேன். ஹரிஹர சுப்ரமண்ய ஐயர் தெருவில் நின்றுகொண்டு என்னிடம் “அவன் இருக்கானா என்று பார்த்துக் கொண்டு வா” என்றார். ஏன் என்று கேட்க வேண்டிய நிர்ப்பந்தத்தை நான் ஏற்படுத்திக் கொள்ளவில்லை.

இதே ஹரிஹர சுப்ரமண்ய ஐயர் திரும்பி வந்தபொழுது பத்திரிகிரியார் நாய் வளர்த்த கதை சொன்னார். இப்பொழுது அந்தக் கதை மறந்துவிட்டது. மேலும் அவர் அக்னியின் தாத்பர்யம். வாழ்க்கையை ஒரு அக்னிப் பரீட்சை என்றவாறு.

8.2.73

ஒரு தமிழ் வார்த்தை - லிகித அனுகூலம்

9.2.73

ஒரு பாடல்: அம்மா சொன்னது.

ராஜா வருவார் என்று
ரோஜாப் பூ வாங்கி வைத்திருந்தேன்
ராஜாவும் வரவில்லை
ரோஜா பூவும் வாடிவிட்டது

அவருக்குப் பழையகால நினைவுகளிலிருந்து, அழுத்தங்களிலிருந்து விடுபட முடியவில்லை. படித்தது படித்தபடி.

ஒரு நிலையில் அடைந்த பிறகு, இவர்கள் தங்களைப் பிறரிடமிருந்து கூடியவரை அப்பாற்படுத்திக் கொண்டிருக்கிறார்கள். ஒரு க்ஷண நேரக் கசப்புக்குப் பயந்து, சிலர் வெகு நாட்கள் கசப்பை அனுபவிக்கிறார்கள்.

16.2.73

இன்று நடராஜன் புது வீட்டில் பால் காய்ச்சு - இரவு 8 மணிக்குத் தரை பூஜை என்றார்கள். அது என்ன என்று சிவனிடம் கேட்டேன். புது வீட்டில் தங்குவதற்குப் பயம். அதனால் துஷ்ட தெய்வங்களை விரட்டுவதற்கான ஏற்பாடு என்று

மனதின் ஒரு இயல்பு - ஒன்றைப் பற்றியே சுற்றிச் சுற்றி இயங்குவது.

அம்மா உன் தம்பி பெண் வந்திருந்தது - அவர் வீட்ல சுவர்க் கடிகாரம் வாங்கப் போறாளாம்.

அதிகமாகச் சிந்தித்தால் கொஞ்சமாக எழுதினாலும் போதும்.

உருவத்தினாலும் சம்பிரதாயத்தாலும் ஒரு மனிதன் மீது தோன்றும் மரியாதை.

ஒரு கலைஞனின் கெட்டிக்காரத்தனம் அவன் முட்டாளாக இருப்பதில்தான் இருக்கிறது.

12.2.73

"அவர் படிப்பதில்லையா?"

"ஏன்?"

"சில சமயம் நாம் புத்தகங்களைப் பற்றிப் பேசும்பொழுது அவர் முகத்தில் ஒரு சூன்யம்."

13.3.73

இன்ஷுரன்ஸ் கம்பெனி பெயர்.

ஜீவன் ப்ரகாஷ்: ரேடியோ: ஆகாஷ்வாணி

நடைமாற்றம்?

15.3.73

ஒரு கதைக் கரு. அவன் பார்க்க கறுகறு என்று குண்டாக இருப்பான். எப்பொழுதும் துப்புரவாக வினயமாக. புதிதாக ஒரு ஹோட்டல் ஆரம்பித்தான். ஒரு நாள் இவன் ஹோட்டலில் வழக்கமாக மாவு அரைக்கிறவனை ஒரு படி, இரு படி, மாவு அரைக்கச் சொல்லியிருக்கிறான். அவன் அதை முழுவதும் செய்யாமல் அடுத்த கடைக்குப் போய்விட்டான். இவன் அவனை அடித்தது. பிறகு அவன் பழையபடி வந்தது. மாவு அரைக்கச் சொல்லியிருக்கிறான். காபி கொடுத்திருக்கிறான். அவன் மறுபடியும் மாவு அரைக்கச் சொன்னது. அவன் அரைத்துக் கொடுத்து விட்டு பணம் கேட்டவுடன், இவன் முன்பு அரைக்காமல் போனதால் தனக்கு ஏற்பட்ட நஷ்டத்தைச் சொல்லி மறுபடியும் அடித்திருக்கிறான். அவன் இவனுக்குத் தெரியாமல் வெளியில் காத்திருந்தது, இவன் கடையைப்

பூட்டிவிட்டு வெளியே போகும் சமயம் விலாவில் இருமுறை குத்திவிட்டு ஓடினது. குத்திக் கீறிய கத்தியை எடுக்காமல் அவனைத் தொடர்ந்து அவன் பின்னால் இவன் ஓடியது. பிறகு தளர்ந்து நடுத்தெருவில் இவன் உட்கார்ந்தது. பிறகு அங்கிருந்து ஒரு சிநேகிதன் இவனை ஆஸ்பத்திரிக்கு அழைத்துச் சென்றது. அங்கு செத்தது. அடுத்த நாள் கூட அவன் உட்கார்ந்த இடத்தில் ரத்தக்கறை. ஒரு ஊமைக் கோட்டான் போன்ற பிள்ளை - விசாரித்ததில் இவன் வேறொருத்தனின் தரையில் அடாவடியாக குடியேறியது. இந்தக் கடை ஆரம்பித்தது. அப்பன் தொழில் 'பிள்ளை அழிக்கும் தொழில்' என்று அக்கம் பக்கத்துக்காரர் சொன்னது - கடை ஆரம்பித்ததும் வாசல் மேஜையில் பூ என்ன குத்துவிளக்கு என்ன, சாமி படம் என்ன, பூஜை என்ன - இப்படியாக இப்படியாக.

வயதாகிவிட்டது சரி! ஆனால் வேறு ஒன்றும் கவலைப்படு வதற்கில்லை என்றால் செத்துப்போய் விடுவோம் என்ற கவலை. அதனால் பிறரைக் 'கொல்வது'!

22.2.73

இரண்டு மூன்று நாட்களாக இந்தக் குறிப்புக்களை எழுதாமலிருந்தது என்னவோ செய்கிறது. நேற்று எஸ்.ஸின் கேள்வி. நீங்கள் இப்பொழுது ஏதாவது எழுதிக் கொண்டிருக்கிறீர்களா?

23.2.73

சில வார்த்தைகள்.

மகா நிர்வாண தந்திரம்

ஆத்மா நம் வித்தி (உன்னை அறிந்து கொள்)

21.7.73

நேற்று இரவு சுமார் 8 மணிக்கு ஒரு கறுப்புக் குருவி வீட்டில் நுழைந்தது. அப்பா அதை பச்சைக் கிளி என்றது. அம்மா அதைக் கழுத்தில் இல்லாமல் வயிற்றில் பிடித்து வெளியாக்க வேண்டுமென்று. குளி அறையில் அது கம்பின் மீது இருக்க உள்ளே தள்ளிச் சாத்தியது. காலையில் அது சென்றது. அம்மா அது தூங்குமென்றும், ராத்திரியில் அதற்குக் கண் தெரியாது என்றது. என் தம்பி அது வந்த வழியாகப் போகுமென்றது.

22.7.73

ரோட்சைக்கிள் கடைக்காரன் கதை. நல்ல குள்ளமான, ஆனால், ஆரோக்கியமான அந்தக் கடைக்காரன், அவன் பிள்ளைகளுடன் கடையை நடத்தி வந்தான். சைக்கிள் வாடகை, காற்று அடித்துக்

நகுலன் ◆ 157

கொடுப்பது, பங்சர் ஒட்டுவது - இரண்டாவது பையன் நன்றாக இருப்பான். எல்லோரும் ஒரே வீட்டில் வசித்து வந்தனர். ஒரு நாள் அந்தப் பையனைக் காணவில்லை. போஸ்ட் ஆபீஸ் வேலைக்காரப் பையன் சொன்னதும் விஷயம் புரிந்தது. பையன் கல்யாணம் பண்ணிக்கொண்ட பெண் குழந்தை பிறந்ததும் அப்பன் கொடுப்பது செலவுக்குப் போதாது என்று தனியாகப் போய்விட்டான் என்று - அவன் வகையாக ஒரு நாலு சைக்கிள் - அவன் அப்பன் கடையைத் தாண்டி இன்னொரு ரோட்டில் சைக்கிள் கடை போட்டிருந்தான்.

25.7.73

நான் சைக்கிள் கடைப் பையனிடம் உதாசீன பாவத்தில் "உன் அண்ணனுக்கு என்ன வேலை அப்பனிடம் வருவதற்கு முன்?" "பத்திரிகைகளை விற்றுக் கொண்டிருந்தான்."

அந்த நொள்ளைக்கண்ணன் தபால்காரனிடம் "என்ன? காணவில்லையே. இப்பொழுது எங்கே?"

"ஒரு கேஸ்"

"?"

"M.O. FRAUD. பார்ட்டி கம்ப்ளெய்ன்ட் செய்யவில்லை. ஆனால் டிபார்ட்மெண்டில் கேஸ் எடுத்திருக்கிறார்கள்."

"எப்படி? சாதகமாக முடியுமா?"

"கேஸ் நடந்து கொண்டிருக்கிறது. (அவனே) ரூபாய் நாற்பதிற்காக"

2.8.73

அப்பா டாக்டரிடம், எனக்கு எந்தக் கார் வாங்கலாம் என்று கேட்டது. அவர் சிரித்துக்கொண்டே போனது.

3.8.73

நேற்று அம்மா பேச்சு வாக்கில் என்னிடம், 35 வருஷமாக இவர் வேலையில்லாமல் இருந்திருக்கார். ஒரு நாள் சமையல் அறைப் பக்கம் போகாவிட்டால் எனக்கு என்னவோ செய்கிறது.

7.8.73

"எனக்கு உடம்பு ஜாஸ்தியாக இருக்கும்பொழுது இவர் வேலைக்காரியிடம் போய்க் கேட்டாராம். "இவள் பிழைப்பாளா? இவர் போய்விட்டால் நான் இருக்க மாட்டேன்" அம்மா.

இவர் அம்மாவிடம் "காப்பி குடித்தாயா? சர்க்கரை போட்டிருந்தாளா?"

அம்மா "அவருக்குக் காபிக்குச் சர்க்கரை வேண்டும். அதனால் தான் இப்படிச் சொல்கிறார். தேகம் க்ஷீணிக்கும் பொழுது தூக்கம் வருகிறது."

14.8.73

பாடப் பாட ராகம்.

20.8.73

அவரைத் தெரியும். அப்பொழுதே சொன்னேன். கேட்க மாட்டான். ரொம்பச் சாப்பிடுவான். அதனால்தான் செத்தான். எனக்கானாலோ கொஞ்ச தூரம் போனால் பின்புறமாய்ச் சாய்ந்து விழுந்து விடுவேன்.

9.9.73

கிருஷ்ணனைப் பற்றிப் பாரதி சொல்லியது. அவனோ ஆயிரம் பொய்கள் சொல்வான்.

நண்பா
நீ என்னை என்
புத்தகங்களிலிருந்து
பிரிக்க முடியாது
நானே ஒரு புத்தகம்

12.9.73

நேற்றுத் தம்மபாடாவை மிகவும் ரசித்து வாசித்தேன்.

அம்மாவிடம் நான்: அப்பா எங்கே?

அம்மா: உன் தம்பி வீட்டு நாயுடன் இங்கிலீஷில் பேசப் போய் இருக்கிறார்.

13.9.73

நமது மனமயக்கங்களை வைத்துக்கொண்டு உறவுகளை வைத்துக் கொண்டால், நமது குறைபாடுகளை நாமே உணராவிட்டால், எப்பொழுதுமே நமது குறைகளை விட்டுவிட்டுப் பிறர் குறைபாடு களையே நினைத்துக் கொண்டிருந்தால்.

179.73

நேற்று சிவனுடன் பேசிக்கொண்டிருக்கையில் சிவன் கரமணையில் இல்லை பூஜைப் புரையில் - சில பிராமணர்கள் பாலத்தையும் தாண்டிப் பிணத்தை எடுத்துக்கொண்டு போவதைப் பார்த்தேன். எனக்கு ஆச்சரியமாயிருந்தது. (பிணத்தைக் கொண்டு போவதில்கூட ஒரு மரியாதை வேண்டாமா?) ஏனென்றால் அவர்கள் மயானத்தையும்

தாண்டிப் போய்க் கொண்டிருந்தார்கள். பிறகு யாரோ அவர்கள் பின்னே ஓடிப்போய் கொண்டிருப்பதைப் பார்த்தேன்.

21.9.73

சாயங்காலம் 6 மணி. நானும் அப்பாவும் பேசிக் கொண்டிருந்தோம். அப்பொழுது அவர் என்னிடம் சொல்லிக் கொண்டிருந்தார். "நேற்று இந்தச் சமயம் சிவராம சுப்ரமண்ய ஐயர் 'என்ன நாராயணா' என்று கேட்டுக்கொண்டு வந்தார்" என்றார். எங்களுக்குச் செத்து விட்டவர் இங்கு எப்படி வந்தார் என்ற கலவரம். ஆனால் அவருக்கு யாதொரு பிரச்சனையும் இல்லை.

22.9.73

பார்க்கப் போனால் எனக்கு நானே வைத்தியனாகவும், புத்திமதி கூறுபவனாகவும், பொருளாதார சாஸ்திரியாகவும் இருக்க வேண்டியிருக்கிறது. என்னை என்னிடமிருந்து அந்நியப்படுத்திக் கொண்டு என்னை நான் பார்த்துக் கொள்ள வேண்டியிருக்கிறது.

கடைசியா நாம் விழுவதற்கும் வாழ்வதற்கும் நம்மையன்றி வேறு யாரும் காரணமில்லை என்றுதான் சொல்லத் தோன்றுகிறது.

நானே எனக்கு நண்பன்
நானே எனக்கு எதிரி இப்படியெல்லாம் இல்லை
நானே எனக்கு யாருமில்லை.

தம்பி எதை வேண்டுமானாலும் படி, எழுது, சிந்தனை செய். ஆனால் இதை மாத்திரம் ஞாபகம் வைத்துக்கொள். உன் வழியில் உன் இஷ்டம்போல் எழுதுவதுதான் நல்லது.

26.9.73

நேற்று இந்த டயரியை எழுதவில்லை. அதற்கு முன் 24.9.73. சிவன் குடித்துவிட்டுச் சொன்னதையே திரும்பத் திரும்பச் சொல்லிக் கொண்டு என்னிடம் சண்டைக்கு வந்தது.

2.10.73

வரிகள்

யோகி போல் ஒடுங்கி நிற்கும் நேரமொன்றில்
பாகன் அமர்ந்து செல்லும்
யானை போல் என் தேகம்
நான் முன்செல்லத் தான் பின்வர.

வரிகள்

உபமானமும் உபமேயமும்
ஒன்றினையொன்று தழுவி
ஒருசேரப் போக
உருவகம் தானும் போகிறேன்

என்று கூறித்
தன் வழியில் செல்லப்
படிமமும் படியிறங்கிப்போக

கடைசியாக எனக்குத் தோன்றுகிறது. எழுதுவதிலும் சரி. வாழ்க்கையிலும் சரி. எதையும் அனுபவிக்கிறோம். எல்லாவற்றினாலும் ஈர்க்கப் படுகிறோம். நாம் நாமாக நமது வழியில்தான் போக வேண்டும். இதைவிட வாழ்க்கையில் வேறு ஒரு சிறந்த வழியுமில்லை.

இங்கும் நாகசாமி என்னிடம் ஏன் டயரி எழுத வேண்டும் என்று தான் சொன்னார்.

தற்பெருமையின் அவசியம் என்ன?

ஒரு பொருத்தமான கேள்வி.

5.10.73

வரிகள்

காகம் கரைந்துண்ணும்;
காகுத்தன் கரந்து கொல்வான்;
விந்தை மனிதர் கதை வேறு.

7.10.73

நேற்று சென்ற இடத்தில் அவருடன் புதுக்கவிதை பற்றிப் பேசிக் கொண்டிருந்ததில் வெகு பிரயோஜனமாயிருந்தது. (?). அவருக்குப் 'ப'வின் கவிதை பிடிக்கவில்லை. பழைய விஷயங்களைப் பழைய பந்தாவில் எழுதுகிறார். அனுபவத்தில் இருந்து அன்று மேற்படியாரின் கவிதை எப்படி? அவரா? அவர் சப்ஜெக்டைத் தேர்ந்தெடுத்து அது பற்றிக் கவிதை எழுதுகிறார். இது மாதிரி எழுதுகையில் வார்த்தைகள் வலுவிழந்து விடுகின்றன. சோஷியல் கமெணட்ஸ் கவிதை ஆகாது.

அனுபவத்தால் தூண்டப்பட்டு, வார்த்தைகளால் வார்த்தைகளைத் தாண்டிப் போகக் கூடிய விஷயங்களை வார்த்தைகள் மூலம் தொட்டுக் காட்டுவதுதான் கவிதை. எங்கு வியாக்யானம் வளர்கிறதோ அங்கு கவிதை சிறுமை அடைகிறது (?). வியாக்யானங்களுக்கு - இடங் கொடுக்காததுதான் சிறந்த கவிதை.

இவர்களுக்கு என் மீதுள்ள வெறுப்பு. அவர் புதுக்கவிதை பழங்கவிதைகளிலிருந்து அறவே விடுபட வேண்டுமென்று நினைப்பது போல் தோன்றுகிறது.

வரிகள்

விளக்கை அணைத்துவிட்டு இருட்டில்
கவிதை பற்றிப் பேசுவதைவிட,

நாம் பேசிக்கொண்டிருக்கையில் நான் உணர்ச்சி வசப்பட்டு பிறகு உன்மத்தனாகி, என் உள்ளத் தெருவில் உள்முகமாக நெடுநேரம் நடந்து செல்வதைவிட

நான் எங்கிருந்தாலும்,
நான்
என்ன செய்தாலும்
நண்பர்கள் என்னை
கைகொண்டு கன்னத்தில்
அடிக்கும் போதும்
இன்பம் என்னை அருகணைத்து
துகிலுரித்துத் தன்மயமாக்கும்
தருணத்திலும்
உச்சகட்டங்களிலும்
அச்சு கழன்ற தருணங்களிலும்
நானே என்னை விட்டுப் போகும்
பொழுது

நீ எப்பொழுதும் என்னிடம் இருக்கின்றாய் என்ற ஒரு உண்மை எனக்கு போதும். ஒவ்வொரு நாளுக்கும் ஒரு நாராயணன் தேவை தான்.

நேற்று கண்ட கனவில் சிவன் என்னிடம் தான் என் ஆங்கில நாவலைத் தான் படித்துவிட்டதாகச் சொன்னதாக - யாருடன் யாரை வைத்து மயங்குகிறேன்.

சூன்யத்தை அறியவேண்டுமென்றால் நான் சூன்யனாக வேண்டும்.

அவர் என்னிடம் சொன்னது: நான் ஒரு கதை எழுத மூன்று நாட்கள் வேண்டும். ஒரு தீம் வைத்திருக்கேன். (இந்தக் கதை கவிதை வேறுபாட்டை அவர் ஏற்றுக் கொள்கிறார்) என்றார். முதல் நாள் கதை எழுதுகிறேன். இரண்டாவது நாள் அதைத் திருத்தி வேறு நகல், மூன்றாவது நாள் மறுபடியும் அவ்வாறு. இது என் பழக்கம் என்று மாத்திரம்.

சூன்யம் என்பதன் தாத்பர்யம்.

சுசீலா எழுதின வரி: தேடத் தேடச் சூன்யம்

நான் சூன்யமானால் அன்றி என்னால் எவ்வாறு சூன்யத்தை உணர முடியும்.

3.10.73

நேற்று அடியோடியுடன் இலக்கியத்தைப் பற்றிப் பேசினது. அவர் நான் கவிதை பற்றிச் சொன்னதை ஆமோதித்து விட்டு அவர் சொன்னது. ஆனால் ஒரு வரி மாத்திரம் கவிதை ஆகாது. நான் ஒவ்வொரு கவிஞனும் தன்னைத்தான் எழுதுகிறான் என்றதும் இது மிகவும் சாதாரண விஷயம் (?) என்று சொல்லிவிட்டு. எலியட்டின் கடைசி நான்கு கூறுகள் என்ற கவிதையில் பர்சனல் நோட் அதிகம் என்றும் சொல்லிவிட்டு. அகம் புறம் என்பதை அப்படி எளிதில் பிரிக்க முடியாது என்று சொல்லி விட்டு - ஒவ்வொரு நாற்காலி அல்லது மேஜையிலும் அதைச் செய்பவனது சொரூபம் இருக்கிறது என்றார்.

வரிகள்

நான் கலைஞனோ வேதாந்தியோ இல்லை என்பது எனக்கு நிதர்சனமாகவே தெரிகிறது.

என் வீட்டில் இருப்பது போல் இன்னொருவர் வீட்டில் என்னால் இருக்க முடியவில்லை.

என் மனைவியுடன் பேசிக் கொண்டிருப்பது, என் குழந்தைகளைச் சிறுவயதில் என்னிடம் ஒட்டிக் கொண்டிருக்கையில், பிறகு என்னைத் திரும்பிப் பார்க்காமல் வேறொரு இடத்தில் ஒட்டிக் கொண்டிருப்பதில்,

நான் என் வீட்டு முன்னறை ஜன்னல் வழியாக வெளியுலகைப் பார்த்துக் கொண்டு நிற்கையில்

நான் நினைப்பதுண்டு
ஒரு வீடு
அதில்
அறைகள்
கதவுகள்
ஜன்னல்கள்
படிக்குமிடம்
படுக்குமிடம்
புசிக்குமிடம்
கழிவறை
இப்படியாக இப்படியாக என்றால்
ஒரு வீடு
அதற்கு
கை கால் கண்

மண்டை
இந்திரியங்கள்
இருக்கின்றன என்றால்
ஒரு ஆலயம்
அதிலும்
ஒரு கர்ப்பக்ருஹம்
அதில் ஒரு மூர்த்தி
படம் விரித்த பாம்பு பறக்கும் யாளிகள்
தீபம், தூபம்
நைவேத்யம், பள்ளியறை
திருப்பள்ளியெழுச்சி
என்றால்

மனிதன் தன் உடல் வளைக்குள் ஒரு எலியாக வளையாமல் இருக்க
தன்னைத் தன்னைச் சுற்றி
ஒவ்வொன்றாகத்
தன் பிரதி
கல், மண், சதை, வெறும் வெளி,

இவ்வாறு அமைக்கையில்

நான் கலைஞனோ, வேதாந்தியோ இல்லை என்பதின் தாத்பர்யம் தான் என்ன?

இருட்டில் ஒரு கறுப்புப் பூனை வளைய வருகிறது. ஆனால் அதன் கண்கள் பச்சை வைடூரியமாக மிளிர்கின்றன.

• • • •

இரண்டு விஷயங்கள் - அவர் விபூதி பூசிக்கொண்டு கடைக்குப் போவது - அவள் என்னிடம்தான் என்னுடைய இன்னொரு நாவலை வாசிப்பதாகக் கனவு கண்டது - அதில் ஒரு வரி திரும்பத் திரும்ப வந்ததாகவும் அதை நான் எப்படி எழுதியிருக்க முடியும் என்று.

ஒழுகும் நதி மீது
வண்ணாத்திப் பூச்சிகள்
பறந்தன.

மேலும் அவள் சொன்னது, மேலே சொன்ன வரி ஹாம்லெட்டில் ஓஃபீலியாவின் கனவைக் குறிக்கிறது என்று.

நாம் எவ்வளவு தூரம் நம்முள்ளேயே அழுந்திவிடுகிறோம். முதலில் அவர் எழுதிய கடிதம் என்னைப் பரவசத்தில் ஆழ்த்தியதும் பின்னர் மீண்டும் அவர் கபடத் தன்மை வெளிப்பட்டதும். ஆனால் எந்தவிதக் கசப்புத் தன்மையையும் மீறித்தான் வாழ்க்கையில் முன்னேற முடியும். வாழ்க்கையிலிருந்து ஓட வேண்டிய அவசியமில்லை.

14.11.73

சிவஸ்தோத்ரம்
1. அனுக்ரஹ மூர்த்தி
2. ஸம்ஹார மூர்த்தி
3. நிருத்த மூர்த்தி
4. மஹேச்வர மூர்த்தி
5. சந்திரசேகரன் (சந்திரனைத் தலையில் தரித்திருப்பவன்)
6. கங்காதரன் (கங்கையைத் தாங்கியவன்)
7. கஜசம்ஹாரன்
8. சோமஸ்கந்தன் (உமையின் தலைவன், கந்தனின் தந்தை)
9. அர்த்தநாரீசுவரன்
10. பிக்ஷாடணமூர்த்தி
11. சிகரேச்வரன்
12. வைத்தியநாதன்
13. காலசம்ஹாரன்
14. பசுபதி
15. சிவன்
16. ருத்ரன்
17. சங்கரன்

கர்ப்பக்ருஹம் - கர்ப்பம் - வீடு - சுகாதார - சந்தோஷத்தைத் தருபவன்.

வரிகள்
நான் தனிமையில் தவமிருந்தேன்.

19.10.73

நேற்று ஒரு இடத்தில் நடந்த விஷயத்தை இன்று வேறு இடத்தில் அது நடந்துவிட்டதாக மனம் குழும்புவது. நேற்று சிவன் சொன்னது - எந்த ஒரு காரியத்தையும் இலவசமாகச் செய்து கொடுத்தால் இவர்களுக்கு நம்மிடம் மதிப்புக் கிடையாது. பணம் வாங்கிக் கொண்டு செய்து கொடுத்தால் உண்டு. இது சரிதானா? செய்த விஷயத்தை மறந்துவிட வேண்டுமென்று தானே வள்ளுவர் சொல்கிறார் (?) கே.கே. விஷயம். அவர் எனக்கு நன்றி கூறுவதற்கு நான் அவரைச் சென்று பார்க்கவேண்டுமாம் (என்ன நியாயமோ) வி:யின் கண்கள்: குளிர்ச்சியான, புத்திசாலித்தனமான டி. சொன்ன

மாதிரி கவர்ச்சியான - வே.யின் திமிர் - அடிப்படையில் வேறுபாடான விஷயங்களையும் விவரிப்பதற்கும் ஒரே பாஷையில் சொல்ல வேண்டியிருக்கிறது என்பதுதான் பாஷையின் பலவீனம் புரியவில்லை. புரியவில்லை என்று பிரலாபம்.

20.10.73

நேற்று கேசவனைச் சந்தித்தேன். அவர் சென்ற தடவை புதுச்சேரிக்குச் சென்றபோது வி.வி.யைச் சந்தித்தது பற்றிச் சொன்னார். அவர் சொன்னாராம். தனக்கு வேண்டியவர்கள் வேண்டாதவர்கள் பலர் உண்டென்று. அதாவது அந்த அளவுக்கு அவர் உயர்ந்துவிட்டார் என்ற அடிப்படையில். என்னைப் பற்றி அவர் மூலம் ஒரு பத்திரிகையில் என்னை எழுதும்படிக் கேட்காததால் எனக்கு அவரிடம் கசப்பு ஒன்றும் கிடையாது. சிவன் சொன்னதின் பேரில்தான் இதன் உட்கிடக்கை எனக்குத் தெரிந்தது. இந்த மாதிரி விஷயங்களில் ஒரு மனிதன் தன் கெட்டிக்காரத்தனத்தால் தன்னைத் தானே ஏமாற்றிக் கொள்கிறான். கே.கே. என்னை நயமாகப் பயமுறுத்துவது மாதிரி!

25.10.73

வரிகள்

எண்ணும் எண்ணமெல்லாம் எழுத்தானால்
எழுதுவதெல்லாம் கவிதையாகும்
வார்த்தைகள் நம்மை ஏமாற்றுகின்றன
வாழ்க்கை நம்மைக் கண்டு சிரிக்கிறது
உபசாந்த லோகம்

27.10.73

என்ன சொல்கிறோம் என்பது எவ்வளவு முக்கியமோ அவ்வளவு முக்கியம் எப்படிச் சொல்கிறோம் என்பது. எப்படிச் சொல்கிறோம் என்பது என்ன சொல்கிறோம் என்பதைக்கூட "வேறு தன்மை உடையதாகச் செய்கின்றது."

எழுதுவது, திருத்துவது – எழுதுவது, திருத்துவது - அவர்களுடன் சென்றே அவர்களை மாற்றுவது – அவர்கள் வேண்டியதை நன்றாகச் செய்வது – மொழிபெயர்ப்பு சுருக்கமாக எழுதுவதில் உள்ள அழகு – எதைச் செய்தாலும் நான்தான் செய்ய வேண்டும். சம்பிரதாயங் களின் அவசியம்.

30.10.73

இன்று காலையில் ஒரு கனவு. முன்பெல்லாம் சென்னைக்கு ரயில் போகும்போதுள்ள நினைவு - காலை வரும்பொழுது - அப்பொழுது

புதிதாக ஒரு ஊருக்கு வருகிறோம் என்ற ஒரு உணர்ச்சி இப்பொழுது ஒரு நினைவு. நீ (சுசீலா) காலையில் எழுந்து பல் துலக்கிவிட்டு ஆபீஸ் போக ஆயத்தமாகிக் கொண்டிருப்பாய். இப்பொழுது நான் உன்னைப் பற்றி நினைத்துக் கொண்டிருக்கின்றேன். நீயோ? இப்படி ஒரு நினைவு. இதையும் நான்தான் எழுதியிருக்கிறேன்.

அபி நை = இப்ப இல்லை.

13.3.70

'சிவ சிவ' இவருக்குத் தமிழ் இலக்கியத்தில் அதிகப் புலமையும் நல்ல ரசனையும் இருப்பதாகத் தெரிகிறது. பரிமேலழகரும் நச்சினார்க்கினி யரும் நல்ல உரையாசிரியர்கள் என்று சொன்னார். 'நச்சினார்க்கினியர் எச்சில்தான் தமிழ் அறிஞர் உண்பது' என்று ஒரு புலவர் சொன்னா ராம். அவர் பத்துப்பாட்டுக்கு எழுதிய உரை மிகச் சிறந்தது என்றும் பல தகவல்களைக் கொடுத்திருப்பதாகவும் சொன்னார். "ஒழிவில் ஒடுக்கமும்" "தனிப்பாடல் திரட்டும்" நல்ல இலக்கியம் என்றும் சொன்னார்.

25.7.73

"நான் செத்துவிட்டால் என் பிணத்தை அவர்கள் அப்புறப்படுத்த சம்மதிக்கமாட்டார்கள். அவள் சொன்னாள் - அதிகமானால் சொல்லுங்கள். தெரிவியுங்கள். உடன் வருகிறேன்." உடமைகளை அப்புறப்படுத்துவதற்கு என்பது குறிப்பு.

2.12.73

ராமன்

என்று ஒருவன்

3.12.73

வரிகள்

ஐம்பது வருஷங்களாக நடந்து கொண்டிருக்கிறேன். சாலை யோரத்தில் கால்வாயருகில் என் மூட்டையை இறக்கிவிட்டு நான் இளைப்பாறுகையில் அவன் என்னிடம் - பரவாயில்லை; மறுபடியும் உன் பளுவை எடுத்துக்கொண்டு 'புறப்படு' என்று சொல்கிறான்.

பல கட்டங்களில் நான் - அவளைச் சந்தித்திருக்கிறேன். பல அனுபவ உச்ச கட்டங்களில், நான் அவள் பேசுவாள் என்று எதிர்பார்த்த சந்தர்ப்பங்களில் அவள் பேசவில்லை. ஏன்அவள் என்னிடம் பேசினதே இல்லை. எதிர்பார்த்த நேரங்களில் அவள் வந்ததுமில்லை. இனி வரவும் மாட்டாள் என்று எனக்குத் தெரியும்.

ஆனால் நான் தனியாகப் போகும்பொழுது, இருக்கும் பொழுது, இந்தத் தெருவிலிருந்து அந்தத் தெருவுக்குத் தாண்டும் பொழுது, யாரோ எனக்கு முன் சென்று மறைவது போன்ற ஒரு தோற்றம்.

நான் வாழ்க்கையில் எவ்வளவோ ஆட்களைப் பார்த்திருக்கிறேன். பல்லாக்குத் தூக்கிகளை, வாடகைக்குப் பிணஞ் சுமப்பவர்களை, பழம் புஸ்தகம் விற்பவர்களை, புதுப்பணம் படைத்தவர்களை, சாதாரண மனிதனைக் கண்டால் புருவம் உயர்த்திப் பேசுபவர்களை, 'இலக்கிய,' ரௌடிகளை, இயற்கையாகவே கோபத்தினால் வசைபாடும் விற்பன்னர்களை, பணக்கார வீட்டுப் பெண்களை, எனக்கு நான் சுமக்கும் சிலுவையாக இருக்கும் என்னை,

எங்கிருந்தோ
வந்தவள்
யாரையோ மணந்தவள்
இன்று இருக்கிறாளோ
இல்லையோ
என்று கூடத் தெரியாது

ஒருத்தி, ஒரு கணத்தில் கண்டதுமுதல் இந்தக் கட்டை கீழே விழும் வரை என்னில் இருக்கும் சுசீலா என்ற என் சாபத்தை இவர்களை யெல்லாம் இவைகளையெல்லாம் விட

நீதான் எனக்கு
வேண்டியிருக்கிறது
நீ வரவும் மாட்டாய்
போகவும் மாட்டாய்
நீ இருக்கிறாயோ
இல்லையோ
என்பதுகூட
எனக்கு நிச்சயமாகத் தெரியாது

இருந்தாலும் எங்கு சென்றாலும், எதைச் செய்தாலும், என்ன நேர்ந்தாலும், எப்படிப் போனாலும், யார் வந்தாலும், யார் போனாலும், உன்னைத் தூண்டில் இட்டுப் பிடிக்க முடியுமானால், கடிவாளம் கட்டிச் செலுத்த முடியுமானால்

பல்லக்குத் தூக்கிகளால் பிரயோஜன
மில்லை -
கிருஷ்ணன் என்று

4.12.73

இன்னொருவன்

16.12.73

குணங்களிலிருந்து விடுபட்டவன்.

தனியாக நடந்து செல்ல ஒரு பயிற்சி. வயிறுதான் வியாதிகளின் பிறப்பிடம். வாங்கியிருக்கிற புத்தகங்களை ஒவ்வொன்றாகப் படித்துத் தீர்க்க வேண்டும்.

அம்மா கையெழுத்து மறக்காமலிருக்க பென்சிலால் கடவுள் நாமத்தை எழுதுகின்றாள்.

அம்மா: தினம் என்னால் பூஜை பண்ண முடியவில்லை (இவர் என்ன பூஜை பண்றார். கண்ணை மூடிண்டு உக்காந்திருப்பார்) அவர் இன்று என்னிடம் - உன் கடைசிப் பையன் மாடு ஒரு பெண்ணைக் குத்திக் கொன்றதால் அவன் கோர்ட்டுக்குப் போய் நிக்கறான். அவன்கிட்ட அவனுக்கு ஏதாவது பண உதவி வேணும்னா என்னைக் கேக்கச் சொல்லு. (இதில் உண்மை என்னவென்றால் இதெல்லாம் அவர் - மனதில் மாத்திரம் நடந்தது.)

19.12.73

தன்னுடன் உள்ளுக்குள் பேசிக் கொள்வது - பேசாமல் இருப்பது அமைதியாக இருக்கப் பழகிக் கொள்வது.

24.12.73

வேதங்களைப் படைத்தவன்
வரிகள்
 அறையில் நாற்காலி
 சுவரில் எட்டுக்காலி
 தெருவில் விட்ட வழி
 அறையுள்
 தட்டு முட்டுச் சாமான்கள்
 பயணத்தின் முடிவில் ஒருவன்
 பயண வழி நெடுக
 ஒருவன்
 கடலின் இக் கரையில்
 மணல்வெளி
 அக்கரையில்
 அலைகளின்
 அடங்காதவெறி
 கரையிரண்டும்
 மணலென்று
 கண்டால்
 எல்லாம் வெட்டவெளி.

25.12.73

வரிகள்

நான்
நானாக
நாலுவிதம்
பார்த்தபின்

சுருண்டு
முடங்கிக்
கிடக்கக்
கண்டதும்

"நகர்
எனக்கிடம்
தா"
என ஏதோவொன்று
கூறியது கேட்டு

நானும் கிடந்த இடம்
சுருங்கச் சுருங்க
ஏதோ ஒன்று
சிரிக்கும்

மாற்றானுக்கு உன்னைப் பிடிக்கவில்லை என்ற நிலையையும் நீ புரிந்து கொள்ள வேண்டும். இதுவும் உன் பலவீனம்தான். ஏனென்றால் எல்லோருக்கும் உன்னைப் பிடிக்க வேண்டும் என்று நீ கருதுவது நீ த்வைத நிலையில் இருக்கிறாய் என்பதுதான்!

கவிதைகள், கதைகள் எழுதுகையில் நாம் வார்த்தைகளால் வசீகரிக்கப்படுகிறோம். ஆனால் வெறும் வார்த்தை வசீகரம் அது அவசியம் என்றால் கூடப் போதாது.

எப்பொழுது இன்னொருவனுடைய கோபதாபங்களுக்கு நாம் ஆட்படுகின்றோமோ அப்பொழுது நாம் அவர்களின் எச்சங்கள். மனம் தெரிய வாய் திறந்து பேசு.

வரிகள்

மனம் தெரிய வாய்திறந்து பேசு
வானம் இருண்டால்
மேகம் வரும்.

27.12.73

வரிகள்

எப்பொழுதும் உன் நினைவு. நீ எங்கேயோ இருக்கிறாய். நான் எங்கேயோ இருக்கிறேன். நீ மணமானவள். நான் மணமாகாதவன்.

நான் உன்னைக் காதலிக்கின்றேன் - என்று சொல்வது தவறு. அதைப் போலவே நீ என்னைக் காதலிக்கவில்லை. என்னிடம் அன்பு காட்டவில்லை. அலட்சியம் செய்கிறாய் என்று சொல்வதும் தவறு. நம்மிருவரிடையே உள்ள உறவுதான் என்ன? எனக்குக் கோவில் போகும் பழக்கம் கிடையாது. நாலு சாஸ்திரம் ஆறு வேதம் நான் படித்தது கிடையாது.

என்றோ ஒரு நாள் உன்னைப் பார்த்தேன். அன்று என் கதை முடிந்தது.

28.12.73

அவன் உள்ளே இருப்பதை ஒரு பொழுதும்
மறக்காமல்
பைத்தியங்களுடன் கோபமடைவதில்
அர்த்தம் இருக்கிறதா?

வரிகள்

பல பொழுதுகளில் பொழுது என்பது பற்றி ஒரு கவிதை எழுதவேண்டுமென்று நினைத்ததுண்டு. எப்படி எழுதினாலும் என்ன எழுதினாலும் என்னிடமிருந்து பிடிபடாமல் வழுக்கிக் கொண்டே சென்றது. காலமா அப்படின்னா? காலம் என்ற கழுதை சுமக்கும் வண்ணான் மூட்டைதான் 'பொழுது' என்றே ஜே.கி.யின் தத்துவம்(?) ஒரு ஜோக் என்று மனம் முணுமுணுத்தது. "பொழுது என்ற ஒன்றே இல்லை" என்ற என் பேனா தனியாக நின்றது. இத்துடன் அதன் கதை முடிந்தது.

29.12.73

வரிகள்

அவன் எனது வெகுநாளைய நண்பன்: நான் அவனைத் தெரிந்து கொண்ட விதமும் அவன் என்னைத் தெரிந்து கொண்டவிதமும் வேறு வேறு. அவன் தூரதிருஷ்டி உடையவன். ஆனால் தூரதிருஷ்டியை ஞான திருஷ்டியாகக் கருதினான். அவன் எதிரிகள் - நண்பர்கள் இதைச் சுட்டிக் காட்டினார்கள். இதனால் அவன் இப்பொழு தெல்லாம் தலையைத் தொங்கப் போட்டுக் கொண்டு நடக்கிறான்.

அவன் வாழ்க்கையில் கடிகார முள். இப்பொழுது நடு மையத்தில் நின்றது.

2.1.74

வரிகள்

இலைகொழிந்த
கிளை உலர்ந்த

நிழல் உயர்ந்த
மரம் ஒன்றில்
உயிருள்ள ஒரு
சின்னஞ்சிறு சிட்டுக்குருவி.

3.1.74

வரிகள்

எறும்பின், பாம்பின் புற்று; எலிவளை - மரத்தில் பறவையின் கூடு. மாட்டு மந்தை. ஆட்டு மந்தை. புலிக்கூட்டம். உயரப்பறக்கும் பறவைக் கூட்டம். மாந்தோப்பு. காடு பொட்டல் - இந்த உடல் சிறிது - நான் மனிதன் குடியிருக்கும் வீடு.

வேதாந்திகளுக்கு உகந்த கந்தமூலம்
வெங்காயம்

4.1.74

வரிகள்

ஆத்ம விசாரம்
அதுவே விசாரம்.

ஞானிகள். அவர்களுக்குப் பேசாமல் பேசத் தெரியும். ஒரு ஜீவன் முக்தன் தெருவில் நடந்து போவதை நீ பார்த்திருக்கிறாயா? தெருத் தெருவாக நடந்தால் பக்கம் பக்கமாக நாவல் எழுதலாம்.

6.1.74

கண்ணன் பிறந்தான்
எல்லாம் அவன் நிச்சயித்தபடி

9.1.74

வரிகள்

நாட்களுக்குப் பிறகு
வயோதிகம்
வாயிற்படியில்
வந்துநிற்க
உணர்ந்தேன்...
கண்ணிருந்தும்
காணாமல் இருப்பதும்
காதிருந்தும்
கேளாமல் இருப்பதும்

மூக்கிருந்தும்
முகராமல் இருப்பதும்
வாயிருந்தும்
பேசாமல் இருப்பதும்
என்ன நடந்தாலும்
ஒன்றும் நடக்கவில்லை
என்று நிற்பதுதான்
அனுபவ நிலை
என்றுணர்ந்தேன்.
அப்பொழுது ஏதோ
ஒன்று சொல்லிற்று
வார்த்தைகள் வருகின்றன.

கடவுள் நினைவில்

மகேச்வரன்
எங்கும் இருக்கிறவன்
சிவராம கிருஷ்ணன்
ஓம் நமச்சிவாயா
அவன் இருக்கிறான்
(என்பது கூடத் தவறு)
காலாதீதன்
தேவதேவன்
ஓம்
ராமநாராயணன்
ராஜ நாராயணன்
நமச்சிவாய
இறைவன்
சிவ சிதம்பரம்
வடபழனி
தில்லைக்கூத்தன்
தனக்குவமையில்லாதான்
கரிவலம் வந்த நல்லூர்
தன் மயமானவன்
தானே ஆனவன்
ஏகன்
ஞானதேசிகன்
கனகசபை
பொன்னம்பலவன்
பரமன் பவித்ரன்

ஆதிபகவன்
முருகன்
மாதவன்
கேசவன்
உமையொருபாகன்
எங்கும் நிறைந்தவன்
பூதநாயகன்
மதுசூதனன்
கடந்து நிற்பவன்
கலந்து நிற்பவன்
கோவிந்தன்
மகாதேவன்

7.3.74

நேற்று அந்த ஃபாஷன் ஸ்டோர் கடைக்காரர் சொன்னது. அந்தப் பெண் - காலேஜில் படிப்பவள் - எப்பொழுதும் தனியாகத்தான் வருவாள். பெயர் லீலா. ஹோலி க்ராஸ் ஹாஸ்டலில் வசிக்கிறாள். நேற்று என்னிடம் அவள் புஸ்தகங்களை வைத்திருக்கும்படி சொன்னாள். மணி 6.30 இருக்கும். வெளியில் ஒரு இளைஞன் - நிச்சயமாக உறவுமில்லை. அவள் ஜாதியுமில்லை. இந்தக் காலத்தில் பெண்கள்தான் ஆண்களுக்கு வலை வீசுகிறார்கள். ஹாஸ்டலுக்கு குறிப்பிட்ட நேரத்திற்குமுன் திரும்ப வேண்டாமா? கிருஸ்தவர்களாக இருந்தால் மாலை பிரார்த்தனை உண்டு. இவள் ஹிந்து. அவ்வளவு கண்டிப்பாக இருந்திருக்க மாட்டார்கள். நேற்று ஒரு 2 மணிக்கு வந்தவள் ஒரு 5 ரூபா நோட்டைக் கொடுத்தவள் - ஒரு சோப் கேட்டாள். பாக்கி நாலு ரூபாய் கொடுத்ததும் (அவருக்கு ஆச்சரியம்) என்னிடமே இருக்கட்டுமென்று. அந்த ஆள் அங்கே பதுக்கியிருந்தான். நோட்புக்கைப் புரட்டிப் பார்த்தேன் - தம்பி, தம்பி, என்று எழுதியிருந்தது.

சிவன் கதை "யூனியன்காரர்கள் - ஒரு சக தொழிலாளி வீட்டில் இரவில் தங்கினது முகாந்திரம் அவன். அவள் புருஷன், அவளை விலக்கி வைத்தது."

8.3.74

நேற்று அந்த ஃபாஷன் ஸ்டோர்காரர் பெண்களைப் பற்றியே பேசிக் கொண்டிருந்தார். ஒவ்வொரு சாமானையும் விற்பதற்குள் எவ்வளவு பெண்களுடைய அங்க விசேஷங்களை, அடக் கடவுளே பார்க்க வேண்டியிருக்கிறது. ஒருத்தி பவுடர் கம்பெனியில் எக்ஸிகியூடிவ் - பவுடரை எல்லாருக்கும் தெரியும்படி வைத்திருக்கிறேனா என்று

பார்ப்பதற்கு - ஒருத்தி மராத்தி கொழுக்கட்டை மாதிரி. பிறகு பேச்சு குடி பற்றித் திரும்பியது. அவரும் சில்லறையாக வாங்குவது நஷ்டம் என்றார். ஒரு பாட்டில் 11 ரூபா 75 பைசா. இப்பொழுதெல்லாம் பெண்கள் பீர் குடிக்கிறார்கள். நாகர்கோவிலில் காலேஜ் சைஸ் பாட்டில் - இப்படியாக இப்படியாக.

10.3.74

இவர்களுக்கெல்லாம் அடிப்படையில் இருப்பது வெறும் கர்வம். இவனிடமிருந்தும் கத்திரித்துக் கொள்ள வேண்டியது தான்.

என்னுடன் ஜோசஃப் கடைக்கு வந்த சிவன் சைக்கிளை வைத்து விட்டு எங்கேயோ மறைந்துவிட்டான். நான் கள்ளுக்கடை (வேறொன்று) மருந்துக் கடையிலும் தேடினேன். ஜோஸஃபிடம் கேட்டதற்கு “இவ்டெ ஒரு கள்ளுக்கடை உண்டல்லோ அதன்டெ அகத்துக்காணும்” என்றான். சுமார் ஒரு மணி நேரம் கழித்து வந்தவன், யாரோ கடையிலிருந்து கூப்பிட்டதாக - யார் என்று கேட்டதற்கு (ஒரு பெய்ன்டர் உங்க க்ளாஸ்மேட்) நம்ப ராகவன் - பாங்க் ஆசாமி உள்ளே எல்லாருக்கும் வாங்கிக் கொடுத்துண்டு உக்காந்திருக்கான். கடைக்காரன் நம்ப ஜாதி - நல்லவன் - ஆம் நல்லவன்தான். ஆனா, நான் அங்கே போனா இவனுக்கு (ஜோசஃபிற்கு) என்ன, இவன் யார் என் சுதந்திரத்தைத் தடுப்பதற்கு?

திரும்பி வரும்பொழுது கோயில் உற்சவம் - மத்தளம் - யாரோ, “அடி, அடி, அடிச்சு விடுடா”ன்னு குதூகலமாகக் கத்திக் கொண்டிருந் தான். ஃபாஷன் ஸ்டோர் கடைக்காரர்: நமக்குச் சிறிய தோதில் பிராண்டி வியாபாரம் ஒரு சிலருக்கு மாத்திரம் செய்தால் என்ன?

விஸ்கி விற்கிறவர்கள் விஸ்கி குடிக்கிறார்களா? ஜோஸஃப் கடையில் வாங்கினால் அதில் ஒரு அவுன்ஸ் ஜோஸஃப் பங்கு.

15.3.74

நேற்று சிவன் இங்கு வந்தது. பிறகு இருவரும் சைக்கிள் சகிதமாக வெளியில் சென்றது. அங்கு ஒரு வெற்றிலை பாக்குக் கடையில் நான் கல்லூரியில் வாசித்துக் கொண்டிருந்த காலத்தில் லைப்ரேரியன் ஆக இருந்து சங்கரய்யரிடம் அவர் ட்யூஷன் சொல்லிக் கொடுக்கிறார் என்றதையறிந்ததும் காலஞ்சென்ற பேராசிரியர் ரங்கநாதன் மகன் (அவர் ஒரு பாங்க் மானேஜர்) பிள்ளைக்கு ட்யூஷன் சொல்லிக் கொடுக்கிறீர்களா என்றதும் அவருக்கு வந்ததே கோபம் பார்க்க வேண்டும். “அந்த நக்கித்.. ழிக்கா... முதுகுளத்தில் அவன் அப்பன் பெயரை யாரும் சொல்லமாட்டார்களே. ஒரு நோக்கம் இல்லாமல் ஒன்றும் செய்ய மாட்டாரே. உங்களுக்கு உதவி செய்திருந்தால்

உங்களிடமிருந்து எதையோ எதிர்பார்த்திருப்பார் என்பதுதான் காரணம்." ஒருவன் பெயரைச் சொன்னாலே இவ்வளவு கோபம் வருமா? ஆனால் சங்கரய்யரும் நல்லவர்தான். தன் ஏழ்மை வெட்கப் பட வேண்டிய விஷயம் இல்லை என்று அவர் நினைப்பதால்.

16.3.74

நேற்று ஃபாஷன் ஸ்டோரில் கடையில் அதன் ஓனர் வாலஸ் வழக்கத்தைவிடச் சற்று அந்தரங்க விஷயங்களைப் பற்றித் திறந்து பேசினார். அவர் தாயாருக்கு 85 அல்லது 90 வயது. அடுக்களையில் ரப்பர் ஷீட் - இரவு இரண்டு கோதுமைத் தோசை கருப்பட்டிக் காஃபி (இது நிர்ப்பந்தம்). "எப்படிப் பொழுது போகிறது?"

"அம்மா கோழி, பூனையுடன் சண்டை போடுவதைப் பார்த்தால் அருகில் உள்ளவர்கள் இந்த வீட்டில் எப்பொழுதும் பெரிய ரகளை என்று நினைப்பார்கள். எப்பொழுதும் சமையல் அறையில்தான் சுற்றி வருவாள். ஆனால் கோழியும் பூனையும் இவள் கோபத்தைப் பொருட்படுத்துமா? தலைமயிர் நல்ல கறுப்பு. பல் போகவில்லை. நல்ல திருஷ்டி. காது கேட்கும். ராத்திரிதான் ஏதாவது புலம்பிக் கொண்டிருப்பாள். வயதுக் காலத்தில் குழந்தை மாதிரிதான் இல்லையா. இரண்டு நாட்களும் ஒரு முறை ஒரு காம்போஸ். பகல் நேரத்தில் கொடுத்தால் கீழே விழுந்து விடுவாள். மெடிகல் ஜர்னல் படித்தேன். மாதவிடாய் காலத்தில் பெண்கள் இதை எடுத்துக் கொள்வதால் அவர்கள் மன சமாதானம் அடைவதாக.

அந்த மாணவி எப்பொழுதும் வருவாள்? இங்கு இப்பொழுது பணம் கொடுப்பதற்கும் உண்டு.

எங்களிடம் மீண்டும்: அந்தப் பெண் நன்றாகத்தான் இருக்கிறாள். லீலா. அவள் நிச்சயமாக வேறு ஜாதி. கூட்டமாக இல்லை தனியாகத்தான் வருவாள். அவள் என்னிடம் அப்படியும் இப்படியுமாக. பிறகு, வேறு விஷயம். சில சமயம் 2, 3 தடவை ஸாரி மாற்றுவது - அவனுக்கு வேலையிருக்க வேண்டும். இங்கு இருந்தால் தெரியும். கன்னியா ஸ்திரீயிடம் சொல்லவேண்டும்.

18.3.74

நேற்று சிவன் என்னிடம், "நான் சொல்வது - சொன்னது தவறு. நான் சந்தோஷ மனிதனில்லை. ஏனென்றால் நான் எப்பொழுதும் குடித்துக் கொண்டிருக்கின்றேன். அதற்குக் காரணம் நான் துக்கப்படு கிறேன். நான் ஒன்றுமில்லை. நமது தேகம் நம்மை ஆட்டிவைக்கிறது என்பதுதான் அடிப்படை. உண்மை உங்களுக்குத் தெரியாது. மூத்தவன் உணங்கிக் கொண்டே போகிறான். டி.பி. சென்டருக்கு

அழைத்துக்கொண்டு போவதற்கு முன் கோவிலுக்குச் சென்று: "கடவுளே ஒன்றும் இல்லாமல் இருக்கவேண்டு"மென்று தொழுது விட்டுத்தான் ஆஸ்பத்திரிக்கு அழைத்துச் சென்றேன். அடுத்த நாள் அவன் ரிப்போர்ட் வரவேண்டியது - எனக்கு வீட்டுக்குள் நுழையவே பிடிக்கவில்லை என்று நினைத்துக்கொள். நல்ல வேளையாக அவனுக்கு டி.பி.இல்லை" நான் ஒன்றும் சொல்லவில்லை. சொல்வதற் கென்ன இருக்கிறது?

19.3.74

எனக்கு நேற்று கால் இழுத்துக் கொண்டுவிட்டது. அப்பா என்னிடம் மிகவும் சிந்தனாபாவத்தில் தெரிந்த மாதிரி: இது வெர்ட்டிகோ.

20.3.74

நேற்று வாலஸ் கடைக்குச் சென்றேன். *Inspector of Weights and Measures* தன்னுடைய *Balance*ஐ செக் செய்து முத்திரை குத்தாததால் *Impound* செய்தால் ரூ.500/ல் இருந்து ரூ.2000/ வரை கொடுக்க வேண்டிவரும் என்றான். அதாவது ரூ.500/ க்கு அடிப்போட்டான். பிறகு நானும் ஒரு கவர்ன்மென்ட் உத்யோகஸ்தனாக இருந்ததாகவும், வாங்கி ஒரு வருஷங்கூட ஆகவில்லை என்றதும், தான் திருச்சூர் என்று சொல்லியதும் அவன் சுரம் மாறியது. இப்பொழுது ரிடயர்ட் என்றேன். இப்படியும் அப்படியுமாகக் கடைசியாக ரூ.50 இவன் கேட்டு வாங்கிக் கொண்டு ஒருவரிடமும் சொல்ல வேண்டாமென்றும் மிக மரியாதையாகப் போனானாம். வாலஸ் என்னிடம் "இந்த 50 ரூபா கிடைப்பதற்கு ஒரு மாதம் விற்றால்தான் முடியும். நீங்கள் *EMOFORM* கேட்கிறீர்கள். அதை அதிகம் பேர் வாங்குவதில்லை."

ஒரு படத்தின் விளம்பரம் - ஏக் நாரி; ஏக் பிரம்மச்சாரி.

26.3.74

தெருவில் கேட்டது. இதைப் பத்துப் பேரிடம் சொன்னால் தான் என் பரபரப்புத் தீரும்.

6.4.74

அம்மா இன்று காக்கைக்கு வழக்கம்போல் படியில் சோறு போட்டுவிட்டு என்னிடம் - படியில் போட்டாத்தான் சாப்பிடும். வெளியில் போட்டால் 12 மணிக்கு மேல் பசித்தால் வந்து தானே சாப்பிடும். அதுக்கு கோபம் வந்து விடுகிறது.

அம்மா தன் பேத்தியிடம்: நான் ஒருத்தி இருக்கேன் என்பது நினைவிலேயே இல்லையா?

தில்லை கோவிந்தன் (சம்சாரி; பெரிய வேலை. பெரிய குடும்பம். ரசிகன்). ஆபீஸில் மேஜை மீது போட்டது போட்டபடி இருக்க அந்தக் கோஷ்டியுடன் போய்க் குடித்தது. சாப்பாடு கொண்டு வந்தவன் திரும்பிப் போனது. இவனைத் தூக்கிக் கொண்டு இவன் சகாக்கள் வீட்டில் போட்டது. இவன் நினைவு தப்பியது. இவனுடைய ஆபீஸர் இவனிடம் கடைசியாக - "உனக்கு 3, 4 பெண்கள் உண்டு. நீ ஜாக்கிரதையாக இருக்க வேண்டும்" இவன் *I am sorry sir* என்று சொன்னது.

எனக்குத் தோன்றுகிறது. பேசும் பேச்சைவிட எண்ணும் எண்ணம் தான் முக்கியமென்று. அதைவிட மனதின் நிர்மலத்தன்மை. இந்த மனதை இச்சைகள் நச்சரிக்கின்றன. இந்த மனம் எங்கு வெற்றி அடைகிறதென்றால் இந்த மனமானது எப்பொழுது அது "தன்மயமாக" "வெறுந்தன்மையாக" இருக்கிறதோ அப்பொழுது அது சந்தோஷமாக இருக்கிறது என்று சொல்கையில்.

13.6.74

அம்மா தீயில் தன் கையைச் சுட்டுக் கொண்டதைக் காட்டி, பார் தீ சுட்டுவிட்டது - கடைசியில் எப்படியும் இந்தத் தேகத்தைத் தீயில் தானே போடப் போகிறீர்கள். அதனால் ஞானம் இருந்தால் தீ சுட்டாலும் வேதனை இருக்காதாம்.

24.6.74

என்னிடம்: "உங்க அப்பா திவசம் பண்ணுவாரா? முன்பு - ஆனால் இப்போது கிடையாது." இந்த மாதிரிக் காரியங்களில் எனக்கும் நம்பிக்கை கிடையாது. ஒரு வாத்தியார் - அவர் மனைவி மகா பண்டிதை. அவருக்கு வேதாந்தம் வாய்ப்பேச்சு. அவள் கணவன் பிராமணார்த்தம் சாப்பிட்டு விட்டு "கள்ளக் கும்பிடும் போட்டாச்சு. வெள்ளை வேஷமும் போட்டாச்சு." அப்பா ரொம்பப் படிப்பார்ன்டு சொல்லமாட்டேன். ஏதோ ஷேக்ஸ்பியர், மில்டன், கீதை, உபநிஷத் பற்றி அது இது என்று பேசுவார்கள். இவர் பேசாமல் கேட்டுக் கொண்டிருப்பார். அவர்கள் இவரைக் கேட்பார். "என்ன, அப்பு, பேசாம இருக்கே?" நான் என்ன சொல்ல இருக்கு? கொஞ்ச நாள் ஆனதும் போர் அடிக்கும். பிறகு "சும்மா வெட்டிப் பேச்சு" என்பார். பிறகு இவருடைய ஊட்டுப்புரைச் சகாக்களைப் பார்த்ததும் அவர்கள் "ஏண்டா, அப்பு, காணவே இல்லையே" என்றதும் சந்தோஷமாய்ப் பேசிக் கொண்டிருப்பார். அவர்களுடன் - நான் திவசம் - இது

ஒண்ணும் செய்வதில்லை - ஒழுங்கா - ஒருமுறை அரிசி, வாழைக்காய் மாத்திரம் கொடுத்தேன். அவளுக்கும் மாமியாருக்கும் எவ்வளவோ வித்தியாசமிருந்தாலும் இதையவள் அம்மாவிடம் சொல்லிக் கொடுத்து விட்டாள். பிறகு கேட்பானேன். அப்பா கடைசி நாட்களில் பணத்தைத் தொடக்கூட மாட்டார். தன் காரியத்தைத் தானேதான் செய்து கொள்வார். சொந்த வீட்டில் சாவதில் ஒரு ஆசை. என்னிடம் மாத்திரம் ஒரு அனுதாபம். சம்சாரியென்று."

26.6.74

நேற்று இரவு. காலை *4.30*. அடுத்த வீட்டுத் தோட்டத்தில் மரம் முறிக்கும் சப்தம். தம்பி சொன்னது - அடுத்த வீட்டுப் பாட்டி செத்துவிட்டதாக அம்மா சொன்னது - அவரிடம் (அம்மா) ஆள் வந்து சொன்னதாம். உடனே போய்ப் பார்க்க வேண்டும் என்கிறார். பழைய பைத்தியம் - பணத்தைப் பற்றிய நினைவு அன்ன விசாரம் - அதுவே விசாரம். பிறகு சொன்ன விசாரம் அம்மா - "உட்கார்ந்து கொண்டே இருந்தவள் போய் விட்டாளாம். எனக்கும் அப்படித்தான் இருந்தது. இவனிடம் சொன்னேன் - உன்னிடம் சொல்லவில்லை. வீட்டிற்குள்தான் புதைப்பார்கள். பெரிய மனிதர்கள் பிணத்தைப் பொசுக்கினால் இரண்டு மூன்று நாட்கள் இருக்கவே முடியாது. சும்மாவா செய்தார்கள். அதனால்தான் மசானம் என்று வைத்தார்கள். "நேற்று ஜியைப் பார்த்துப் பேசியது இதில் ஒரு மனநிறைவு - அவளுக்கு எப்படியோ."

28.6.74

நேற்று என்னிடம் அம்மா. அவர் (அப்பா) ஒரு கனாக் கண்டாராம், மூத்தவளுக்கு அமெரிக்காவில் பெரிய பார்ட்டி ஒன்று கொடுத்ததால் நல்ல வேலை கிடைத்ததாக. எப்பொழுதும் சாப்பாட்டைப் பற்றித்தான் நினைவு. கவலை.

அம்மா என்னிடம்: "உனக்கு உடம்பு சரியில்லாமல் இருந்த பொழுது - அவர் வீட்டில் ஒரு மணி நேரம் தங்கி இருந்தது, என்னை ஆஸ்பத்திரிக்கு வழி தெரியாமல் காரில் சுற்றி வளைத்துச் சென்றது, ஹார்லிக்ஸ் வாங்கிக் கொடுத்தது, இதையெல்லாம் நீ மறந்துவிட்டாய். அவரிடம் சண்டை போட்டாய். தம்பி பெண் என்னிடம் "உன் பொட்டைக் கதைகள்."

தம்பி அம்மாவிடம் தன் *8* வயதுப் பெண்ணைப் பற்றி "அம்மாவுடன் அவள் ராத்திரி இங்கிலீஷ்லதான் பேசுகிறாள்."

29.6.74

துக்கம் (செத்த வீட்டில்) விசாரிக்கச் சென்றதில் (அம்மா என்னிடம்) எட்டு மாதமாக இப்படித்தானாம். *3* முறை கீழே

விழுந்தாளாம். சாமி படத்தின் கீழே போய் உட்கார்ந்து விடுவாளாம். கடைசி வரை தன் புடவையைத் தானே தோய்த்துக் கொள்வாளாம்.

30.6.74

அம்மா தம்பியுடன் நேற்று: "ரொம்பக் குளிர்கிறது. அடுத்த வீட்டுப் பாட்டிக்கு (இரண்டு நாட்கள் முன் இறந்தாள்) இப்படித்தான் குளிருமாம்." இவன்: "வேற வேலை இல்லை. உனக்கும் அப்பாவுக்கும் இதுதான்." அம்மா: "இல்லேடா. குளிர்றதுடா. வயது அல்லது சாவின் குளிர்."

1.7.74

நேற்று நண்பர்களுடன் வர்க்கலைக்குப் போயிருந்தேன். அங்கு எதிர்பாராத விதமாக சிவஷண்முகம் வீட்டில் சிதம்பரத்தைப் பார்க்க நேர்ந்தது. அவன் பேசின மாதிரி - சிந்தித்துச் சிந்தித்துத் தனக்குள் தானே பேசுகிற மாதிரி, ஒரு ஆத்மீக நோட்டம் போன்ற ஒரு பாவனை. ஒரு முடிச்சு. அதைத் தானே அவிழ்க்கிற மாதிரி.

சிவஷண்முகம் சிதம்பரத்தினிடம்: எனக்கும் உங்களைப் போல சுதந்திரமாக இருப்பதற்குத்தான் இஷ்டம். ஆனால் குடும்பம், வேலை என்று ஒவ்வொன்றாகக் காலைச் சுற்றி கொண்டு விட்டது.

8.7.74

மருதசாமி அவன் அண்ணன் ராமசாமியைப் பற்றிச் சொன்னது: "அண்ணன் தானாகவே தினம் இன்ஜெக்‌ஷன் ரத்த அழுத்தத்திற்காகக் குத்திக் கொள்கிறான். அப்பாவின் அப்பா மார்ஃபியா ஊசியைக் கழுவாமல் குத்திக் கொண்டதால் ஏற்பட்ட விளைவு (விளைவு என்ன அவர் செத்தார்) இதையெல்லாம் நினைக்கும்பொழுது அவனுக்கு மனத்தடுமாற்றங்கள். மனைவியும் பையன்களும் அவன் எப்பொழுதும் சாவைப் பற்றிப் பேசுகிறான் என்றும் ஒரு தோல்வி மனப்பான்மை வாய்த்தவன் என்றும்."

எழுதி எழுதித்தான் நான் சாகப்போகிறேன். இவன் எவ்வளவு முறை ஒரு புத்தகத்தைப் படிக்கிறான். இவர்களுடன் பழகுவதால் நமது மென்மைத் தன்மைகள் விலகிப் போகின்றனவா?

நமது பெரியவர்கள் சொன்னது சரி என்றே தோன்றுகிறது. மனதைப் போல மனிதனுக்கு வேறு ஒரு இடையூறு கிடையாது.

14.7.74

சிவனின் குடியைப் பற்றிச் சொன்னதும் அம்மா; சாதத்தில் அதை ஊற்றிப் பிசைந்து சாப்பிடச் சொல்.

அம்மா: அவனும் என் வயிற்றில் பிறந்தவன்தான்.

18.7.74

நேற்று அம்மா ராத்திரி கொசுக் கடிக்க ஆரம்பித்தவுடன் "இவ்வளவு நேரம் அவை தூங்கிக் கொண்டிருந்திருக்க வேண்டும்."

22.7.74

ஒரு புத்தகத்தின் உள்ளே நுழைவதற்கு எவ்வளவு முறை அதைத் திரும்பப் படிக்க வேண்டியிருக்கிறது. தொடர்ந்து சிந்திக்க வேண்டியிருக்கிறது. கேள்விகள் கேட்டுக் கொள்ள வேண்டியிருக்கிறது.

மனதின் சார்ந்தநிலை
நமது ஆசைகள்
நமது அவமானங்கள்
வெளி நிற்றல்
சும்மா இருக்கப் பழக்கிக்
கொள்ளுதல்

25.7.74

இந்த வார்த்தைகளும்தான்
  அநிர்வசனீயம்
  சொல்ல முடியாதது
  போக்தா.
  பூதத்துவம்
  மாயை - பிரம்மத்தின் பாற்பட்டது என்பதுமாம்
  மித்யை X நித்யை
பிரமாணம் X பிரமேயம்
  ஸ்கந்தா - முழுமை
  ஸ்மிருதி நினைவு, பிரக்ஞை(?)
  சுருதி, காது, கேட்கப்பட்டது! படுவது
  ஞானம், வேதம்
  தன் மாத்திரைகள் - சூக்குமம்
  வாசனை
  தத்வம்
  விகல்பம்
  சங்கல்பம்
  விவர்த்தா
  விவகாரம்
  அவன் பெயரும் கிருஷ்ணமூர்த்தி

"ஞாபகமிருக்கா?"

"ஒரு புள்ளியை வைத்துக்கொண்டு அதிலிருந்து எல்லாவற்றையும் வரிசைப்படுத்தி விஷயங்களைத் தெரிந்து கொள்வது."

"அதாவது"

"நீங்கள் நீங்கள் என்று தெரிவதற்கு இவ்வளவு காலம் ஆனது மாதிரி."

"எனக்கும் உங்களைப் பற்றிய வரை அப்படித்தான். ராமநாதன் ஒரு முறை பரிகாசம் பண்ணினார்."

"என்ன?"

"ஒரு எழுத்தாளர் அவரிடம் சொன்னாராம். ஒரு எழுத்தாளர் பெயரைச் சொல்லி, அவருடன் ஒப்பிட்டுப் பார்க்கும்பொழுது நாமெல்லாம் மின்மினிப் பூச்சிகள் என்று. ஆனால்,"

"ஆனால்"

"இவர் அவருக்கு ஒரு புத்தகத்தை அன்பளிப்பாக அளிக்கையில் அதில் ஒரு மின்மினிப் பூச்சியிடமிருந்து இன்னொரு மின்மினிப் பூச்சிக்கு என்று எழுதியிருந்தது அவருக்கு ரொம்பக் கோபம் வந்துவிட்டதாம்."

"ஏன்?"

"மின்மினிப் பூச்சிகளிலும் வகை வேறுபாடு தாரதம்மியங்கள் உண்டு."

"எல்லாரும் அடிப்படையில் பூச்சிகள் என்னும்போது"

"இதோ பார். என் வீட்ல வேலை செய்றவ. படிப்பாவது மண்ணாங்கட்டியாவது. ஒரு வாட்டி எங்கிட்ட சொன்னா ஐயாவுக்கு இதிலெல்லாம் நாட்டங் கிடையாது. அடுத்த வூட்ல ஒரு நாக்குட்டி கொண்டாந்திருக்காங்க. பாக்கப் பிச்சிப் பூப்போல. வெளுவெளான்னு இருக்குன்னா"

"அதனால"

"ஒன்னையுமே நிஷுத்தப்படுத்த முடியாதுன்னு"

"அது மாத்திரமில்ல. நாம்ப சிலசமயம் ஏதோ கேக்கறபோது அவர் ஏதோ சொல்ற மாதிரி."

"நீ யாரைப் பற்றிச் சொல்கின்றாய்?"

"ஜே..."

"கே..."

"ஏன்?"

"நாம் ஏதோ எல்லாவற்றிற்கும் விடை இருக்கிறதென்றும், சிந்தனை மூலம் எல்லாவற்றிற்கும்."

"விமோசனம் அடைந்துவிடலாம்"

"என்ற மயக்கத்திலிருந்து"

"நம்மை"

"காப்பாற்றத்தானே?"

"என்ன?"

"தானேதான்"

"ஆம்; எல்லாம் அதில்தான் இருக்கிறது.
தான தனதந்தன தான தனந்தன
தானனத் தானானே"

30.7.74

இன்று என் பழைய டயரியைப் புரட்டிப் பார்த்தபோது கீழே காணும் குறிப்பு என் மனதைக் கவர்ந்தது. ஹிந்துப் பத்திரிகையில் நல்ல பாம்பைப் பற்றிப் படித்த ஒரு செய்தியே அது. அது வருமாறு: திருச்சூர் மிருகக் காட்சிசாலை கண்ணாடிக் கூடுகளில் 56 வகையான விஷப் பாம்புகள். நல்ல பாம்புகளின் ராஜா என்று அறியப்படும். (இந்த நாட்டில் இதை ராஜவெம்பாளா என்று கூறுகிறார்கள்) பாம்பு மிகவும் வசீகரமானது. இப்பொழுது இவ்விடத்தில் இரு இராஜ வெம்பாளாக்கள் இருக்கின்றன. உயிருள்ள சாரைப்பாம்பும், தண்ணீரும் இதன் ஆகாரம். வேறு எதையும் இது சாப்பிடாது. வாரத்திற்கு ஒருமுறை இந்த ஆகாரத்தை இதற்குக் கொடுக்கிறார்கள்."

"இந்தப் பாம்பின் ஒரு கடியில் 18 பேரைக் கொல்லக் கூடிய விஷம் இருக்கிறது என்கிறார்கள்."

"இந்தப் பாம்பின் ஒரு விசேஷத்தன்மை என்னவென்றால் இது சட்டை உரிக்கும்பொழுது ஒரு ஆகாரத்தையும் சாப்பிடாது. தண்ணீரைக் கூடக் குடிக்காது. இந்தச் சமயத்தில் இதற்கு நல்ல ஜுரம் வருகிறது. இப்பொழுது இதற்குப் பார்க்கக்கூட முடியாது. இதன் கண்கள் சிதள்களால் மூடப்படுவதால்."

இந்தச் செய்தி ஏன் என்னைக் கவரவேண்டும்? முக்கியமாக விஷப் பாம்புகள் சட்டை உரிக்கும்பொழுது தாகமாக இருக்கின்றன. அவைகளுக்குக் கடுமையாக ஜுரம் வருகிறது.

2.8.74

மறுபடியும் கி. வந்திருந்தான்.

மறுபடியும் அதே மாதிரியான பேச்சு.

"அதிகமாகச் சாப்பிடக் கூடாதுங்கிறார்."

"மனதைத் தன் வழியாக விடு என்னும்போது"

"அதன் தாத்பர்யம் மனது போன வழியில் நாம் போக வேண்டுமென்பதில்லை."

"நீ என்ன சொல்கிறாய்?"

"அது எவ்வளவு தூரம் போகிறது என்று ஒரு ஆழ்ந்த பரிசீலனை"

"அப்படியென்றால்?"

"என் சகோதரி ஒருத்தி. என் நண்பன் ஒருவன்."

"உம்"

"அவர்கள் சிலசமயம் ஒருவனைக் குறித்துப் பேசுகையில்"

"அவன் மிகவும் புத்திசாலித்தனம் உடையவன் என்று"

"அவன் அப்படியில்லாவிட்டாலும்"

"அப்படியென்றால் மனம் என்பதுதான் என்ன?"

"அவர் சொல்வதைப் பார்த்தால் ஆசாபாசங்களிலிருந்து விடுபட்டு வெளி, உலகு பற்றி விசாரணை செய்யும் மனம், தினசரி லௌகீக வாழ்வில் காரியங்களை ஒழுங்காகச் செய்யும் மனம். ஆசாபாசங்களால் தன் முனைப்பால் இழுபடும் மனம்."

"அப்படியென்றால்"

"அசுவத்தமென்ற மரத்தில் இரு பறவைகள்"

"என்று சொல்லும்போது தன் மனம்போன வழியில் அதைப் பின் பற்றிப் போகும் பஞ்ச பூதங்களில் சேர்க்கையிலிருந்து விளைந்த ஒன்று அதைப் பின்தொடர அதைப்போல் இல்லாமல் சாட்சி. பூதமாகச் சலிக்கும் தன்மயமாகச் சலிக்கும்."

"ஒரு மனம்"

"அப்படியென்றால்"

"மனோ தத்துவ சாஸ்திரத்தை ஆத்மீகத் துறையில் இணைக்கும் ஒரு முயற்சி..."

"இதைப் பற்றி"

"ஒன்றும் சொல்வதற்கில்லை"

"ஏன்?"

"புத்திபூர்வமாக விஷயங்களைச் சர்ச்சை செய்து கடைசியில் அந்த புத்தியைக் காலை வாரி விடும் ஒரு முயற்சி"

"தெரியவில்லை. உங்கள் கவிஞர் ஒருவர் சொன்னமாதிரி"

"என்ன?"

"மனிதன் இழுத்த

மாமிச வண்டியில்
குதிரை கிடந்து
"ஹைஹை" என்றது."
"சரி நாளை மறுபடியும் சந்திப்போம்."

3.8.74

"நேற்று விட்டதிலிருந்து தொடங்கலாமா?"

"வைத்தீச்வரன் கவிதை"

"ஓ"

"அவர் எழுத்துக்களில் சில சொல். தொடர்கள் அடி படுகின்றன."

"உதாரணமாக"

"நமது உண்மையான சொரூபம் என்பது சுத்த சூன்யமாக இருக்கும் ஒரு சைதன்யம்."

"பிறகு"

"விளைவுகள் முகாந்தரமாக மனதை ஒரு சுமைதாங்கி ஆக்கிவிடக்கூடாது. மனதின் சேஷ்டைகளுக்கு இடங்கொடுக்கக் கூடாது."

"மேலும்"

"உணர்ச்சிகளை அனுபவங்களை பாஷைமூலம் மாற்றுவது கூடக் கூடாது. ஆங்கிலத்தில் சொல்வதென்றால் *Discreption is not the thing described"*

"அதாவது"

"பாஷைகூட ஒரு சாபம்"

"எனவே"

"பழைய அடிப்படைகளை ஒரு நூதன பார்வையில் பார்க்கப் படுகையில் ஒருவித இன்பம். மேல்நாட்டுப் பழக்கத்தால் மனோதத்துவ சாஸ்திரம். காலம், சம்பிரதாயம், புரட்சி இப்படிப் பலவற்றை வைத்துக் கொண்டு வேதாந்த அடிப்படையில் ஒரு விளையாட்டு."

"பிறகு பார்க்கலாம்"

"அப்படியே"

6.8.74

எங்கேயோ படித்த ஞாபகம். சரித்திர உணர்வு. ஐன்ஸ்டீனின் ரிலேடிவிட்டித் தத்துவம். நிதர்சனம், பிரதிபலிப்பு, மனதின் மேல்

- அடித்தளங்கள், புண்யம் - பாவம். த்வைதம் - அத்வைதம். காலம் - காலாதீதம், பாசம், பந்தம், உறவு, கர்மம், சூன்யம், சைதன்யம், சிலுவை, குருக்ஷேத்ரம், இப்படியாக இப்படியாக. இவைகளைப் பற்றித் தொடர்ந்து ஆலோசித்தால். இதைப் போலவே ஸுபிகளின் கதைகள்.

8.8.74

அப்பாவைப் பற்றி நினைக்கையில் - அன்ன கோசத்தில் இருந்துகொண்டு உழலுகையில், மனமயக்கங்களிலிருந்து விடுபடாமல் இருக்கும் ஒருநிலையில் தான் என்ற மயக்கம் தீராத நிலையில்.

10.8.74

இன்று எனது வெகு நாளைய நண்பன் ரகுவும் நானும் பேசிக் கொண்டிருந்தோம். பேச்சு இவ்வாறு நிகழ்ந்தது. காம்பௌண்டில் காற்று வெளியில் எதிரும் - புதிருமாக உட்கார்ந்திருந்தோம். பேசப் பேச, பிற்பகல் மயங்கி, மாலையாகி, மாலை இருட்டாகி எங்கள் இருவர் முகங்களும் எங்களுக்கே தெரியாமல் எங்கள் இருவர் குரல் மயங்க, யார் குரல் யாரது என்று கூடப் பிரித்தறிய முடியாத நிலையில் எங்கள் சம்பாஷணை கனத்துக் கொண்டிருந்தது.

“நான் இல்லையா. நான்னா - நான் உயரமா, எடுப்பா நான் நிதானமாக ஒழுங்காகத் தெளிவா என்ன பேசினாலும் அதை நாலு பேர் கவனிக்கிறபோது, கண்ணாடியிலே தெரியறதே என் முகம். நீ நான் பேசறபோது நீ இப்படி என்னைக் கவனிக்கறபோது, அவர் கார் விடறபோது, என் மனைவி என்னைப் பாக்கறபோது, நான் தெருவில் போறபோது, அதோ போறது யார் தெரியுமான்னு நாலு பேர் பேசறபோது, நான் காயலாக் கிடக்கிறபோது எனக்கு வேண்டியவா எல்லாம் என்னைச் சுத்தி என்னைப் பாக்கறபோது இந்த நான்...”

“நீ இது ஒண்ணும் இல்லை”

“என்ன, என்ன?”

“நம்பளவா சொல்றதுதான் ஆழமான தூக்கத்திலும் தாண்டிய நிலையில்தான் நாம் சந்தோஷம் அடையறோம்னு”

“ஒரு நிமிஷம் யோசிச்சுப் பாரு. எப்ப நீ சந்தோஷம்னு சொல்றே.”

“பிரக்ஞை ஏற்பட்டதும் தானே”

“ஏன். இந்த நாள் என்பதுடன் ஒட்டிக்கொண்டிருக்கும் பிரக்ஞை இல்லேன்னா - தூக்கத்துல சவம் மாதிரி இருக்கறதுல என்ன சுகம்?”

“ஏன் பேசாம இருக்கே”

“உனக்கு எப்படி பதில் சொல்றதுன்னு யோசிக்கிறேன்”

“நீதான் ஒரு தடவை சொன்னாயே”

“என்ன சொன்னேன்”

“யாரப்பா. அது ஸெயின்ட் அகஸ்தீன் தானே - விவேகம் என்பது கூட ஒரு வரப்பிரசாதம்னு. நம்பிக்கையிலிருந்துதான் ஞானம் விளையறதுன்னு.”

“தெரியலை நீ இதையெல்லாம்”

“நான் எப்பொழுதோ சொன்னதை நீ இப்பச் சொல்வது. அது எப்படியாவது போகட்டும் - நீ என்னவோ சொல்றே. எங்கெல்லாம் இந்த நான் என்கிற பிரக்ஞை ஒட்டிண்டிருக்கோ அங்கெல்லாம் சந்தோஷம் இருக்காது.”

“சின்ன நாவா பெரிய நாவா”

“என்ன உளர்றே. நான் நான்தான் - என் மண்டை, தோரணை, ஷர்ட், கார், வீடு, பெண்டாட்டி, பள்ளி, என்னைச் சுற்றி நாலு பேர். இதுக்கெல்லாம் நடுவிலே நான்.”

“அப்படித்தான் நினைச்சேன்.”

“என்ன சொல்றே? கொஞ்சம் தெளிவாகத்தான் சொல்லேன்.”

“கிருஷ்ணமூர்த்திதான் சொல்வான். கிருஷ்ணமூர்த்தி சொல்றார்னு. சந்தோஷம்னு சொல்றபோதே சந்தோஷம் போயிடறதுன்னு - அப்படின்னா? நான் எழுதறபோது நான் இல்ல. படிக்கறபோது நான் இல்ல. காதல் பண்றபோது நான் இல்ல. நான் சொல்றபோது கூட நான் இல்ல”

“என்னடா பேத்தறே”

“அப்படித்தான் உனக்குத் தோணும். உண்மையான அனுபவத்துக்கு - அது எப்படியிருந்தாலும் ஒரு த்வைத நிலையே கிடையாது. ஆனா அதிலிருந்து வெளியில வரப்போ மறுபடியும் நான் வந்து அதாவது நான் - னா - நான் - தான் - ங்ற - நான் ஒட்டிக்கிறப்போ சந்தோஷம் துக்கமாகவும் வெளுப்பு கறுப்பாகவும் எல்லாமே தலைகீழாப் போயிடறது. இதனாலேதான் ஆதிசங்கரர் கூட அநிர்வசனம் என்பதற்குக் கூட ஒரு சாசுவதம் உண்டென்றதும் - அது அடிப் படையில் வெறும் கற்பனையானாலும் - ன்னார்.”

“உனக்குத்தான் நீ பேசறது புரியும்!”

“சரி. நான் உன்னை அப்புறம் பாக்கறேன்.”

11.8.74

எவ்வளவோ ஆட்களைப் பார்த்திருக்கிறேன். என்னெல்லாமோ என் வாழ்க்கையிலே நடந்திருக்கும். இங்கிலீஷ்ல புஸ்தகங்களைக் கன்னாபின்னான்னு நிறையவே படிச்சிருக்கேன். ஒருத்தரையும் பிடிக்கலை. என் கிட்டக்கூடச் சில விஷயங்கள் எனக்குப் பிடிக்காமல் போயிடறது. கிருஷ்ணமூர்த்தி கிருஷ்ணமூர்த்தி சொல்றார்ங்கறபோது உடல் ஒன்றைச் செய்யறப்போ (இதுதான் உடல்பற்றி ஒரு பிரமாதமான விஷயம்) மனது அது தப்புங்கறது. ஆனா உடல் தப்பு - சரிங்கறதுக்கு காத்துண்டே இருக்கறது இல்ல. அதுக்குச் செயலும் - சிந்தனையும் ஒன்னுண்டில்ல. சொல்லப்போனா உடலைப் பத்தினவரை செயல்தான் சிந்தனை. பின்னே மனசுன்னு ஒன்றிருக்கே அது முக்காவாசி இந்த உடல் வழிதான் போயிண்டிருக்கு. முக்கால் வாசி விஷயங்கள்லே சிலசமயம் உடலைக் கண்டு மனசு முணுமுணுக்ற மாதிரி மனசு போற போக்கைப் பார்த்து இன்னும் - ஏதோ ஒன்று - அது என்னன்டு சொல்லத் தெரியலே. அது சரியில்லைன்னு சொல்றதுகூடச் சொல்றதில்ல. அது முணுமுணுக்கிறதோ கோபப் படறதோ சந்தோஷப்படறதோ கிடையாது. சும்மாச் சுட்டிக் காட்றது என்கிற அளவிலே என்னவோ சொல்றா. அரசியலாம், தனிநபர், சமூகம் அப்படி அடுக்கிண்டே போறா. இந்த அழகிலே அந்தப் பெண் வேறே ஆண் வேறே பெண் வேறேன்னு - சிரிப்புத்தான் வறது. ஹரிஹர சுப்ரமண்யர்னா வேதாந்தின்னா அவனுக்குச் சரி தப்புன்னு ஒண்ணு கிடையாதுன்னு. எவ்வளவு தூரம் இவாள்ளாம் எதை எப்படிப் புரிஞ்சுக்கறான்னு தெரியல. எவ்வளவோ படிச்சாலும் தமிழ்ல படிச்சதுதான் மனசிலே நிக்கறது. நம்ப மண் விசேஷம்தான் நம்பளோட ஒட்டிக்கிறது. அந்தக் கெட்டிக்காரப் பையன் சொல்வான். அவன் என்ன சொல்றது. யாராவது வாத்தியார் சொன்னதைத் திருப்பிச் சொல்றான் ஷேக்ஸ்பியரைவிடப் பாரதம் பெரிசுன்னு. எனக்கு என்னதான் நம்ப மண்ணைப் பிடிச்சாலும் இதெல்லாம் சரின்னு தோணல. ஷேக்ஸ்பியரும்தான் சொல்லலையா (ஒரு வகையில் சொல்லலையென்றாலும்) எத்தகைய மேதைக்கும் கைகால் கண் மூக்கு மண்டை நாக்கு தொக்கு எல்லா எழவும் தான் உண்டு. சாதாரண மனிதனைப் போல அவாள்ளாம் கூட - ஏதோ சிலரைத் தவிர ஆசாபாசங்களைப் பாக்கப்போனா ரொம்பச் சாதாரணம். இதெல்லாம்விட - எல்லாருக்கும் ஏதோ ஒண்ணு பாக்கி எல்லா வற்றையும்விட முக்கியமாக இருக்கு. கிருஸ்துவனுக்குக் குரிசுன்னா, நம்பளுக்குக் குருக்ஷேத்ரம்னு. ஆனா கிருஸ்துவுக்குக் குரிசும், கேசவமாதவன் பாஷையில சொல்றதுன்னா அந்தக் கள்ளப் படுவாக் கிச்சனுக்கும் நன்னாத் தெரியும். குரிசும் சரி, குருக்ஷேத்ரமும் சரி,

எல்லாம் வெறும் வெளி மயக்கம் - எல்லாம் பாவனா உலகங்கள் - நிதர்சனம்னு ஒண்ணு தனியாருக்கு எல்லாருமே ஜீவன் முக்தர்கள். எல்லா நதிகளும் கடைசியில சமுத்திரத்துலதான் போய் விழறது. அதுலதான் இந்த நதிகளுக்கு எவ்வளவு சந்தோஷம் - என் மனசிலே தடுத்தாட் கொண்ட புராணமும், மாபாதகம் தீர்த்த படலமும் - இவையெல்லாம் இலக்கியம் இல்லன்னாக்கூட - ஏன் என்னை அப்படிக் கவ்விப் பிடிச்சிருக்கு. வாழும் பாம்பு எங்க குடும்பத்தில ஒரு காளிகோவில் - அதுல கலைமான் கொம்பையும் வாளையும் வைச்சுத்தான் பூஜை செய்யறோம்.

12.8.74

இன்னிக்கு மறுபடியும் ரகு வந்திருந்தான். அன்னிக்கு மாதிரிதான் இன்னிக்கும். காற்று வெளியில் எதிரும் புதிருமா நாங்கள் இருவரும். இருளில் எங்கள் இருவர் முகங்களும் மறைய நாங்கள் பேசிக் கொண்டே இருக்கின்றோம். இன்று ரகு சற்றுத் தீவிரமாகவே.

"நீ என்னெல்லாமோ சொல்றே எனக்குத் தெரியல்ல. உனக்கு எப்பவாவது இந்த அனுபவம் ஏற்பட்டிருக்கான்னு எனக்குத் தெரியாது."

"எந்த அனுபவம்?"

"உன் கண் முன்னாலே உனக்கு மிகவும் வேண்டிய ஒரு ஆள் அங்குலம் அங்குலமாக அழிந்து போவதை உனக்குப் பார்க்கும் ஒரு துர்ப்பாக்கியம் கிடைத்திருந்தால்"

" "

"இப்ப நினைத்தாலும் எனக்கு என்னவோ செய்யறது."

" "

"மாத்திரமில்லை. நமக்கு வேணுங்கறவா மாத்திரமில்லை. நமக்கு அவ்வளவா பழக்கமாகாதவாகூடச் செத்தப்பறம் அவா போய்ட்டா ளேன்னு ஒரு அங்கலாய்ப்பு."

நீ ஏன் ஒண்ணும் சொல்லமாட்டேங்கறே?

நான் என்ன சொல்ல. நானும் மனுஷன்தான். எனக்கும் பிடிச்சவா - பிடிக்காதவா - பிடிச்சாலும் - பிடிக்காதவா, பிடிக்காட்டாலும் பிடிக்கறவா இப்படி எத்தனையோ பேரோடே தொடர்பு இருந்த துன்னு வச்சுக்கோ. கிருஷ்ணமூர்த்தி சொல்றார்னு கிருஷ்ணமூர்த்தி தான் சொல்வான் - சாவுங்கறது கூட நமக்கு ஒண்ணையும் இழக்க விருப்பமில்லை என்பதைத்தான் சொல்றது. உடமையின் மீதுள்ள பிடிப்பு - நான் கூடப் பல சமயங்களில் தனியாக இருக்கப் பயிற்சி செய்து கொண்டிருக்கேன். நான் முன்னே சொன்ன மாதிரி

நகுலன் ◆ 189

எங்கெங்கே எப்பெப்ப நான் அழியறேனோ அப்பப்ப எனக்கு விமோசனம். அதனால்தான் தினம் தனியா உக்காந்திருக்கனும்னு. - யார் யாருக்குத் துணை? ஒருத்தர்மேலேயும் ஒருத்தர் எப்போதும் சாஞ்சுக்கக்கூடாது. அப்படிப் பண்ணினா அப்ப ரண்டு பேருக்கும் கஷ்டம். சாகுறத்துக்கு முன்னாடி நாம் எப்படியெல்லாம் சாகிறோம் என்பதுதான் முக்கியம்"

"எனக்கு நீ பேசறது ஒண்ணும் பிடிக்கலே. நான் போறேன்."

அவன் போனான்.

21.8.74

அவனை பிரிட்டிஷ் லைப்ரெரியில் பார்த்தேன். என்னருகில் வந்து "ஸார், தெரியலையா?" ன்னான். தெரியலை. தான் யார்னு சொன்னான். ஞாபகம் வந்தது. நான் கல்லூரியில் இப்பொழுது எல்லாம் சொல்வது மாதிரி அவனை நான் புதுமுக வகுப்பில படிப்பித்திருக்கிறேன். நல்ல ஆரேடர். பல பேச்சுப் பந்தயங்களில் முதல் பரிசு வாங்கியிருக்கிறான். தனக்கு இப்பச் சொல்றான். ஆரேடரி பிடிக்கலைன்னு - அப்பொழுதெல்லாம் ஒல்லியா உயரமா மூக்கும் முழியுமாப் பாக்க நன்னாருப்பான். இப்ப ஆளே மாறிப்போயிட்டான். முன்னெல்லாம் கறுப்பு ஃபரேம் மூக்குக் கண்ணாடி. இப்பத் தங்க விளிம்பு - மூஞ்சி மொத்தையா இருந்தது. இதுக்கு முன்னாலேயும் நான் நாலஞ்சு தடவை அவனைப் பார்த்து அவனோட பேசிண்டிருந் திருக்கிறேன். முன்னப் பாத்தவன் தானா இவன்னு எனக்குச் சந்தேகமாக கூட இருந்தது. லைப்ரெரி வெளியே என்னை அழைச் சுண்டு வந்து என்னைக் கேட்டான் "நீங்க இப்பவும் எழுதறேளா?" "எழுதறேன். ஆனா தமிழ்லதான் கூட?" "ஒரு நாள் உங்க வீட்டுக்கு வந்து உங்களோடே கொஞ்சம் பேசணும்." - நான் சொன்னேன் - "இல்லை. நானே உன்னை வந்து பாக்றேன்." அவன் வீட்டு விலாசம் கொடுத்தான். சைக்கிளை எடுத்துண்டு போனேன். வீட்டைக் கண்டு பிடிச்சேன். ஒரு உசந்த இடம். ஒரு ஏக்கர் காம்பௌண்ட் நடுவிலே ஒரு கச்சிதமான வீடு. நல்ல மனோகரமான சூழ்நிலை. பணக்கார வீட்ல இருக்கிற மாதிரி ஒரு வரவேற்பறை. அவன் ரூம்ல ரெண்டு கண்ணாடி பீரோ. எல்லாம் ஒழுங்கா இருந்தது. அவன் ஃபிரான்ஸிலெ தான்னு நினைக்கிறேன். எம்பஸிலெ பெரிய வேலையில இருந்தான். சரித்திரம் இஷ்ட பாடம் பேச ஆரம்பிச்சான். "உங்க டயரியைப் படிச்சாத் தேவலை."

"அதுக்கென்ன? நாளைக்குக் கொண்டு தரேன். ஆனா ஒண்ணு. யார் கண்ணுலயும் அது படலை."

"என் வேலை எனக்குப் பிடிக்கலை"

“ஏன்?”

“ஒரு திருப்தி இல்லை.”

“உனக்கு எதிலே திருப்தி இருக்கு.”

“இசையில். அதுவும் கர்நாடக சங்கீதத்தில.”

“ஏன்?”

“தியாகய்யர் கிருதில ஈடுபடறபோது அது நம்பள ஒரு மேல்தளத்தில கொண்டு சேர்க்கிறது. அதிலிருந்து இறங்கி வரபோது சாதாரண வேலைச் சச்சரவுகளுடன் கூடக் கொஞ்சம் தெம்பா ஈடுபட முடியாது.”

“ஏன்?”

“என்னவோ எல்லாத்திலேயிருந்தும் ஒரு விடுபட்ட உணர்ச்சி மாதிரி. எழுதுணங்கற ஆசையிருக்கு.”

“என்ன எழுதறே”

“நாவல்”

“காஃப்கா, பெக்கெட், ஜாய்ஸ்லாம் படிச்சிருக்கியா?”

“பிடிக்கலே. படிச்சிருக்கேன். ஆனா தியாகய்யர் கிருதி மாதிரி இல்ல.”

“ஏன்?”

“கீழே கொண்டு போய் வெளிலே தள்ளுற மாதிரி. ரெண்டும் ஒண்ணுன்னாலும் பிடிக்கல.”

“இதோ பார்”

“என்ன”

“நீ எம்பஸியில ஸெகண்ட் ஸெக்ட்ரிங்கறே. ஆனா நான் உன்னைப் பரிகாசம் பண்ணல. நான் ஒரு கல்லூரி ஆசிரியர். அவன் சாக்கடை வார்றவன் - ஆனா நாம்ம எல்லாரும் ஒரு கணக்கு”

“எனக்கு புரியல”

“வாழ்க்கை ஒரு சாக்கடை - வார்றவன் புத்தி மழுங்கிடும்.”

“எனக்கு அப்படித் தோணலை”

“ஏன்?”

“சொல்லப்போனா இயக்கங்கள் பத்தி ஒண்ணும் எனக்கு அதிகமாத் தெரியாது. ஒரு தடவை ராமநாதனுடன் தட்சிணேசுவரம் போயிருந்தேன். போற இடத்தில நிறையப் பிச்சைக்காரா. அவர் சொன்னார்: ராமகிருஷ்ணரும் அப்படித்தான்னு.”

“ஆயிரத்துல ஒருத்தர்”

“இல்லை. மனிதன் எங்கறத்தே அவன் எப்படிப்பட்டவன் ஆனாலும் அவனும் மனுஷன் தான். எந்த மனிதனும் அது அவனுக்குத் தெரியாட்டாலும் அவனும் பல நிலைகள்ல சஞ்சரிக் கிறான்.

“யோசிச்சுப் பாக்க வேண்டிய விஷயம்”

“சரி என் நாவல் எப்படி?”

“கதை எழுதறதில எனக்கு நம்பிக்கையில்ல. வாழ்க்கையில கதை யில்லை. சும்மா, ஒரு ஓவியம் மாதிரி, ஒரு சித்திரம் மாதிரி - சித்திரமும் மயங்கறதிலே - இந்த அனுபவத்தில மனசு ஈடுபட்டுப் பூஜ்யமாறப்போ அது மேல் தளத்தில் சஞ்சரிக்கிறது.”

“எதிர் வீட்ல ஒரு அரசியல் பேராசிரியர் என்னவோ வியட்நாம் பத்திப் பேசினா தலைபோற விஷயம் மாதிரி பிரலாபிக்கிறார். எனக்குச் சிரிப்புத்தான் வர்றது. நீ என்னைப் புரிஞ்சுக்கிறேன்னு நினைக்கிறேன். நபகாவ், ஷாவ்ரெல் ஸிட்வெல், இவா எழுதற மாதிரிதான் நினைச்சுக்கோ நான் எழுத விரும்பறதும். தமிழ்ல இது மாதிரி யாராவது எழுதறாளா? சேதனத்தில் சைதன்யம். நகர்றதில எனக்கு நம்பிக்கையில்ல.”

“மௌனியைச் சொல்லலாம். ஆனா அவர் கூட கீழே போய்த்தான் வெளியே வர்றார். சரி. குட் பை.”

“இல்ல. நாளைக்கு எனக்குக் கல்யாணம். நிச்சயமாக வாருங்கோ”. சரி என்று விட்டு நான் சைக்கிளில் வீடு திரும்பினேன். மேல் தளத்தில் இருந்து கொண்டே நகராமல் மேல் தளத்தில் சஞ்சரிக்க விரும்பிய அந்த இளைஞனை எனக்குப் பிடித்தது.

இத்துடன்
நவீனன் டயரி
முடிவுறுகிறது.